# भारतातील मतदान वर्तनाचे मापन

# भारतातील मतदान वर्तनाचे मापन

संजय कुमार • प्रवीण राय

अनुवादक: श्रीरंजन आवटे

SAGE | bhasha

Los Angeles | London | New Delhi
Singapore | Washington DC | Melbourne

Originally Published in 2013 in English by
*SAGE Publications India Pvt Ltd* as *Measuring Voting Behaviour in India*

*This edition published in 2018 by*

SAGE | bhasha

**SAGE Publications India Pvt Ltd**
B1/I-1 Mohan Cooperative Industrial Area
Mathura Road, New Delhi 110 044, India
*www.sagepub.in*

**SAGE Publications Inc**
2455 Teller Road
Thousand Oaks, California 91320, USA

**SAGE Publications Ltd**
1 Oliver's Yard, 55 City Road
London EC1Y 1SP, United Kingdom

**SAGE Publications Asia-Pacific Pte Ltd**
3 Church Street
#10-04 Samsung Hub
Singapore 049483

Published by Vivek Mehra for SAGE Publications India Pvt Ltd, typeset in 13/16 pt Kokila by B2R Technologies Pvt. Ltd., Uttarakhand.

**ISBN:** 978-93-528-0941-7 (PB)

---

**Translator:** Shriranjan Awate, Assistant Professor, Political Science.
**SAGE Team:** Mahesh Sachane, Sharvari Mhapankar

# अनुक्रमणिका

# तक्ते आणि चौकटी यांची सूची

## तक्ते



## चौकटी

# प्रस्तावना

भारतीय सार्वजनिक जीवनात मत सर्वेक्षणं सर्वपरिचित आहेत मात्र त्यांचा आशय फारच थोड्या प्रमाणात समजून घेतला जातो. १९९०च्या दशकाच्या मध्यापासून एक किंवा अनेक मतदान सर्वेक्षणांच्या आधारे निवडणुकांच्या काळातील माध्यमांचं वृत्तांकन ही बाब आता नित्याची झाली आहे. सर्वेक्षणं, निवडणुका आणि अंदाज या गोष्टी एकमेकांमध्ये अशा तऱ्हेने मिसळलेल्या आहेत की प्रत्येक सर्वेक्षण हे निवडणुकीच्या संदर्भानं आहे, असं समजलं जातं आणि प्रत्येक निवडणुकीच्या संदर्भातील सर्वेक्षण हे अंदाज करण्याकरिता केलेलं आहे, असं मानलं जातं. निवडणुकीच्या संदर्भात असणारे आणखी एक विशेष सर्वेक्षण म्हणजे एक्झिट पोल्स. निवडणुकांच्या अंदाजाबाबत भारतात एक्झिट पोल्स लोकप्रिय झाले आहेत. एक्झिट पोल्समध्ये काळ्या जादूप्रमाणे गुण असल्यासारखे ते भासतात. एक्झिट पोल्समधून एका बाजूला आश्चर्य, भीती आणि संशय निर्माण झाल्याचे दिसते तर दुसऱ्या बाजूला ईर्ष्या, राग, उपहास. या सर्व गोष्टींना एकत्र आणणारी बाब म्हणजे मतदान सर्वेक्षणाबाबतची पद्धतीशास्त्रीय निरक्षरता. म्हणूनच 'भारतातील मतदान वर्तनाचे मापन' हे पुस्तक हे भारतीय सार्वजनिक जीवनातील मौल्यवान योगदान आहे.

ही पद्धतीशास्त्रीय निरक्षरता सामान्य माणसापुरती मर्यादित नाही. मतदान सर्वेक्षणांचं ग्रहण आणि वितरित करण्यात तीन महत्त्वाचे वर्ग—राजकारणी, माध्यमातील व्यक्ती आणि अकादमीक क्षेत्रातील व्यक्ती—मोलाची भूमिका बजावतात. हे तीनही वर्ग मतदान सर्वेक्षणाचा अन्वय आपल्या स्वतःच्या खास पद्धतीने लावत असल्याचे दिसते. भारतीय राजकारण्यांकडे शिक्षण अथवा बुद्धिमत्ता यांची कमतरता नाही मात्र निवडणुकांच्या संदर्भातील सर्वेक्षणं समजून घेण्याकरिता त्यांना नवे मार्ग शोधावे लागतील. बहुतेक सारे पक्ष निवडणूक-पूर्व मतदान सर्वेक्षणाचं काम एखाद्या संशोधन संस्थेकडे सोपवतात, हे काही आता गुपित राहिलेलं नाही. अलीकडे विशेषतः पाश्चात्त्य शिक्षण घेतलेले तरुण नेते स्वतःच सर्वेक्षण करून जनतेचा कौल तपासण्याचा प्रयत्न करत आहेत. असे प्रयत्न हे ज्योतिषाला भविष्य विचारण्यासारखे आहेत. मत सर्वेक्षणाचा राजकीय मोहीम आखण्यासाठी सुयोग्य पद्धतीने वापर करण्याच्या घटना अगदी मोजक्या आहेत. भारतीय सार्वजनिक क्षेत्रात, आकड्यांवरून भांडणं करून पोल्सविषयी संशय निर्माण करण्याचा पठडीबाज प्रचार सुरू असतो. बरेच राजकारणी मतदान सर्वेक्षणाकडे उपद्रवमूल्य म्हणून पाहतात. अलीकडे तर

काही नेत्यांनी सबंध निवडणूक-मतदान सर्वेक्षणांवर सरसकट बंदी आणावी, अशी कल्पना मांडली. दुर्दैवाने निवडणूक आयोग असे करण्यास इच्छुक असल्याचे दिसते आहे.

भारतीय माध्यमांची मतदान सर्वेक्षणाविषयी विरोधाभक्ती आहे. माध्यम व्यवस्थापकांना मतदान सर्वेक्षणाचा दृष्टिकोन आवडतो तर गंभीरतेने पत्रकारिता करणारे पत्रकार प्रत्यक्ष क्षेत्रात जाऊन वेगवेगळया प्रकारची सर्वेक्षणं करतात. लोकमततज्ज्ञ (Pollster) आणि पत्रकार यांच्या बौद्धिक कामांच्या विभाजनाची सुस्पष्ट भेदरेषा नसल्याने या प्रकारचं अवघडलेपण येतं. बहुतेक पाश्चात्त्य लोकशाहींमध्ये, मतदान सर्वेक्षणातून उमेदवार, पक्ष यांची लोकप्रियता तपासली जाते, पत्रकार त्या सर्वेक्षणाची स्पष्टीकरणं देतात आणि निवडणूक मोहिमेत रंग भरतात. भारतीय पत्रकार सूक्ष्म पातळीवरील चित्र समजून घेणं आणि सूक्ष्म पातळीवर चित्रातून बृहत पातळीवर काय होईल याचा अंदाज व्यक्त करणं या साऱ्याचं ओझं वागवतात. यातील दुसऱ्या कामात पत्रकार आणि लोकमततज्ज्ञ यांच्यात एक प्रकारची रस्सीखेच सुरू होते. सर्वेक्षणं चुकतात आणि पत्रकारांचे अंदाज बरोबर ठरतात तेव्हाचे प्रसंग पत्रकार आठवून देतात. लोकमततज्ज्ञ असे प्रसंग अपवाद असल्याचे सांगतात.

अव्यावसायिक पद्धतीने केली जाणारी मतं सर्वक्षणं हे या अवघडलेपणाचं कारण आहे. माध्यमं संस्थांना त्यांची सर्वेक्षण, अंदाज सारे दाखवायचे असते मात्र सर्वेक्षणासाठी वेळ द्यावयाचा नसतो त्यातून दुय्यम दर्जाचे पोल्स किंवा खोटे पोल्स तयार होतात. या शिवाय विशेषतः न्यूज चॅनल्सवर ज्या पद्धतीने पोल्स दाखवले जातात त्यातून ही समस्या आणखी वाढते. सर्वेक्षणाचे पद्धतीशास्त्रीय तपशील सहसा सादर केले जात नाहीत, मतांचे जागांमध्ये रूपांतर करण्याचे तंत्र गुलदस्त्यातच राहते. त्यांच्या कामगिरीबाबतचे सर्वेक्षण न करता त्यांनी केलेलं सर्वेक्षण आणि वर्तवलेला अंदाज अंतिम असल्याप्रमाणे पत्रकार नेत्यांना प्रश्न विचारून वाद घालताना दिसतात. अर्थातच ही समस्या काही सर्व मतं सर्वेक्षणं समजणाऱ्या सर्वच निवेदक, संपादक, व्यवस्थापक यांची नाही, त्याला काही अपवाद आहेत.

राज्यशास्त्राची ज्ञानशाखा जनमत संशोधनाची फारशी दखल घेत नाही. इथे राज्यशास्त्र ज्ञानशाखेविषयी बोलताना सर्व ज्ञानशाखेला दोषी धरण्याची काही गरज नाही, कारण राज्यशास्त्राच्या सर्वसाधारण विद्यार्थ्यास सर्वेक्षण पद्धतीचे काटेकोर प्रशिक्षण दिले गेले असते, असे नाही. बहुतांश शिक्षक, प्राध्यापक आणि बुद्धिवंतांनाही याविषयीचे प्रशिक्षण नसते, अभ्यास नसतो आणि तरीही निवडणूक सर्वेक्षणांचा अन्वय लावण्याचा मोह ते टाळत नाहीत. भारतात अनेकदा सामाजिक आणि राजकीय विश्लेषणाच्या 'शास्त्रीय' धारणांवरील गंभीर तात्त्विक चिकित्सेने राजकारणाच्या अनुभव-पुराबाधारित

समजेला दूर लोटले असून त्यावरून बोळा फिरवला आहे. पद्धतशीर पुरावे न देता किंवा निष्कर्षापर्यंत येण्यासाठीची कोणतीही ठोस माहिती न देता लोकप्रिय धारणांबाबत सरसकट सर्वसामान्यीकरण करणं ही बाब सर्रास आढळून येते. सर्वेक्षण-आधारित माहितीवर विसंबून राहणारे अकादमीक संशोधक दुय्यम दर्जाचे असल्याचे दिसून येते. ही बाब भारतीय समाजशास्त्रालाही लागू होते. या प्रकारच्या राजकारणाच्या अकादमीक आकलनातून जनमत संशोधनाविषयीचा माहितीच्या अभावी असणारा संशय वाढीस लागतो.

या तीनही वर्गांमध्ये सर्वेक्षण-आधारित राजकीय मत, कल, वर्तन यांविषयीच्या माहितीबाबत असणाऱ्या संशयाचे मूळ अज्ञानात आहे. या पुस्तकाचे लेखक आणि प्रस्तावनेचे लेखक यांनी हा पूर्वग्रह दूर व्हावा यासाठी जवळपास दोन दशकं काम केलं आहे. '*भारतातील मतदान वर्तनाचे मापन*' हे पुस्तक हा त्या कामाचा परिपाकही आहे आणि विद्यार्थ्यांनी पुरावा-अनुभव-आधारित संशोधन करावं यासाठीची पूर्वपीठिकाही आहे.

राजकीय विश्लेषणातील सर्वेक्षण पद्धतीची ओळख करून घेण्याकरिता अनेक चांगली पुस्तकं उपलब्ध आहेत. मात्र ही सर्व पुस्तकं पाश्चात्त्य अकादमीक विद्यार्थ्यांकरिता लिहिली गेली असून त्यांचा संदर्भ परिप्रेक्ष्य उत्तर अमेरिकन किंवा युरोपीयन राजकारणाचा आहे. हे पुस्तक वेगळं आहे. हे पुस्तक अशा काळात लिहिलं गेलंय जेव्हा विविध सामाजिक-आर्थिक, राजकीय बदलांना समजून घेण्याकरिता सर्वेक्षणं, मतं सर्वेक्षणं योजिली जात आहेत. या पुस्तकाच्या सुरुवातीच्या प्रकरणांमध्ये भारतातील राजकीय बदलांना समजून घेण्याकरिता कोणती सर्वेक्षणं केली गेली, त्याची परंपरा यांची ओळख करून दिलेली आहे. त्यानंतरच्या प्रकरणांमध्ये मतदानाच्या वर्तनावर अधिक लक्ष केंद्रित केलेलं असून भारतासोबत साधर्म्य आणि वैधर्म्य असलेल्या आणि मतदान वर्तनाच्या मापनाची मोठी परंपरा असलेल्या देशातील सर्वेक्षणाच्या तंत्रांसोबत तुलनात्मक दृष्टीने पाहिले आहे.

भारतीय संदर्भ परिप्रेक्ष्य हा या पुस्तकात सहजरित्या गुंफला गेला आहे. भारतीय विद्यार्थ्यांच्या गरजांना अनुषंगून हे लेखन केले गेले आहे. विशिष्ट निवडणुकांच्या अनुभवाधारित विश्लेषणाच्या पलीकडे पद्धतीशास्त्रावर फारसे लक्ष दिले गेलेले नाही. या पुस्तकाच्या अनेक उद्देशांपैकी एक उद्देश हा वाचकांना निवडणुकीतील मतदानाच्या वर्तनाच्या मापनासाठी उपलब्ध असलेल्या साधन-संसाधनांविषयी जागृत करणं हा आहे. मतदानाच्या वर्तनाच्या मापनासाठी घेण्यात येणाऱ्या सर्वेक्षणासाठीची प्रात्यक्षिक कौशल्यं समजून सांगण्याचा प्रयत्न केला आहे जसं की- नमुना निवडणं, माहिती संकलनासाठी

प्रश्नावली तयार करणं, मतदान वर्तनाचं विविध प्रकारे विश्लेषण करणं, अहवाल करणं आणि मतदान वर्तनाच्या मापनातील मर्यादा समजून घेणं. हे करत असताना लेखकांनी भारतीय विद्यार्थ्यांची सर्वसाधारण आकलन पार्श्वभूमीची पातळी डोळ्यांसमोर ठेवून लेखन केले आहे. या अर्थाने हे पहिले पुस्तक आहे, जे भारतीय विद्यार्थ्यांना राजकीय विश्लेषणातील सर्वेक्षण पद्धतींची तोंडओळख करून देण्याचा प्रयत्न करते.

हा प्रयत्न अत्यंत पद्धतशीररित्या केला आहे. पहिलं प्रकरण 'मतदानाचं वर्तन' या संकल्पनेचा अर्थ आणि मतदानाचं वर्तन का मोजलं जावं या कारणांविषयी आहे. 'मापन' या संकल्पनेचा विविध ज्ञानशाखांच्या संदर्भात तुलनात्मक ऊहापोह करून मतदान वर्तनाच्या मापनाचे विविध दृष्टिकोन स्पष्ट केले आहेत. आपल्याकडे अधिकृत निवडणुकांचे निकाल उपलब्ध असताना सर्वेक्षणाची आवश्यकता का आहे, या प्रश्नाचं उत्तरही या प्रकरणातून मिळतं. सर्वेक्षण पार पाडण्याची गरज यातून अधोरेखित होते आणि एकूण उपलब्ध माहिती संकलनातून वैयक्तिक मत पसंती ठरवतानाच्या मर्यादाही स्पष्ट होतात. या आधी केल्या गेलेल्या मतदानाच्या संदर्भातील अभ्यासांचा परामर्श तसंच निवडणूक-संदर्भातील मतदानाच्या वाढीचा आढावा या प्रकरणातून घेण्याचा प्रयत्न केला आहे. मतदानाच्या वर्तनाचं मापन करताना स्वीकारलेल्या पद्धती या पाश्चात्त्य पद्धतींचं अनुकरण नव्हे तर भारतीय विविधतेचं वास्तव ध्यानात घेऊन सर्जक पद्धतींचा शोध घेतला गेला आहे. निवडणुकांबाबतची सर्वेक्षणं, मतदान सर्वेक्षणं टप्पेनिहाय कशी उत्क्रांत होत गेली आणि विशिष्ट प्रकारची सर्वेक्षण पद्धत ही केसस्टडीज अथवा मानववंशशास्त्रीय पद्धतीपेक्षा प्राधान्याची का मानली गेली, याचाही वेध यातून घेतला आहे.

तिसऱ्या प्रकरणापासून पुस्तक पद्धतीशास्त्राच्या परिचयास सुरुवात करते. या प्रकरणातून विविध प्रकारच्या सर्वेक्षण पद्धतींचा परिचय आणि मूल्यांकन करते जसं की पूर्व निवडणूक सर्वेक्षण, निवडणुकोत्तर सर्वेक्षणं आणि एक्झिट पोल्स. या सर्वेक्षण पद्धतींच्या प्रबळ आणि दुर्बळस्थानांची चर्चा केल्यानंतर लेखक पद्धतीशास्त्रीयदृष्ट्या कोणती पद्धत सशक्त, यथायोग्य आहे, याविषयी भाष्य करतात. चौथे प्रकरण सीएसडीएस संस्थेच्या अंतर्गत केल्या गेलेल्या निवडणूक अभ्यासाच्या आधारे नमुना निवडीविषयी आहे. या प्रकरणात नमुना निवडीचे क्रमाक्रमाने बहुटप्प्यात वापरले जाणारे तर्कसूत्र सांगत प्रतिनिधित्वाच्या संदर्भातील मुद्दे स्पष्ट केले आहेत. प्रश्नावलीची रचना, वेगवेगळ्या तऱ्हेचे कोणते प्रश्न विचारले जावेत, प्रश्नावलीची पूर्वचाचणी, प्रश्नावलीची तपासणी इत्यादीबाबतचे सर्वंकष मार्गदर्शक असे पाचवे प्रकरण आहे. त्यापुढील प्रकरण हे माहिती संकलन आणि तपासणी करणाऱ्यांच्या प्रशिक्षणाविषयी आहे. मतदान

सर्वेक्षण करणाऱ्या संस्थेच्या कार्यपद्धतीनुसार मुलाखतीदरम्यान व मुलाखतीपूर्वी कशा प्रकारे वागावे, याची नियमावलीही पुढे दिली आहे.

शेवटची दोन प्रकरणं मतदानाच्या वर्तनाचं मापन करतानाच्या आव्हानांविषयी आहेत. सातवे प्रकरण हे सर्वेक्षणातील तथ्यांवरील प्रक्रिया, विश्लेषण आणि अहवाल लेखन यासंदर्भात आहे. सर्वेक्षणातील मुख्य तथ्यांसह पद्धतीशास्त्रीय आणि तांत्रिक माहितीची नोंद करून ठेवणे जरुरीचे असल्याचे यात म्हटले आहे. निवडणुकांच्या संदर्भातील सर्वेक्षणांवर सरसकट बंदी आणावी, असं म्हणणाऱ्यांनी लेखकांनी सुचवलेल्या शिफारशी वाचाव्यात. या सूचना जर मान्य केल्या गेल्या तर कदाचित सर्वेक्षणांवर बंदी आणण्याचा चुकीचा विचार दूर करण्याचीही आवश्यकता भासणार नाही. शेवटच्या प्रकरणात मतदानाच्या वर्तन मापनात असणारी आव्हानं यांची चर्चा करतानाच भविष्यातील सर्वेक्षणांवर काय परिणाम होऊ शकेल, याविषयीही मांडणी केली आहे.

या पुस्तकाच्या मुख्य लेखकाने गेल्या दोन दशकात निवडणुकांच्या संदर्भात शेकडो सर्वेक्षणं आणि इतर मत सर्वेक्षणं केली आहेत. जगातील मतदान वर्तनाच्या सर्वांत मोठ्या भारतीय निवडणूक अभ्यासाच्या एकाहून अधिक फेऱ्यांचे त्यांनी संचलन केले आहे. सर्वेक्षणातील माहितीचा अन्वय अकादमीक क्षेत्रातील व्यक्तींना समजावून देण्यापासून ते वृत्तपत्रं, जर्नल्स, लेख आणि टीव्ही न्यूज चॅनल्सच्या माध्यमातून सर्वांना सर्व्हेविषयी जागृत करण्यापर्यंत त्याचं अनुभवविश्व व्यापक आहे. कुठल्याही विद्यापीठात ते शिक्षक-प्राध्यापक नसले तरीही गेली काही वर्षं ते प्रशिक्षण कार्यशाळा आणि या संदर्भातील अभ्यासक्रमांचे सातत्याने अध्यापन करीत आहेत. पद्धतीशास्त्र शिकवणाऱ्या शिक्षकांमधील आणि प्रत्यक्ष क्षेत्रावर पद्धतीचा अवलंब करणाऱ्या व्यक्तींमधील दरी कमी करण्याचा ते प्रयत्न करत आहेत. यामुळेच हे पुस्तक राज्यशास्त्राच्या विद्यार्थी-प्राध्यापकांसाठी, सर्वेक्षण पर्यवेक्षकांसाठी, उगवत्या निवडणूक तज्ज्ञांसाठी आणि भारतीय निवडणुकीविषयी जाणून घेऊ इच्छिणाऱ्या कोणत्याही नागरिकासाठी मौल्यवान संसाधन आहे.

ख्रिसमस २०१२

**योगेंद्र यादव**

वरिष्ठ अधिछात्र, सेंटर फॉर द स्टडी

ऑफ डेव्हलपिंग सोसायटीज,

नवी दिल्ली

# मनोगत

कुठल्याही लोकशाहीसाठी नियमित निवडणुका जीवनदायिनी असतात. भारताबाबतही हे खरं आहे, भारतातही नियमितपणे निवडणुका पार पाडल्या जातात. संघराज्यीय प्रारूप स्वीकारल्याने निवडणुका केवळ राष्ट्रीय संसदेतील सदस्यांकरिताच होत नाहीत तर राज्यांमधील विधानसभांसाठीही नियमित निवडणुका होतात, त्यामुळे जवळपास प्रत्येक वर्षी निवडणुका पार पडत असतात. या निवडणुकीतून प्रचंड मोठ्या जनसमुदायाचा राजकीय सहभाग वाढतो, विशेषतः मतदानाच्या प्रक्रियेत तर अधिक सहभाग असलेला दिसतो. अलीकडे भारतात मतदानाच्या टक्केवारीत झालेली वाढ जनतेच्या राजकीय सहभागात वाढ झाल्याचं दर्शवते. गतकाळाशी तुलना करता निवडणुकीतील वाढता सहभाग याचा अर्थ लोकांचा राजकारणात अधिक रस वाढल्याचं द्योतक आहे. निवडणुकीविषयीच्या वाढत्या रुचीमधून कोण निवडणूक जिंकेल, कोण कुणाला मतदान करेल, कोणत्या मुद्द्यांच्या आधारे मतदान होईल आणि तत्सम मुद्द्यांविषयीचं औत्सुक्य वाढलं आहे. खरं तर लोकांहूनही अधिक रस माध्यमं, नेते आणि राजकीय पक्षांना कोण कुणाला मतदान करेल, कोण जिंकेल.. इ विषयी असतो. या साऱ्या प्रश्नांविषयी जाणून घेण्यासाठी निवडणुकांबाबत होणारी सर्वेक्षणं ही एक शास्त्रीय पद्धत आहे, अगदी सर्वच प्रश्नांची उत्तरं सर्वेक्षणं देऊ शकत नसली तरी बऱ्याच प्रश्नांची उत्तरं त्यातून मिळू शकतात. निवडणुकांच्या सर्वेमधून अंदाजांच्या पलीकडचे अनेक मुद्दे असतात मात्र सध्या सर्वेक्षणं निवडणुकांच्या अंदाजांपुरतीच वापरली जात आहेत. निवडणुकांविषयी अंदाज व्यक्त करणं ही कुणाचीही, प्रत्येकाची बाब आहे, त्यामुळे याबाबत फारसे शास्त्रीय असे काही नसते, असा एक सर्वसाधारण समज आहे. या पुस्तकातून वाचकांना निवडणूक सर्वेक्षणांची आखणी, अंमलबजावणी, त्याचं विश्लेषण करणं आणि अंदाज करणं या साऱ्या बाबी नैसर्गिक शास्त्रातील शास्त्रीय काटेकोर पद्धतीने होत नसल्या तरी या बाबी पार पाडताना एक पद्धत असते, याची माहिती देण्याचा प्रयत्न केला आहे. सामाजिक शास्त्रे जेवढी शास्त्रीय असू शकतात तेवढीच ही पद्धती शास्त्रीय आहे. अर्थातच मानवी वर्तन, मत आणि दृष्टिकोन यांचे विश्लेषण करतानाच्या अंतर्निहित मर्यादा यात आहेतच. बहुलता निवडणूक पद्धत, आघाड्यांच्या राजकारणाचं स्वरूप आणि निवडणुकीय स्पर्धा

यामुळे विश्वसनीय सर्वेक्षण माहितीतूनही अचूक अंदाज व्यक्त करण्याचं काम अधिक आव्हानात्मक होतं.

गेल्या काही वर्षांत इलेक्ट्रॉनिक मीडियाच्या लोकप्रियतेतील वाढ, इंग्रजी आणि प्रादेशिक प्रिंट मीडियाची वाढ आणि त्यांचा निवडणुकीय अंदाज व्यक्त करण्यातील रस यामधून मत सर्वेक्षणं आणि एक्झिट पोल्स यात मोठ्या प्रमाणावर वाढ झाली आहे. कुणाला असं वाटू शकतं की मतं सर्वेक्षण करण्याची पद्धत ही अगदी ताजी बाब आहे, मात्र मत सर्वेक्षणाच्या, अभ्यासाच्या पद्धतीला मोठा इतिहास आहे अगदी १९६७ सालच्या पुणे लोकसभा मतदारसंघाच्या सिरसीकरांच्या अभ्यासापर्यंत. या अभ्यासानंतर त्याच वर्षी सेंटर फॉर द स्टडी ऑफ डेव्हलपिंग सोसायटीज (सीएसडीएस) या संस्थेमार्फत भारतातील मतदानाचे वर्तन, दृष्टिकोन या संदर्भात व्यापक पटलावर सर्वेक्षण केले. या सर्वेक्षणाचा ऐतिहासिक आढावा घेण्यातून मतं सर्वेक्षणांच्या प्रवासाचा आलेख समजून घेणे सोपे होते आणि या पुस्तकाचा उपयोग भारतातील निवडणुकांच्या सर्वेक्षणाचा इतिहास जाणून घेण्यासाठी मार्गदर्शक या अर्थानेही आहे.

निवडणुकींची सर्वेक्षणं म्हटल्याबरोबर आपल्याला निवडणुकीपूर्वीची मतदान सर्वेक्षणं आणि मतदानाच्या दिवशी होणारे एक्झिट पोल्स डोळ्यांसमोर येतात ज्याच्या छापील आणि इलेक्ट्रॉनिक माध्यमात निवडणुकींच्या अंदाजाच्या नावाने वृत्तांचे मथळे येतात. सामान्य मतदाराला कोण जिंकणार, यात रस असतो तर राजकीय विश्लेषकास, सर्वेक्षण पर्यवेक्षकांस सखोल विश्लेषण अभिप्रेत असते जसे की कोणी कोणास मतदान केले, मतदानातील स्थित्यंतर, विकास हा निवडणुकीचा मुद्दा होता का, सत्तारूढ असण्याचा शासनकर्त्या पक्षाच्या मतावर काय प्रभाव पडला...इ. मत सर्वेक्षण अथवा एक्झिट पोल याहून निवडणुकोत्तर होणाऱ्या सर्वेक्षणातील माहितीतून हे सारं अधिक तपशीलवार, अधिक अचूकतेसह मांडता येऊ शकतं. निवडणूक सर्वेक्षणं म्हणजे निव्वळ एक्झिट पोल्स नव्हे तर त्याहून अधिक आशय त्यात अभिप्रेत आहे, हे स्पष्ट करण्याचा प्रयत्न या पुस्तकातून केला आहे.

या पुस्तकातून मूलभूत प्रश्नांना स्पर्श केला आहे जसं की निवडणुकीय सर्वेक्षणं कशा प्रकारे पार पाडली जावीत, मतं सर्वेक्षणं, एक्झिट पोल्स, निवडणुकोत्तर मत सर्वेक्षणं शास्त्रीय पद्धतीनुसार होतात की केवळ अंदाज करण्यासाठी विविध मतांचं संकलन केलं जातं...इ. साधारणपणे मतदान सर्वेक्षण हे सर्व मतदारसंघांमध्ये होत नाही. सर्व मतदारसंघांमध्ये मतदान सर्वेक्षणं घेण्यात अडचण काहीच नाही; मात्र व्यावहारिकदृष्ट्या त्याची अंमलबजावणी अशक्य आहे. मतदान सर्वेक्षणं अथवा एक्झिट पोल्स नमुना

मतदारसंघात निवडक नमुना हाती घेऊन केली जातात. विश्वसनीय पद्धतीने निवडणूक सर्वेक्षण पार पडावे यासाठी मतदारांचा निवडक नमुना हा शास्त्रीय पद्धतीने निवडण्याची आवश्यकता असते जेणेकरून तो निवडक नमुना हा सबंध मतदारसंघाचे प्रतिनिधित्व करू शकेल. प्रत्येक निवडक नमुना हा ढोबळमानाने निवडलेला नमुना असतो असे जरी म्हटले जात असले तरी या पुस्तकातून प्रातिनिधिक निवडक नमुन्यातूनच मतदारांचं सर्वेक्षण करणं का गरजेचं आहे, तसंच एखाद्या सर्वेक्षणासाठी भौगोलिकदृष्ट्या देशभर/राज्यभर पसरलेल्या करोडो लोकांमधून मोजक्या लोकांचा निवडक नमुना कसा निवडला जातो, हेही सविस्तर स्पष्ट केले आहे. वेगवेगळ्या निवडणूक सर्वेक्षणांकरिता कोणत्या प्रकारे नमुना निवड पद्धत निर्धारित केली जाते याचीही प्राथमिक माहिती या पुस्तकातून देण्याचा प्रयत्न केलेला आहे.

प्रातिनिधिक मतदारांच्या निवडक नमुन्याच्या सर्वेक्षणातून अचूक जागांचा अंदाज वर्तवता येईलच, असे खात्रीशीररित्या सांगता येत नाही. त्यासाठी काळजीपूर्वक तयार केलेल्या प्रश्नावल्यांच्या माध्यमातून मतदारांची माहिती मिळवणे गरजेचे ठरते. प्रश्नावलीची रचना बारकाईने तयार करावी लागते ज्यात मोठ्या प्रमाणावर सारासार विचार, विमर्श, पूर्व-चाचणी या साऱ्याचा समावेश होतो. निव्वळ प्रश्न विचारले आणि उत्तरे नोंदवली म्हणजे उद्देश सफल होत नाही. प्रश्नावलीची रचना आणि माहिती संकलन याबाबत काम करू इच्छिणाऱ्यांसाठी हे पुस्तक डोळे उघडायला भाग पाडणारं मार्गदर्शक आहे. क्षेत्र अभ्यासातून माहिती संकलन करणं हे मोठं आव्हान असतं. सामाजिक, धार्मिक, भाषिक, भौगोलिक विविधतेमुळे हे आव्हान अधिक मोठं ठरतं. वेगवेगळ्या परिस्थितीनुसार सर्वेक्षणात बदल करावा लागतो, लवचीकता असावी लागते; मात्र माहिती संकलनाच्या मूलभूत पद्धतीचा, प्रमाणीकरणाचा हेतू न गमावता हे सारे करणे गरजेचे असते. काही संवेदनशील प्रश्न ज्याची उत्तरं देताना मतदार अवघडतो किंवा प्रश्न टाळू शकतो किंवा आजूबाजूला लोक असताना उत्तर देऊ इच्छित नाही, असे प्रश्न अत्यंत काळजीपूर्वक विचारले जावेत. उदाहरणार्थ तुम्ही कोणाला मतदान करणार आहात, हाही असाच एक संवेदनशील प्रश्न. क्षेत्र अभ्यासातील आव्हानं स्वतः क्षेत्रभेट देऊन कार्य केल्याशिवाय ध्यानात येत नाहीत; मात्र या पुस्तकातील क्षेत्राभ्यासाचे वर्णन वाचकांना प्रत्यक्ष परिस्थितीच्या निश्चितच जवळ घेऊन जाईल.

निवडणुकांच्या जागांबाबतचे अचूक अंदाज व्यक्त करण्यातील किंवा निवडणुकांचे भाकीत वर्तवण्याचे आव्हान इथेच संपत नाही. अगदी शास्त्रीय पद्धतीने पार पाडलेल्या सर्वेक्षणातून मत नमुन्याचे जागांच्या अंदाजात रूपांतर करताना चूक होऊ शकते.

सर्वेक्षणाच्या आधारे आपणाला कोणाला किती टक्के मतदान मिळेल, याची माहिती मिळते. या माहितीच्या आधारे सांख्यिकीय साधनांचा वापर करत जागांचा अंदाज व्यक्त केला जातो. वेगवेगळे मतसर्वेक्षक निरनिराळ्या अंदाज प्रारूपांचा वापर करतात आणि प्रत्येक पारूपाची काही प्रबळस्थानं आणि काही दुर्बलस्थानं आहेत. यातील आणखी मोठी अडचण म्हणजे भारतातील बहुलता व्यवस्थेमुळे निवडणुकीतील विजय/पराभव अवघ्या एका मताच्या किंवा प्रचंड मोठ्या फरकानेही ठरतो. अगदी थोड्या फरकाने किंवा प्रचंड मोठ्या फरकाने हार-जीत होणाऱ्या मतदारसंघातील निवडणुकांचा अंदाज वर्तवण्यात विविध अंदाज प्रारूपं 'अधिकची मतं' किंवा 'वाया गेलेली मतं' यांचा अंदाज घेण्यात अपयशी ठरल्याचे दिसते. या विविध प्रारूपांचा अभ्यास काहीसा तांत्रिक वाटला तरीही वाचकांना ही प्रारूपं साध्या सोप्या भाषेत समजून सांगण्याचा प्रयत्न सदर पुस्तकातून केला आहे. सातत्याने पक्षांमधील फूट, आघाड्यांचे राजकारणातील बदल, विलीनीकरण यातून मतं सर्वेक्षणातून मागील निवडणुकांचा आधार घेत मतांची टक्केवारी ठरवणं आणि मतांचे रूपांतरण जागांच्या अंदाजात करणे आणखी कठीण होते. अर्थातच आव्हानं इथंच संपत नाही. सर्वेक्षणं, निवडणुका, विश्लेषण आणि अनुमान ...इ साऱ्या प्रक्रिया या सातत्याने शिकण्याच्या प्रक्रिया आहेत आणि आपण सारे अजूनही हे शिकत आहोत आणि शक्य तेवढं अचूक पद्धतीनं काम करण्याचा प्रयत्न करत आहोत.

निवडणुकांची व्यामिश्र व्यवस्था, अंदाज, अनुमान या बाबी वर्गातील अध्यापनाहून अधिक चांगल्या प्रकारे प्रत्यक्ष अनुभवातून शिकायला मिळतात. निवडणुकांच्या दरम्यान सीएसडीएस मार्फत पार पडलेली सर्वेक्षणं, प्रत्यक्ष क्षेत्रावरील काम, मतं सर्वेक्षणाचे विविध अनुभव यातून आम्हाला अधिक शिकायला मिळालं. आम्ही दोघेही एकाच कॉलेजमधून शिकलोत (रामजस कॉलेज, दिल्ली विद्यापीठ जरी वेगवेगळ्या शाखांमधून शिकलो असलो तरीही) आणि महाविद्यालयीन दिवसांपासून निवडणुकांच्या अभ्यासात आम्हाला रस आहे. यासाठीच्या प्रशिक्षणाकरिता आम्ही कोणत्याही औपचारिक संस्थांमध्ये गेलो नाही. सीएसडीएस या संस्थेसोबत दीर्घ कालावधीपासून संलग्न असल्याने आम्ही या संस्थेचा उपयोग प्रयोगशाळेप्रमाणे करून व्यावहारिक ज्ञान प्राप्त करण्याचा प्रयत्न केला. यासंदर्भात कोणत्याही औपचारिक संस्थेतून दिलं जाणारं शिक्षण हे प्रत्यक्ष अनुभवातून मिळवलेल्या ज्ञानाला पर्याय बनू शकत नाही. १९९८ च्या लोकसभा निवडणुकीने खऱ्या अर्थाने आम्हाला संधी उपलब्ध करून दिली. तेव्हा मी (संजय कुमार) राष्ट्रीय निवडणूक अभ्यास १९९८ चा राष्ट्रीय समन्वयक होतो आणि माझ्यासोबत तत्परतेने मदतीसाठी जी टीम होती त्यात प्रवीण राय यांच्यासह

आणखी काही जण होते. १९९८ च्या लोकसभा निवडणुकांदरम्यान सुरू झालेल्या या प्रवासात आम्ही कधी मागं वळून पाहिलं नाही, सातत्याने निवडणुकांचा अभ्यास करत राहिलो, वेगवेगळ्या राष्ट्रीय निवडणुकांच्या अभ्यासात सहभाग घेतला आणि यातून मिळवलेल्या अनुभव आणि आत्मविश्वासाचा परिपाक म्हणजे आम्ही दोघांनी मिळून लिहिलेलं हे पुस्तक.

पण आम्ही हे मान्य केलं पाहिजे की आमचा हा प्रवास सीएसडीएस मधील सहकाऱ्यांच्या विश्वास आणि मदतीशिवाय अशक्य होता विशेषतः वरिष्ठ सहकारी व्ही. बी. सिंग, डी. एल. शेठ आणि योगेंद्र यादव. सीएसडीएस चे वेगवेगळ्या वेळी संचालक असलेले व्ही. बी. सिंग, आर. के. श्रीवास्तव, सुरेश शर्मा आणि राजीव भार्गव या साऱ्यांनीच स्वतंत्रपणे काम करण्याची मुभा दिली ज्यामुळे आम्ही हे पुस्तक दिलेल्या वेळेत पूर्ण करू शकलो. सातत्याने हे पुस्तक लिहावं यासाठी प्रोत्साहन देणाऱ्या सुहास पळशीकर यांच्याविषयी आम्ही कृतज्ञता व्यक्त करतो. प्रशासकीय व इतर संसाधनांची वेळोवेळी मदत करणारे लोकनीती, तुलनात्मक लोकशाही कार्यक्रम यांमध्ये काम करणारे सहकारी बनास्मिता बोरा आणि धनंजय कुमार सिंग यांचे आम्ही मनापासून आभार मानतो. हस्तलिखितांच्या पुनर्तपासणीमध्ये मदत करणाऱ्या सोहिनी मुखर्जी आणि सुनीता कम्भामपती यांचेही मनापासून आभार. हे पुस्तक लिहिण्यासाठी प्रोत्साहित करण्याचं श्रेय जातं अशोक चंद्रन यांना, ज्यांनी आमच्या कार्यालयात येऊन सेज प्रकाशनातर्फे मतदान वर्तनाच्या मापनाच्या शृंखलेतील पहिलं पुस्तक लिहिण्याचा प्रस्ताव आमच्यासमोर ठेवला. आम्ही दोघांनीही हा प्रस्ताव आनंदाने स्वीकारला कारण आम्ही दोघेही कमी-अधिक प्रमाणात या संदर्भात आधीपासूनच काम करत होतो. आम्ही सेज प्रकाशनाची निवड केली. सेज प्रकाशनाच्या साऱ्या टीमने आपापल्या परीने मदत केली त्या सर्वांचे मनापासून धन्यवाद.

आम्हाला दोघांनाही आमच्या कुटुंबीयांचे विशेष आभार मानायला आवडेल ज्यांनी केवळ आम्हाला पुस्तकासाठी प्रोत्साहन दिलं नाही तर पुस्तकाच्या वेगवेगळ्या टप्प्यांवर, सर्वेक्षणांच्या दरम्यानही प्रेरित केलं. चांगल्या सर्वेक्षणांबाबत त्यांनी कौतुक करत आनंदाने त्यांची दखल घेतली आणि अपेक्षित उत्कृष्ट दर्जाची सर्वेक्षण झाली नाहीत तेव्हाही ते आमच्या सोबत राहिले. सुख-दुःखाचे क्षण त्यांनी वाटून घेतले.

अखेरीस आम्हाला दोघांनाही हे पुस्तक आमच्या वडिलांना अर्पण करायचंय ज्यांनी आमच्या या निवडणुकांमध्ये रस घेतलाच शिवाय सर्वेक्षणांसंबंधातील बातम्या, टीव्हीवरील कव्हरेज आस्थेने पाहिलं. अनेक वर्षांच्या चिकाटीने, निष्ठेने काम केल्यानंतर

हे पुस्तक येत असताना आज जर ते असते तर त्या दोघांनाही खूप आनंद झाला असता; मात्र दुर्दैवाने काही वर्षांपूर्वी आम्हा दोघांच्याही वडिलांचं निधन झालं. जेव्हा आम्ही या पुस्तकाचं औपचारिक प्रकाशन करू तेव्हा आम्हाला त्यांची निश्चितच उणीव भासेल; मात्र त्यांनी दिलेल्या प्रेरणेतून आम्ही निश्चितच आणखी पुस्तक लिहिण्याचं नियोजन करू आणि त्यांच्या प्रेरणेचा दीप तेवत राहील, असं काम करत राहू.

**संजय कुमार**
**प्रवीण राय**

# १

# मतदानाचे वर्तन आणि दृष्टिकोन यांचे मापन

जेव्हा आपण 'मतदानाचे वर्तन आणि दृष्टिकोन यांचे मापन' ही संज्ञा ऐकतो तेव्हा सर्वप्रथम निवडणूक सर्वेक्षणं आणि भारतातील निवडणुकांच्या वेळी होणारे एक्झिट पोल्स डोळ्यांसमोर येतात. मत सर्वेक्षणातून मतदानाचं वर्तन निश्चित करणं आणि कोणाला किती जागा मिळतील याचा छापील आणि इलेक्ट्रॉनिक माध्यमासाठी अंदाज व्यक्त करणं या बाबी आता सातत्याने केल्या जात आहेत. निवडणुकीच्या काळात कोणता उमेदवार पुढे आहे, पक्षांचा मतातील फायदा-तोटा यातून वृत्तपत्रांचे मथळे आणि वृत्तवाहिन्यांच्या बाईटस ठरतात. निवडणुकीच्या काळातील जनतेचा कौल, मतदारांची, पक्षांची व उमेदवारांची निवड, मतदानाचे हेतू, मतदारांना वाटणारे कळीचे मुद्दे समजून घेण्यासाठी माध्यमं आणि मतदानाच्या संदर्भात काम करणाऱ्या संघटना निवडणूक सर्वेक्षणं पार पाडतात. मत सर्वेक्षणातून मतदानाच्या वर्तनाचा सर्वसमावेशक आणि सखोल अभ्यास केला जातो ज्यात उमेदवारांची जिंकण्याची संधी, मताचा वाटा अथवा मतदारसंघातील पक्षासाठीचा फायदा-तोटा या साऱ्याचा समावेश होतो. व्यापक चौकटीत मतदानाचे वर्तन म्हणजे नोंदणीकृत मतदारांच्या नमुना सर्वेक्षणातून निवडणुकीय स्पर्धेतील विविध मुद्द्यांविषयींच्या मतांच्या सांख्यिकीय माहितीतून अंदाज बांधणे होय. अनुभवजन्य संशोधनातून मतदारांचं मत आणि दृष्टिकोन जाणून घेतले जातात आणि त्याचे रूपांतर सांख्यिकीय माहितीत करून निवडणुकीय प्रवाह आणि स्वरूप याबाबतचे बृहत पातळीवरील सर्वसामान्यीकरण केले जाते. मतदारांचे मतदानाच्या संदर्भातील वर्तन आकळून घेण्यासाठी नमुना सर्वेक्षण केले जाते. संकलित केलेल्या या माहितीतून एकूण मतदारसंघातील मतदारांचे मत, दृष्टिकोन प्रतिबिंबित होते.

अनुभवजन्य संशोधनातून मिळालेली माहिती आणि उपलब्ध असलेली सहाय्यकारी माहिती यातून मतदानाचे वर्तन आणि दृष्टिकोन निर्धारित होतो.

'मतदानाचे वर्तन आणि दृष्टिकोन यांचे मापन' या संज्ञेला अकादमीक जगतात वेगवेगळ्या शाखानिहाय अर्थच्छटा आहेत आणि त्याचे निर्धारकही भिन्न भिन्न आहेत. सामाजिक शास्त्रातील विविध शाखांचे—समाजशास्त्रीय, राज्यशास्त्रीय, पारिस्थितिकी वा एकूणात सांख्यिकी, समाज-मानसशास्त्रीय आणि विवेकी निवड दृष्टिकोन मतदानाच्या वर्तनाचे मापन करण्यासाठी वापरले जातात. त्यामुळे 'मतदानाचे वर्तन' या संज्ञेविषयी विचार विमर्श करणे जरुरीचे आहे. या विचार विमर्शातून 'मतदानाचे वर्तन' या संज्ञेचे मोजमाप करण्यासाठी अगदी भिन्न भिन्न संशोधन पद्धती वापरल्या जातात की त्या सर्व मापनाच्या पद्धतीत काही समान घटक आहेत, हे स्पष्ट होईल. 'मतदानाचे वर्तन' व मतदानाचे वर्तन व दृष्टिकोन अभ्यासण्याच्या विविध पद्धती यांच्या अन्वयातून तुलनात्मक चौकटीतील सूक्ष्मातिसूक्ष्म घटकांचे अवलोकन शक्य होईल. या साऱ्या अभ्यासाचे उगमस्थान राज्यशास्त्राच्या ज्ञानशाखेत असल्याचे दिसते ज्यातून कालांतराने निवडणूकशास्त्र नावाची उपशाखा तयार झाली. निवडणूकशास्त्र हा मतदानाच्या चौकटीतील माहिती, लोकांचा कल कळण्यासाठीची सर्वेक्षणं, प्रचाराचे आर्थिक गणित आणि निवडणुकीबाबतची इतर उपलब्ध सांख्यिकीय माहिती या साऱ्याचा अभ्यास होय. यातून काही प्रश्न उपस्थित होतात जसे की, जेव्हा निवडणुकीबाबतची सहाय्यकारी माहिती उपलब्ध असताना निवडणुकीय स्पर्धेसाठी लोकांच्या मतांचं सर्वेक्षण करण्याची गरज काय? आणि या सर्वेक्षणातून कोणकोणत्या मतदानाच्या वर्तनासाठी कोणकोणत्या बाबी तपासल्या जातात. तसंच मतदानाचं वर्तन आणि दृष्टिकोन यांचं मोजमाप करण्याचा उद्देश काय आणि संकलित केलेल्या माहितीचे उपयोजन कसे केले जाते, असेही प्रश्न उपस्थित होतात. या प्रश्नांना आणि या प्रश्नांसंबंधित इतर मुद्द्यांना उत्तर देण्याचा प्रयत्न या प्रकरणात पुढील भागात केला आहे.

हे प्रकरण दोन भागांमध्ये विभागले आहे. यातला पहिला भाग 'मापन' या संज्ञेचा भौतिक व नैसर्गिक शास्त्रे कसा वापर करतात व त्या संज्ञेचा निवडणूक अभ्यासात काय अर्थ आहे, याविषयी आहे. या भागातून मतदानाचे वर्तन कसे मोजले जाते आणि ते मोजण्याची फूटपट्टी कोणती, हे सांगण्याचा प्रयत्न केला आहे. मतदानाचे वर्तन, मतं, दृष्टिकोन यांचे मापन नैसर्गिक/उपयोजित शास्त्रातील अचूकतेप्रमाणे करता येणे शक्य आहे काय, याचीही चर्चा केली गेली आहे. या भागात भारतातील बहुसंख्य लोकांचा कल, मतं, दृष्टिकोन मोजण्यासाठी मत सर्वेक्षणातून कोणत्या पद्धती वापरल्या जातात, याचेही

स्पष्टीकरण दिले आहे. या भागात मतदानाच्या वर्तनाचे मोजमाप करण्यासाठी विविध घटक व आंतरविद्याशाखीय संशोधन पद्धती यावर भर दिला आहे. या प्रकरणातील दुसरा भाग मतदानाचे वर्तन व दृष्टिकोन यासाठी घेतल्या जात असलेल्या मतं सर्वेक्षणांची कारणं विशद करण्याच्या संदर्भाने आहे. या भागातून मतदारांची मतं, प्रतिसाद यांच्या आधारे मतदानाचं वर्तन मोजणं याचं महत्त्व आणि त्यातून सांख्यिकीय माहितीच्या आधारे मतदानाच्या स्वरूपाचं आणि निवडणुकीतील प्रवाहांचं विश्लेषण याबाबत विवेचन केलं आहे. याशिवाय या भागातून भारतातील निवडणुकीसोबत घेतल्या जाणाऱ्या मतांच्या सर्वेक्षणाचे व निर्धारणाचे घटक जगातील इतर भागातील संशोधन पद्धतीपेक्षा कशा प्रकारे वेगळे आहेत, हे सांगण्याचा प्रयत्न केला आहे.

## मतदानाचे वर्तन: विविध अर्थच्छटा व दृष्टिकोन

भौतिक आणि नैसर्गिक शास्त्रांमध्ये 'मापन' या शब्दाचा अर्थ विविध सांख्यिकीय गुणोत्तरातून अचूकता, नेमकेपणा यांच्या आधारे सर्वसाधारण अंदाज बांधणे होय. जसं की लांबी, उंची, वजन, हृदयाचे ठोके, रक्तदाब यांचे मापन अत्यंत अचूक होऊ शकते. शास्त्रात मोजमाप आणि सांख्यिकीकरण या दोहोंचा विचार सांख्यिकीय वैशिष्ट्ये म्हणून केला जातो जिथे पूर्वव्याख्यांकित एककं व आकडे निर्धारित केलेले असतात. अनेक क्षेत्रांमध्ये अचूक मापन ही अत्यावश्यक बाब असते आणि साधारणपणे सर्व मापन हे मानवी क्षमतेला जेवढे अचूक शक्य आहे तेवढ्या अचूक अंदाजाच्या जवळचे मापन असते. भौतिक व नैसर्गिक शास्त्रातील अचूकतेप्रमाणेच निवडणुकीच्या अभ्यासात मतदारांच्या वर्तनाचे मोजमाप अचूकतेने करण्याचा प्रयत्न केला जातो. मात्र मतदानाचे वर्तन व दृष्टिकोन हे काल्पनिक असतात. नैसर्गिक शास्त्रांमध्ये मापन करणारे घटक हे मुळातच मूर्त, मापनयोग्य असे असतात. वर्तन आणि दृष्टिकोन हे घटकच मुळात अमूर्त असून ते इतर घटकांप्रमाणे अचूकतेने मोजले जाऊ शकत नाहीत. मतदानाचे वर्तन व दृष्टिकोन यामध्ये सबंध मतदारसंघातील मतदारांचा कल व त्यांचा दृष्टिकोन याचा समावेश होतो. याचाच अर्थ निवडणुकीच्या अभ्यासात नमुना सर्वेक्षणातील माहितीच्या आधारे सबंध मतदारसंघाबाबत निष्कर्ष काढला जातो वा सर्वसामान्यीकरण केले जाते. वाजवी प्रमाणातील अचूकतेसह मतदानाचे वर्तन व दृष्टिकोन यांचे मापन होऊ शकते मात्र नैसर्गिक शास्त्रातील अचूकतेप्रमाणे होऊ शकत नाही. हाच मुद्दा भारतातील आघाडीचे राजकीय विश्लेषक योगेंद्र यादव यांनी मांडला होता, निवडणूकशास्त्र ही काही

सूक्ष्मजीवशास्त्राप्रमाणे शास्त्र नाही. निवडणूकशास्त्र हे निवडणूक अभ्यासाहून अधिक काही नाही (इंडियन एक्सप्रेस, जानेवारी २७, २००८).

यातून प्रश्न उपस्थित होतो की मतदान वर्तन आणि दृष्टिकोन हे सर्वसाधारणपणे कशा प्रकारे मोजलं जातं आणि त्याचे सांख्यिकीकरण करण्यास कोणत्या पद्धती वापरल्या जातात. मतदानाचे वर्तन व दृष्टिकोन अभ्यासण्यासाठी नमुना सर्वेक्षण, केस स्टडी, सहभागी निरीक्षण अभ्यास यांसारख्या वेगवेगळ्या संशोधन पद्धती वापरल्या जातात. केस स्टडी अथवा निरीक्षण अभ्यास यातून मतदानाच्या वर्तन व दृष्टिकोनाबाबतची सांख्यिकीय माहिती उपलब्ध होत नाही. त्यामुळे नमुना सर्वेक्षण पद्धत हीच पद्धत अनेकदा वापरली जाते जिच्यातून सांख्यिकीय माहिती विश्लेषणाकरिता आणि निष्कर्षांकरिता वापरली जाते. मतदानाचं वर्तन आणि दृष्टिकोन अभ्यासण्यासाठी मतांच्या सर्वेक्षणातील प्रश्नांच्या उत्तरांना विशिष्ट असे गणितीय मूल्य अथवा सांख्यिकीय संकेतांक दिलेले असतात. प्रतिसादांचे सांख्यिकीकरण करण्यासाठीचे मापदंड वेगळे असतात आणि काय जाणून घ्यायचे आहे या प्रश्ननिहाय मापदंडांची निवड वेगवेगळी असते. सर्वेक्षणात साधारणपणे वापरला जाणारा मापदंड म्हणजे प्रत्येक प्रतिसादाला अंकगणितीय मूल्य देऊन त्यात फरक केला जातो. उदाहरणार्थ भारतातील सर्व राज्यं व केंद्रशासित प्रदेशांना वेगवेगळे क्रमांक देऊन ते ओळखण्यासाठी आणि नंतरच्या विश्लेषणासाठी त्याचा वापर होऊ शकतो.

आणखी एक मापदंड वापरला जातो तो म्हणजे क्रमवाचक मापदंड, ज्याच्या आधारे मतदाराच्या प्रतिसादाचा क्रम/प्राधान्य ठरवता येते. मतदारांनी केलेली नेत्यांची निवड, त्यांच्या दृष्टीने असणारे महत्त्वाचे मुद्दे या बाबत क्रमवाचक मापदंडाचा वापर केला जातो. त्यातून मतदारांच्या पसंतीक्रमांनुसार, मतांनुसार त्यांची क्रमवारी प्रथम, द्वितीय, तृतीय अशी केली जाते. क्रमवाचक मापदंडातून आदर्श नेत्याचे गुण कमी अधिक प्रमाणात अनुक्रमे कसे आहेत, हे सांगितले जाते मात्र आदर्श नेता होण्यापासून एखादा नेता किती कमी/अधिक दूर आहे, हे सांगितले जात नाही. यासाठी अंतरिम मापदंडाचा वापर केला जातो ज्याच्या आधारे दोन नेत्यांमधील तुलना ही आदर्श नेता संदर्भबिंदू ठेवून करता येते. मतदानाचे वर्तन आणि दृष्टिकोन यांचे मापन करण्यासाठी लाइकेर्ट मापदंड वापरला जातो. या मापदंडानुसार मतदारांना अनेक प्रश्न विचारले जातात-सहमत/असहमत या फूटपट्टीवर जिथे उत्तरासाठी पर्याय असतात-पूर्ण सहमत, सहमत, असहमत, पूर्ण असहमत. वर उल्लेखलेल्या मापदंडांच्या व्यतिरिक्त इतर अनेक पद्धती, मापदंड मतदानाचे वर्तन आणि दृष्टिकोन यांच्या मापनासाठी करतात मात्र उपरोक्त चर्चेतील मापदंड मत सर्वेक्षणात वारंवार वापरले जातात.

'मतदानाचे वर्तन' या संज्ञेचा अर्थ मतदानाच्या संदर्भातील अहवाल, सांख्यिकीय माहिती आणि निवडणुकीतील बदल याहून अधिक आहे. तिचा अर्थ व्यक्तीच्या धारणा, भावना आणि प्रेरणा आणि मत-निर्णयापर्यंत येण्यासाठीची प्रक्रिया या साऱ्याचं मनोवैज्ञानिक विश्लेषण आणि राजकीय कृती करण्यासाठीचा यासोबतचा सहसंबंध, शिवाय संस्थात्मक बंध जसं की संवादाची प्रक्रिया आणि तिचा निवडणुकीवरील परिणाम असा व्यापक आहे (एल्डर्सवल्ड, १९५१). मतदानाचे वर्तन आणि दृष्टिकोन यांमध्ये मतदानामागील हेतूंचे विश्लेषण, मतदारांनी कोणाला मतदान केले, मतदान करतानाचे निकष काय होते, मत-निर्णय घेतानाचे मुद्दे काय होते, सरकारच्या कामगिरीबाबत मतदाराच्या समाधानाचे प्रमाण आणि सत्ताधारी पक्षातील नेत्यांची लोकप्रियता.. इ. गोष्टींचा समावेश होतो. यामध्ये मतदारांच्या राजकीय सहभागाच्या पद्धती आणि निवडणुकीतील सहभागाची पातळी यांचाही समावेश होतो. बहुसंख्य राज्यशास्त्रज्ञ आणि समाजशास्त्रज्ञ यांच्यासाठी 'राजकीय वर्तन' आणि 'मतदानाचे वर्तन' या दोन्ही संज्ञांचा अर्थ वर्तन अभ्यास या अर्थाने नाही, जो की एक स्वतंत्र संकल्पनात्मक अभ्यास आहे. मतदानाचे वर्तन अथवा राजकीय वर्तन यांच्या अभ्यासामध्ये काय फरक आहे, हा फरक वर्तनाच्या तत्त्वाच्या संदर्भात नाही अथवा वर्तनाच्या आशयाविषयी देखील नाही तर तो फरक कोणत्या संदर्भ परिप्रेक्ष्यातील वर्तन आहे, व्यक्तीचे वर्तन कुठे तपासले जाते आहे, कुठल्या शासकीय संस्थांच्या मार्फत, यासंदर्भात आहे (एल्डर्सवेल्ड, १९५१).

'मतदानाच्या वर्तनाचे आणि दृष्टिकोनाचे मापन' या संज्ञेचा अर्थ निरनिराळ्या विद्याशाखांसाठी भिन्न असून जे घटक ते तपासतात, विश्लेषण करतात तेही वेगवेगळे आहेत. समाजशास्त्रीय दृष्टिकोनाच्या मते, मतदाराचं वर्तन समाज-संदर्भ परिप्रेक्ष्यातून निर्धारित होतं (जॉन्सन, १९९९). "राजकारणाचे संदर्भ परिप्रेक्ष्यांच्या बाबतचे सिद्धान्त हे वर्तन परस्परसंबंधांवर आधारलेले आहेतः व्यक्तीच्या कृती या व्यक्तीने तयार केलेल्या भवतालाच्या छेदसंचातून समजून घेतल्या जातात" (हुकफेल्डट आणि स्प्राग, १९९३: २८१). या अर्थाने, व्यक्तीचे वर्तन म्हणजे भवतालावर व्यक्तीच्या गुणवैशिष्ट्यांसह झालेलं एकत्रीकरण असते. जेव्हा व्यक्तीच्या गुणवैशिष्ट्यांमधील बदलांनुसार (उदा. सरासरी उत्पन्न) व्यक्तीच्या वर्तनात बदल दिसून येतात तेव्हा सिद्धान्तास संदर्भ-परिप्रेक्ष्यातील सिद्धान्त असे संबोधता येते (हुकफेल्डट आणि स्प्राग, १९९३: २८१). स्प्राग या अवस्थेला 'सामाजिक प्रतिध्वनी' असे संबोधतो कारण "एका व्यक्तीच्या पर्यावरणासोबतच्या प्रतिसादातून पुन्हा पुन्हा एकच प्रकारची प्रतिक्रिया प्राप्त होते" (स्प्राग, १९८२:१०१). समाजशास्त्रीय दृष्टिकोनातून मतदानाच्या वर्तन व दृष्टिकोनाचे मापन याचा विचार करताना वर्ग, व्यवसाय,

वांशिकता, लिंग आणि वय यांसारख्या समाज-आर्थिक घटकांचा उमेदवार/पक्ष यांच्या पाठिंब्याच्या संदर्भात काय सहसंबंध निर्माण होतो, याचा अभ्यास केला जातो. या दृष्टिकोनाचे विशेष लक्ष मतदार आणि सामाजिक व्यवस्था, सामाजिक संदर्भ-परिप्रेक्ष्यात मतदानाचे हेतू, जात-जमात, समाज-आर्थिक वर्ग, भाषा, धर्म, ग्रामीण-शहरी भेद यांच्या मतदान वर्तनाचे परिणाम यांवर असते.

दुसऱ्या बाजूला राज्यशास्त्राची विद्याशाखा मतदानाच्या वर्तनाचे मापन राजकीय घटकांमधून करते जसे की निवडणुकीतील मुद्दे, राजकीय कार्यक्रम, मतदारांच्या पसंती, दृष्टिकोन व कल यांनुसार उमेदवार व पक्षांची लोकप्रियता.. इ. राज्यशास्त्रीय दृष्टिकोनाचे लक्ष तीन बाबींवर अधिक केंद्रित झाले आहेः मतदारसंघांची रचना आणि त्यातील प्रेरणा, अंमलबजावणी आणि पक्ष आणि निवडणूक व्यवस्था यांचा परिणाम, सामाजिक आणि राजकीय संस्थांचा मतदान वर्तनावरील प्रभाव. राज्यशास्त्रज्ञ राजकीय समुदाय व राजकीय व्यक्ती ना नेमकं आणि सर्वसाधारण विधान करत समजून घेण्याचा प्रयत्न करत असतात (एल्डेर्सवेल्ड, १९५१). मतदानाचे वर्तन व दृष्टिकोन यांच्या अभ्यासातून विशिष्ट प्रकारचे निष्कर्ष अथवा प्रवाह तयार झालेले नाहीत ज्यातून बृहत पातळीवरील सिद्धान्कन शक्य होईल; मात्र मतदारसंघातील राजकीय वर्तनाचे ठोस स्पष्टीकरण देण्यात राज्यशास्त्राची विद्याशाखा यशस्वी झाली आहे. या सर्वसाधारण दोन दृष्टिकोनांशिवाय परिसंस्थात्मक वा सकल सांख्यिकी दृष्टिकोन आणि विवेकी निवड दृष्टिकोन हेही महत्त्वाचे दृष्टिकोन आहेत. परिसंस्थात्मक वा सकल सांख्यिकी दृष्टिकोन भौगोलिक घटकांचा नि मतदानातील प्रवाहाचा अन्वय लावतो जसे की प्रभाग, गाव पंचायत, मतदारसंघ आणि राज्य.

विवेकी निवड पद्धत वा संस्थात्मक संदर्भ परिप्रेक्ष्य दृष्टिकोन मतदानाचे वर्तन हा व्यक्तीच्या मूल्य-फायदा आकडेवारीचा, सापेक्ष निवडणुकीय अपेक्षांसाठी मांडलेल्या मुद्द्यांचा, राबवलेल्या कार्यक्रमांचा एकत्रित परिणाम असतो, असे मानतो. संस्थात्मक संदर्भ परिप्रेक्ष्य याचा अर्थ संस्थात्मक रचना नियम आणि व्यक्तीच्या मतदान वर्तनावर प्रभाव टाकणाऱ्या औपचारिक, अनौपचारिक प्रक्रिया. मत एकत्रित करण्याचे निवडणुकीतील नियम, प्रतिनिधित्वाची पद्धत आणि मताधिकार क्षेत्राचा अवकाश यांचा शोध घेतला जातो आणि अखेरीस त्याचा प्रामुख्याने परिणाम निवडणुकांच्या निकालांवर आणि व्यक्तीच्या मतदान वर्तनावर होतो (जॉन्सन, १९९९). या प्रकारच्या दृष्टिकोनातून होणारा अभ्यास मतदारसंघातील विविध संस्थांच्या मत व दृष्टिकोन यांचे मापन करतो आणि निवडणुकीय नियम अटींनी व्यक्तीच्या पर्यायांवर आणि निवडणुकीय

निकालांवर कसा प्रभाव टाकला जातो, याचे सुस्पष्ट स्पष्टीकरण देतो. या साऱ्या खेळाचा निकाल शक्य होऊ शकणाऱ्या निकालांचा संच, व्यक्तीचा पसंतीक्रम आणि खेळाचे संचलन करणारे नियम यांवर अवलंबून असतो (प्लॉट, १९७८). हे नियम व्यक्तीच्या वर्तनासाठी बाह्य घटक मानले जातात. संस्थात्मक नियमांचे मापन हे निवडणुकीय संशोधनातील विश्लेषणाची पातळी आणि घटक यांवर निर्धारित होते. विविध सामाजिक शास्त्रांच्या विद्याशाखांमार्फत व्यक्तींच्या मतदान वर्तन व दृष्टिकोन यांच्या अभ्यासात आंतरविद्याशाखीय घटक, विमर्श उत्क्रांत झाले आहेत. पूर्वी प्रत्येक विद्याशाखेची व्यवच्छेदक पद्धत वापरली जायची. पूर्वी जात, समूह, जमात, धर्म आणि आर्थिक सामाजिक वर्ग या घटकांचा अभ्यास समाजशास्त्रज्ञ करायचे, अलीकडे हे सारे घटक मतदान वर्तन व दृष्टिकोन यांचे मापन करण्यासाठी लोकशाही राष्ट्रांमधील राज्यशास्त्रज्ञ वापरतात.

## आपण मतदान वर्तनाचे मापन का करतो?

निवडणुकीतील मतदान हा लोकशाही देशांमधील राजकीय सहभागाचा दृश्य पुरावा असून जगभरातील बुद्धिवंत, संशोधक मतदारसंघांमधील मतदान वर्तनाचा अभ्यास करण्याचा प्रयत्न करतात. एकूणात निवडणुकांच्या अभ्यासांचा उद्देश मतदारांच्या मत व दृष्टिकोन यांच्या आधारे मतदानाची चौकट आणि प्रवाह ठरवणे हा आहे. निवडणुकांच्या अभ्यासाचा उद्देश निवडणुकीच्या काळातील घटनांचे कथन करणे हा नसतो तर कारण-परिणामांचा सहसंबंध शास्त्रीयदृष्ट्या विश्लेषित करणे हादेखील असतो. निवडणूक संस्थांकडे उपलब्ध असणाऱ्या माहितीच्या तपशिलातून निवडणूकतज्ज्ञांना त्यापुढील निवडणुकीय तपशील मतदान सर्वेक्षणातून प्राप्त करण्याची कल्पना येते जेणेकरून व्यक्तीचे मतदान वर्तन व दृष्टिकोन यांचे अचूक मापन करता येते. मतदान वर्तनाचा अभ्यास करण्याची कारणं अनेक आहेत; मात्र मुख्य बाब लोक का मतदान करतात, का करत नाहीत, विशिष्ट प्रकारे ते का सहभागी होतात यांची तपासणी करत निवडणुकांमधील मतदान प्रवाह ध्यानात यावा ही असते. मुख्यतः निवडणुकांचा अभ्यास आणि तपासणी ही मतदारांच्या लोलकातून होत असते. एकाच निवडणुकीतील दोन समूहांच्या वर्तन आणि दृष्टिकोन यांचा तुलनात्मक अभ्यास करून मतदारांवर कशाचा प्रभाव पडला अथवा प्रभाव पडला नाही हे ठरवता येते. असं गृहीत धरलं जातं की जर मतदारांमध्ये फरक कशामुळे पडला आहे हे ध्यानात आल्यास, निकालात फरक

कशामुळे पडला हेही सहजरित्या लक्षात येते आणि एकूणात निवडणुकांची महत्त्वाची वैशिष्ट्यंही ध्यानात येतात (कर्टिस, २०००).

निवडणूक अभ्यासाचा आणखी एक महत्त्वाचा उद्देश असतो निवडणुकांमधील आवर्तन समजून घेणं. हे आवर्तन म्हणजे विजेत्या पक्षांची सरासरी मतांची वाढ आणि पराजित पक्षांच्या सरासरी मतांमधील घट जी मतांच्या टक्केवारीत मांडली जाते. मतांमधील हे आवर्तन निवडणूक परिणामांचं स्पष्टीकरण दोन प्रकारे देऊ शकतातः अ) विजेत्या पक्षांस पाठिंबा असलेल्या लोकमतामधील बदल ब) मतांच्या टक्केवारीतील घट/वाढ आणि मिळालेल्या जागांमधील वाढ/तूट यांचे पद्धतशीररित्या मापन वेळोवेळी होणारी नमुना सर्वेक्षणं आणि लागोपाठ होणाऱ्या निवडणुकांचे माहिती संकलन यातून कालक्रमानुसार शृंखलावार माहिती तपशील संकलित होते जिचा उपयोग मतदान वर्तन व दृष्टिकोन यांचा तुलनात्मक अभ्यास करण्यासाठी होतो. यातूनच मतदानाचे प्रवाह निर्धारित करण्यासाठी मदत होते. निवडणुकीय अभ्यासातून निवडणूकपूर्व व निवडणुकोत्तर सर्वेक्षणाच्या पद्धती विकसित केल्या गेल्या आहेत ज्यामध्ये एकाच मतदार समूहाला मतदानापूर्वी आणि नंतर बोलावून सर्वेक्षण केले जाते किंवा आंतर-निवडणुकीय पद्धतीमध्ये मागील निवडणुकीच्या वेळी मुलाखत घेतलेल्या मतदारांचे पुन्हा सर्वेक्षण केले जाते (कर्टिस आणि सेमेटको, १९९४; मिलर आणि शॅन्क्स, १९९६). आंतरनिवडणुकीय पद्धतीमध्ये गळती आणि आधीच्या सर्वेक्षणातील सहभाग या अंतर्निहित समस्या असल्या तरीही या पद्धतीचा एक फायदा असा की यामध्ये मतदाराचे मागील निवडणुकीच्या वेळीचे वर्तन व दृष्टिकोन यासाठी त्याच्या स्मरणशक्तीवरील अवलंबित्व कमी होते आणि त्यातून मतदारांच्या अस्थिरतेबाबत अंदाज घेता येतो (हिम्मेलवेट, १९७८).

भारतातील काही विशेषतेच्या घटकांसह इतर मतदान वर्तनाच्या अभ्यासाचे उद्देश आणि तपासल्या जाणाऱ्या बाबी या जगातील इतर देशांमधील घटकांप्रमाणेच आहेत. सर्वेक्षण आधारित निवडणुकांच्या अभ्यासाची गरज प्रतिपादित करण्यापूर्वी निवडणूक आयोगाकडे अधिकृतरित्या उपलब्ध असलेल्या माहितीबाबत जाणून घेणे आवश्यक आहे. निवडणूक आयोगाकडे स्वातंत्र्यापासून सर्व राज्यांमधील निवडणुकांचे निकाल व केंद्रातील निवडणुकांचे निकाल यांचे तपशील आहेत. निवडणूक आयोगाने ही माहिती सार्वजनिक केलेली असून आयोगाच्या संकेतस्थळावर ही माहिती इलेक्ट्रॉनिक स्वरूपात उपलब्ध आहे. आयोगाकडे उपलब्ध असलेली माहिती खालील स्वरूपाची आहेः अ) एकूण मतदानः राज्यातील अथवा लोकसभेतील निवडणुकांसाठी झालेले एकूण मतदान ब) राष्ट्रीय अथवा राज्य पातळीवर निवडणूक लढवलेल्या सर्व उमेदवारांची मतनिहाय

यादी. विजेता/उपविजेता आणि इतर सर्व उमेदवारांना प्राप्त झालेली मतांची टक्केवारी. क) ज्या पक्षांनी निवडणूक लढवली आणि मतदान केले त्याचे तपशील. पक्षाने किती उमेदवार उभे केले व किती विजयी झाले याची माहिती. ड) लिंगनिहाय उमेदवारांची आणि विजयी उमेदवारांची यादी. इ) उमेदवारांनी स्वाक्षरीसह भरून दिलेले शपथपत्र ज्यामध्ये न्यायालयीन खटले, संपत्ती आणि इतर वैयक्तिक माहिती या बाबी समाविष्ट असतात.

निवडणूक आयोगाकडे उपलब्ध असलेल्या माहितीतून निवडणुकीतील मतदान प्रक्रियेच्या तथ्यात्मक तपशील व एकत्रित तपशीलवार निवडणुकांचे सांख्यिकीय निकाल आपल्या हाती लागतात. मात्र निवडणूक आयोगाच्या तपशिलातून मतदारांचे वर्तन व दृष्टिकोन स्पष्ट होत नाही. कोणत्या जात-वर्गाने कोणाला मतदान केले किंवा का मतदान केले नाही, विशिष्ट पक्षालाच/उमेदवारालाच का मतदान केले आदी प्रश्न अनुत्तरित राहतात. तरुण मतदारांचे प्रौढांपेक्षा वेगळे राजकीय प्राधान्यक्रम होते काय? जवळपास सर्वच स्त्रिया आपला नवरा सांगेल त्यानुसार मतदान करून आल्या काय? या आणि अशा अनेक प्रश्नांची उत्तरं ही निवडणूक आयोगाकडे उपलब्ध असलेल्या माहितीतून देता येत नाहीत. भारतातील मुस्लीम उजव्या विचारधारेच्या भाजपसारख्या पक्षाला मतदान करतात का की ते एकत्र एकगठ्ठा मतदान धोरणी पद्धतीने त्या पक्षाचा पराभव व्हावा म्हणून करतात? प्रगत जाती या काँग्रेस वा भाजपचे पारंपरिक आधार मानले जातात, या जाती प्रत्येक वेळी राष्ट्रीय पक्षास मतदान करतात की काही राज्यांमध्ये प्रादेशिक पक्षांनाही मतदान करतात? भारतातील दलित, आदिवासी यांच्या मतदानाचा प्रवाह कोणत्या स्वरूपाचा राहिला आहे? अनुसूचित जाती, भटक्या जमाती यांच्यासाठीचे पक्ष जन्माला आल्याने या समूहांचं संघटन झालेलं आहे का? राष्ट्रीय पक्षांचे पारंपरिक आधार कोणते, विविध राज्यातले पाठिंबा देणारे सामाजिक आधार कोणते आणि त्यांना मतदान करणाऱ्या मतदारसमूहाची नक्की ओळख काय? वेगवेगळ्या पार्श्वभूमीतील मतदारांच्या (शिक्षित/अशिक्षित, ग्रामीण/शहरी, गरीब/श्रीमंत) निवडी लक्षणीय वेगाने बदलतात काय? या आणि अशा सर्व प्रश्नांची उत्तरं शोधण्यासाठी अनुभवजन्य पुरावाधारित निवडणुकांचा अभ्यास जरुरीचा आहे. म्हणूनच या प्रकारचा अभ्यास अधिक महत्त्वाचा आणि संदर्भमूल्य असलेला आहे. वर उल्लेखलेल्या प्रश्नांची उत्तरं अनुभव, अभ्यास, पुरावा यांच्याशिवाय देणं हे निव्वळ अंदाज व्यक्त करणं होईल किंवा सत्यापासून, वास्तवापासून दूर जाणारी ती बाब ठरेल.

सेंटर फॉर द स्टडी ऑफ डेव्हलपिंग सोसायटीज इथे पार पडणाऱ्या लोकनीती आणि तुलनात्मक लोकशाही कार्यक्रम यांच्यातर्फे पार पाडला जाणारा, निवडणुकोत्तर सर्वेक्षणाच्या आधारे होणारा 'राष्ट्रीय निवडणूक अभ्यास' भारतातील सर्वांत मोठा आणि

सर्वंकष असा अभ्यास असून कदाचित जगातील सर्वांत मोठा निवडणुकींचा अभ्यास हाच असू शकेल. 'राष्ट्रीय निवडणूक अभ्यास' शृंखला केवळ भारतीय मतदारसंघातील मतदारसंघांच्या वर्तनाचे मापन करत नाही तर राष्ट्रीय स्तरावर भारतीयांनी कशा प्रकारे मतदान केले याचीही माहिती यातून संकलित केली जाते. हा अभ्यास असं मानतो की निवडणूक हे भारतीय मतदारांचं राजकीय वर्तन, दृष्टिकोन आणि मत यांना एकाच वेळी कवेत घेणारं स्थिरचित्र आहे. भारतीय विविधता, राष्ट्रीय सुरक्षा, राष्ट्रीय अर्थव्यवस्था आणि लोकशाही या संदर्भाने असणाऱ्या मूलभूत प्रश्नांबाबतची जागरूकता आणि मतं जाणून घेण्याचा प्रयत्न राष्ट्रीय निवडणूक अभ्यास २००९ याद्वारे करण्यात आला. राष्ट्रीय निवडणूक अभ्यास हा भारतातील सामाजिक-राजकीय बदलांचा सर्वंकष माहितीकोष असून आंतरराष्ट्रीय तुलनात्मक अभ्यासांमध्ये संदर्भस्रोत म्हणून त्याचा वापर होतो. निवडणूक सर्वेक्षणं करण्याचा उद्देश मतदारसंघांमधील मतदान प्रवाह, त्यांची दिशा, मतदारांचा प्राधान्यक्रम, पसंती पर्याय, मतदान करण्यासाठीचे मुद्दे, मतदान न करण्यासाठीचे मुद्दे या साऱ्याचं मापन करणं असा आहे. वर्तनाच्या संदर्भातील तपशीलवार आणि सर्वंकष माहिती मिळवण्याबाबत ही सर्वेक्षणं महत्त्वाची ठरतात. पक्षांच्या मतदानाची टक्केवारी आणि निवडणुकीतील जागांचे अंदाज म्हणजे निवडणुकीच्या संदर्भातील सर्वेक्षण, असं समजलं जात, प्रत्यक्षात त्याहून अधिक बाबींचा अभ्यास यातून केला जातो.

२

# भारतातील निवडणुकीय अभ्यासाचा ऐतिहासिक आढावा

भारतीयांचं मतदान वर्तन मोजण्यासाठी आणि त्यांचे सांख्यिकीकरण करून राजकीय मत व दृष्टिकोन ठरवण्यासाठी पार पाडली जाणारी निवडणुकीय सर्वेक्षणं अलीकडे लोकप्रिय झाली आहेत. गेल्या दशकभरात निवडणुकीदरम्यान मोठ्या प्रमाणावर होणारी मतं सर्वेक्षणं हा निवडणुकीय सर्वेक्षणांच्या वाढत्या लोकप्रियतेचा आणि वाढत्या मतदान-केंद्री अर्थव्यवस्थेचा पुरावा आहे. मागील २००४ आणि २००९ मधील सार्वत्रिक निवडणुकांच्या वेळी मतदान-पूर्व सर्वेक्षणं व एक्झिट पोल्स पार पाडण्यासाठी भारतीय माध्यमांमध्ये तीव्र स्पर्धा निर्माण झाली. ही स्पर्धा निवडणुकीय निकालांचा शक्य तितका अचूक दावा करण्याबाबत असते किंवा जागांचा अचूक अंदाज व्यक्त करीत कोणता पक्ष विजयी होईल याबाबत असते. त्यामुळे वाचक/प्रेक्षकांसाठी अधिकाधिक मोठा नमुना निवडून शक्य तितक्या वेगात सर्वेक्षण पार पाडण्याबाबत रस्सीखेच सुरू असते. भारतीय मतदारसंघांमधील मतदारांच्या हेतूंसह मतदारांच्या मत, दृष्टिकोन आणि वर्तन या संदर्भातील तथ्यांचंही मोठ्या प्रमाणावर वृत्तांकन होतं. २००९ साली मतदान पूर्व सर्वेक्षणांच्या वृत्तांचे मथळे केवळ 'संयुक्त पुरोगामी आघाडी (संपुआ) आघाडीवर, मात्र बहुमत हुकणार', 'संपुआ पुढे, रालोआ किंचित मागे' या प्रमाणे राजकीय नव्हते तर त्यातून मतदान वर्तन स्पष्ट होईल, असे देखील होते जसे की 'तरुणाईच्या मतदानातून राजकीय पक्षांचे भवितव्य होणार निर्धारित.' लोकमततज्ज्ञ आणि निवडणूक विश्लेषकांनी केवळ संपुआ, रालोआ आणि डावी आघाडी यांच्या जागांचा अंदाज व्यक्त करण्याची नोस्ट्राडामसची भूमिकाच पार पाडली नाही तर निवडणूक वर्तन, मतदारांचा दृष्टिकोन, निवडणुकीच्या निकालांवरील मुद्द्यांचा प्रभाव यांचेही स्पष्टीकरण देण्याचा त्यांनी प्रयत्न केला.

या साऱ्या पार्श्वभूमीवर निवडणुकीय अंदाजासोबत मतदारांच्या वर्तनाचं मापन, कल दृष्टिकोन यांच्यासाठी घेण्यात येणारी सर्वेक्षणं ही एकविसाव्या शतकातील बाब आहे की याच्या इतिहासाची मुळं विसाव्या शतकात आहेत, हा प्रश्न कळीचा ठरेल. भारतात मतदारांचं मत आणि दृष्टिकोन मोजण्यासाठी केव्हा प्रयत्न सुरू झाला आणि त्यामागचे तर्कसूत्र व उद्देश काय होते? मतदारांच्या वर्तनाचं मापन करण्यासाठी स्वीकारलेली पद्धती हे पाश्चात्त्यांचं आहे असं अनुकरण होतं की भारतातील विविधता ध्यानात घेऊन विषमरूप, बहुपेडी समाजास अनुकूल असे काही त्यात बदल करण्यात आले? मतदान सर्वेक्षणं आणि निवडणुकीतील सर्वेक्षणं यांच्या टप्प्यात काय बदल झाले काळानुसार कोणत्या प्रकारची संशोधनं झाली व नवे बदल करण्यात आले? मतदारसंघ अभ्यास, अभिजन अभ्यास, केस स्टडीज किंवा वंशशास्त्रीय अभ्यास या साऱ्याच्या तुलनेत भारतातील मतदारांच्या वर्तनाचं मापन करण्यासाठी सर्वेक्षणाची पद्धत अधिक लोकप्रिय का आहे?

या प्रकरणात ऐतिहासिक परिप्रेक्ष्यातून उपरोक्त प्रश्नांची आणि तदनुषंगिक मुद्द्यांची विचार प्रवर्तक आणि वस्तुनिष्ठ उत्तरं देण्याचा प्रयत्न केला आहे. ढोबळमानाने या प्रकरणाचे तीन भाग आहेत. *पहिल्या* भागात भारतातील मतदान वर्तनाचा अभ्यास करण्याची ऐतिहासिक मुळं आणि प्रेरणा यांचा वेध घेतला आहे. भारतात आणि अमेरिकेत निवडणुकीय सर्वेक्षणांच्या अग्रदूतांची आणि भारतीय समाज-सांस्कृतिक वास्तवामुळे सर्वेक्षणं करताना आलेल्या अडचणी यांचा ओझरता आढावा यात घेतला आहे. या भागात भारतीय मतदान सर्वेक्षणातून उदयाला आलेली रोचक तथ्यं समोर येतील. भारतातील निवडणुकीय अभ्यासाच्या शाखेचा पाया कशा प्रकारे घातला गेला, हेही यातून स्पष्ट होईल. याच्या *दुसऱ्या* भागात माध्यमांमध्ये निवडणुकीय सर्वेक्षणं लोकप्रिय झाली आणि मतदान-पूर्व सर्वेक्षणं आणि एक्झिट पोल्स हे १९९०च्या दशकात परवलीचा शब्द झाले तेव्हाचा ऐतिहासिक परिप्रेक्ष्य स्पष्ट केला आहे. माध्यमांच्या आकर्षणातून आणि भारतातील मतदारांच्या वर्तनाच्या मापनासाठीचे साहाय्य यातून या साऱ्याची वाढ आणि विकास यांचा आलेख स्पष्ट होतो. माध्यमांकडून होणाऱ्या सर्वेक्षणांशिवाय १९८० च्या दशकात बंद झालेली संस्थात्मक अकादमीक सर्वेक्षणं पुन्हा नव्याने सुरू झाली. या अकादमीक सर्वेक्षणांमध्ये मोठा निवडक नमुना, पॅनल रचना, बनावट गुप्त मतदान, मतदारांच्या पसंतीसाठी बनावट मतदान पेट्या यांच्यासह बहुउद्देशीय सर्वेक्षण पद्धत आदी गोष्टी नव्याने सुरू करण्यात आल्या. या प्रकरणाचा *शेवटचा* भाग बुद्धिवंतांनी, संशोधकांनी इतर कोणत्या पद्धतीं मतदान वर्तनाच्या मापनासाठी वापरल्या याविषयी आहे जसं की मतदारसंघ अभ्यास, केस स्टडीज आणि वंशशास्त्रीय अभ्यास. मतदारसंघ

पातळीवरील अभ्यास, केस स्टडीज, निवडणुकीय राजकारणाचा वंशशास्त्रीय अभ्यास हे सारे अभ्यास स्थानिक पातळीवर म्हणजे मतदारसंघातील विशिष्ट ठिकाणं, शहर अथवा गावं या ठिकाणी केला जातो. हे अभ्यास निरीक्षण व स्थानिक पातळीवरील सहभागी संशोधन यावर अवलंबून असतात. मतदारसंघ अभ्यास, केस स्टडीज, मतदान वर्तन मापनासाठी वंशशास्त्रीय अभ्यास हे सारे अभ्यास अधिक गुणात्मक स्वरूपाचे आहेत आणि निवडणुकीच्या राजकारणातील प्रतीकात्मक बाबींची तपासणी करण्याकरिता ते केले जातात. या प्रकारचे अभ्यास मतदारसंघांच्या मतदान वर्तन व दृष्टिकोन यांच्या सांख्यिकीय मापनात कितपत उपयोगी पडू शकतात, याची तपशीलवार चर्चा या भागात केली असून त्याचे सर्वंकष विश्लेषण केले आहे.

## १९५० च्या सुमारासः निवडणुकीय सर्वेक्षणांची सुरुवात

भारतातील मतदान सर्वेक्षणांच्या आधारे निवडणुकीय सर्वेक्षणांचे मूळ शोधण्याआधी मतदान सर्वेक्षणांची व निवडणुकीय अभ्यासाची सुरुवात जगभरातील परिप्रेक्ष्यात समजून घेणे योग्य राहील. मतदान सर्वेक्षणांची सुरुवात १९३५ साली झाली जेव्हा अमेरिकेतील न्यू जर्सी येथील प्रिन्सटन येथे डॉ. गॅलप यांनी अमेरिकन इन्स्टिट्यूट ऑफ पब्लिक ओपिनियन ही संस्था स्थापन केली. या संस्थेचा उद्देश वस्तुनिष्ठतेने व निष्पक्षतेने मतदारांच्या मतांचे निर्धारण करणे असा होता. वस्तुनिष्ठता आणि विश्वसनीयता टिकवण्यासाठी निवडणुकीय मतदान सर्वेक्षण हे रिपब्लिकन अथवा डेमोक्रॅटिक या अमेरिकेतील दोन प्रमुख पक्षांकडून प्रत्यक्ष/अप्रत्यक्ष पैसे घेऊन अथवा प्रायोजित स्वरूपात न करण्याचे संस्थेने ठरवले. फ्रॅन्कलीन रुझवेल्ट आल्फ्रेड लॅन्डनला पराभूत करतील, हा 'गॅलप पोल्स' साठी डॉ. गॅलप यांनी वर्तवलेला पहिला अंदाज अमेरिकेच्या राष्ट्राध्यक्ष निवडणुकीच्या इतिहासात अचूकतेसाठी प्रसिद्ध आहे. त्यांच्या एकूण कारकिर्दीत केवळ दोन असे अपवाद आहेत जेव्हा त्यांचा अंदाज चुकीचा ठरला. १९४८ साली हॅरी ट्रूमन वि. थॉमस डेवे या निवडणुकीच्या वेळी त्यांनी इतर लोकमततज्ज्ञांप्रमाणे डेवे जिंकतील, असा अंदाज व्यक्त केला मात्र प्रत्यक्षात डेवे पराभूत झाले. दुसरा चुकीचा अंदाज १९७६ चा जेव्हा गॅलप यांचा अंदाज गेराल्ड फोर्ड जिंकतील असा होता; मात्र प्रत्यक्षात जिमी कार्टर यांच्याकडून थोड्या फरकाने त्यांना पराभव स्वीकारावा लागला. गॅलप यांची मतदान सर्वेक्षणं केवळ जीत-जेते यांचा अंदाज व्यक्त करत नसत तर अमेरिकन मतदारसंघांचं निवडणुकांचं मतदान वर्तन आणि त्यांचं सर्वंकष तपशीलवार विवरण ते देत असत.

भारतातील निवडणूक सर्वेक्षणांची सुरुवात काही अलीकडची नाही. त्याचा इतिहास १९५० च्या सुमारास सुरू होतो जेव्हा भारतीय मतदारांचं मत आणि दृष्टिकोन यांचं मापन करण्यासाठी पहिले संस्थात्मक मतदान सर्वेक्षण पार पाडले गेले. डॉ. इरिक दा कोस्टा यांनी १९५० च्या सुमारास इंडियन इन्स्टिट्यूट ऑफ पब्लिक ओपिनियन (आयआयपीओ) ही संस्था अमेरिकेच्या अमेरिकन इन्स्टिट्यूट ऑफ पब्लिक ओपिनियनच्या धर्तीवर उभारली. आयआयपीओ या संस्थेचे संस्थापक डॉ. इरिक दा कोस्टा यांना भारतातील निवडणुकीय अभ्यासाचे अग्रदूत आणि मतदान सर्वेक्षणाचे जनक मानले जाते. प्रशिक्षणाने अर्थशास्त्रज्ञ असलेल्या या माणसाचा प्राथमिक रस ग्राहकांच्या संदर्भातील बाबींविषयी असतानाही त्यांनी भारतातील आर्थिक राजकीय विषयांच्या संदर्भाने मतदान सर्वेक्षणं सुरू केली. आयआयपीओ ने दिल्ली, पश्चिम बंगाल आणि केरळमध्ये राजकीय अभ्यास पार पाडले व '*मन्थली पब्लिक ओपिनियन स्टडीज* (MPOS)' या आपल्या मासिकाच्या पहिल्या अंकात प्रसिद्ध केले. या प्रकारे अभ्यास प्रसिद्ध करून त्यांनी निवडणुकीय सर्वेक्षणं पार पाडण्यासाठीची वाट प्रशस्त केली. आयआयपीओ ही निवडणुकीय सर्वेक्षणं पार पाडणारी भारतातील पहिली संस्था आहे. १९५७ साली भारतातील दुसऱ्या लोकसभा निवडणुकीपूर्वी संस्थेने राष्ट्रीय पातळीवर मतदान सर्वेक्षण पार पाडले. या सर्वेक्षणाच्या आधारे, प्रथमच व्यक्त केलेले अंदाज अगदी अचूक ठरले. या सर्वेक्षणाचे केंद्रबिंदू हे मतदारांच्या वर्तनाचा अभ्यास आणि मतदारांच्या उत्पन्न, धर्म आणि व्यावसायिक पार्श्वभूमी यांमधून मतदानाचे हेतू कसे बदलतात, यासंदर्भात ठरवले गेले होते. या सर्वेक्षणाच्या माध्यमातून राजकीय नेत्यांच्या लोकप्रियतेचा निर्देशांक शोधण्याचा प्रयत्न केला गेला आणि पक्षातील नेत्यांचा लोकप्रियतेचा निर्देशांक कळवण्यात आला होता. आयआयपीओ तर्फे पार पाडण्यात आलेल्या निवडणुकीय सर्वेक्षणाचा भर मतदारांचे हेतू शोधणे आणि या हेतूंमध्ये जात, जमात, देशातील प्रभावी राजकीय मुद्दे यांनुसार होणारे बदल, नेतृत्व निर्देशांक.. इ वर अधिक होता, असे दिसते.

१९८० साली इरिक दा कोस्टा यांनी या विषयी असे म्हटले होतेः

> खरोखरच सबंध भारतभर मतदान सर्वेक्षण घेणे शक्य आहे की नाही, याची जाणीव नव्हती. निरक्षरतेच्या समस्या आणि भारतीय संघराज्यातील विविध भागात ढोबळमानाने निवडक नमुन्याचं संघटन करण्यातील अडचणी खूप मोठ्या वाटत होत्या. १९५७ चा राष्ट्रीय निवडणुकांचा निकाल प्रसिद्ध होईपर्यंत हा प्रयोग अगदी असामान्य यशस्वी प्रयोग आहे, हे सिद्ध झालं नव्हतं.

आयआयपीओ ने केवळ पहिलं भारताच्या राष्ट्रीय पातळीवरील सर्वेक्षण केले नाही तर संस्थेने निवडणूक निकालांचे अंदाज व्यक्त करणंही प्रथमच सुरू केलं. दा कोस्टा म्हणाले होतेः

> त्या वेळेस या प्रयोगाकडे परदेशात मतदारांचे हेतू आणि निवडणुकांचा निकाल यासंदर्भात सार्वजनिक मत संशोधनाद्वारे अनुमान काढण्याची प्रचंड क्षमता म्हणून पाहिले जात होते. भारतातील विविध संवेदनशील मुद्द्यांविषयी असणारी मतं समजून घेण्याकरिताही याचं उपयोजन झालं आणि जणू एक नवा भारतीय शोधच लागला.

आयआयपीओ ने १९८०पर्यंत निवडणुकीय सर्वेक्षणं पार पाडली मात्र डॉ. कोस्टा गेल्यानंतर मतदान सर्वेक्षणांना फारसं प्राधान्य दिलं गेलं नाही आणि सर्वेक्षणं बंद झाली.

आयआयपीओ शिवाय नोंद घेण्याजोगा एस. व्ही कोगेकर आणि रिचर्ड पार्क यांचा १९५०च्या सुमारास अभ्यास होता जो *'रिपोर्ट ऑन इंडियन जनरल इलेक्शन्स'* या नावाने प्रसिद्ध झाला. त्या काळातील अभ्यास हे मुख्यतः वर्णनात्मक आणि साधारण स्वरूपाचे होते आणि कोगेकर व पार्क यांचा अभ्यास त्याला अपवाद नव्हता (नारायन, १९७८). भारतीय निवडणुकांच्या प्रक्रियेचा राज्यनिहाय अभ्यास त्यांच्या संशोधनातून केला गेला होता. पक्षीय आघाड्यांचे प्रवाह, उमेदवारांची निवड, माध्यमांची भूमिका आणि निवडणुकीय निकालांचा गोषवारा या साऱ्याचा समावेश त्यांच्या संशोधनात केला गेला होता. या संदर्भातील माहिती संकलित करण्यासाठी कोगेकर आणि पार्क यांनी एक आराखडा आखून त्यानुसार योजना राबविली होती ज्यातून त्यांना संशोधनात उपयोजित करण्यासाठीची माहिती प्राप्त झाली (नारायन, १९७८). हा आराखडा राज्याराज्यातील राज्यशास्त्रज्ञांकडे पाठवण्यात आला आणि माहिती संकलित करून त्यावर आधारित अहवाल मागवण्यात आले. या अभ्यासातून मतदारांच्या जागरूकतेची पातळी, पक्ष प्राधान्य, भंजित मतदान (Split Vote) सिद्धान्ताचे संदर्भमूल्य याविषयी लक्षणीय दृष्टी लाभेल अशी तथ्यं समोर आली.

असं असलं तरीही अशा काही बाबी होत्या ज्यांचा संशोधनावर आणि एकूणात अभ्यासावर नकारात्मक परिणाम पडला अ) निधीचा अभाव ज्याच्यामुळे कोगेकर यांना अंशतः आपला वेळ अभ्यासासाठी देता आला. ब) राज्यांमधील सर्वंकष सर्वेक्षणांचा अभाव. मोठ्या प्रमाणावर क्षेत्रअभ्यास झाले नाहीत. क) कोगेकर आणि पार्क यांनी राज्याराज्यातील राज्यशास्त्रज्ञांना अहवाल पाठवण्यास सांगितल्याने ते सर्व अहवाल एका विहित नमुन्यामध्ये नव्हते. शेवटचं म्हणजे हे सर्व करणं हे काही त्यांचं उद्दिष्ट नव्हतं. असं

असूनही इक्बाल नारायन यांच्या मते, त्यांच्या अभ्यासातील सर्वांत मोठी 'त्रुटी' ही त्यांनी संकलित माहिती विश्लेषित करण्यासाठी वापरलेलं तंत्र आणि पद्धत यातून निर्माण झाली. त्यांनी वापरलेली सर्वेक्षण पद्धती व सांख्यिकीय साधनं ही 'प्राथमिक' होती, असे इक्बाल नारायन यांनी म्हटले आहे. विविध सामाजिक-आर्थिक घटकांमधून आकाराला येणारे मतदान वर्तन आणि राज्य पातळीवरील अभ्यासातून राष्ट्रीय राजकारण समजून घेण्याचे महत्त्व या संदर्भातील दृष्टी निर्माण करणं हे एकूणात कोगेकर आणि पार्क यांच्या अभ्यासाचं योगदान म्हणता येईल.

इतर काही व्यक्तींनीही निवडणूक अभ्यास करण्याचा प्रयत्न केला. १९६७ साली झालेल्या लोकसभा निवडणुकीच्या वेळी पुणे लोकसभा मतदारसंघाचा अभ्यास व्ही. एम. सिरसीकर यांनी निवडक नमुना सर्वेक्षणाच्या आधारे केला होता. या अभ्यासातून लोकशाही, निवडणुका, लघु पातळीवरील मतदारांचे राजकीय प्राधान्य, वर्तन यासंदर्भातील काही रोचक तथ्यं समोर आली. ही तथ्यं खालीलप्रमाणेः अ) भारतातील बहुसंख्य लोकांचा लोकशाही, निवडणुका आणि राजकीय पक्षांवर विश्वास होता. तरीही, लोकशाहीवरील विश्वास आणि प्रक्रिया यांचा थेट सहसंबंध हा मतदारांच्या शैक्षणिक अर्हतेसोबत होता. अल्पशिक्षित लोकांच्या तुलनेत उच्च शिक्षण प्राप्त केलेल्या मतदारांचा लोकशाहीवर अल्प विश्वास होता. ब) जाती जमातींच्या आधारे असलेल्या अल्पसंख्य वर्गासमोर काँग्रेस हा सर्वाधिक पसंतीचा, प्राधान्याचा पक्ष होता. क) उच्च शिक्षितांच्या तुलनेत अल्पशिक्षितांच्या घरातील कुटुंबप्रमुखाचा सदस्यांच्या मतदान निर्णयावर अधिक प्रभाव होता. ड) मतदान निर्णय घेताना उमेदवार, पक्ष, जात-जमात हे घटक निर्णायक ठरले असल्याचे दिसले. इ) मतदारांचा व्यवसाय, उत्पन्न आणि वय यांचा मतदान वर्तन व दृष्टिकोन यांवर प्रभाव पडलेला दिसला नाही.

१९६७ च्या लोकसभा निवडणुकीच्या वेळी, वैयक्तिक पातळीवर क्रिणी यांनी नागपूरमध्ये तपशीलवार मुलाखतीसह पॅनल सर्वेक्षण पार पाडले. लोकसभा निवडणुकांच्या वेळी व राज्यातील विधानसभा निवडणुकांच्या वेळी प्रतिसादकर्त्याचे पक्ष-प्राधान्य समजून घेण्याकरिता त्यांनी 'भंजित मतदान' (Split Vote) तंत्राचा वापर केला. पुण्यातील अभ्यासाप्रमाणेच या अभ्यासाचा नमुना लहान असला तरीही मतदारसंघातील मतदान वर्तनाबाबत काही महत्त्वपूर्ण तथ्यं त्यातून समोर आली. या अभ्यासातून काँग्रेसला मतदान करताना सक्षम नेतृत्व हा घटक मतनिर्णयात निर्णायक ठरतो आणि राष्ट्रीय, स्थानिक मुद्द्यांचा फारसा प्रभाव पडत नाही, असे तथ्य समोर आले. निवडणूक मोहीम आणि पक्ष प्रचार यांवेळी मतदानाच्या हेतूंच्या संदर्भात मतदारांचं वर्तन अस्थिर असून त्यांचा

मतनिर्णय बदलू शकत होता, हे आणखी महत्त्वाची बाब निदर्शनास आली. राजकीय जागरूकता आणि परिणामकारकता निर्धारित करण्यात लिंग, जात, धर्म, शिक्षण आणि उत्पन्न या समाज-आर्थिक घटकांचा अधिक प्रभाव असल्याचे दिसून आले होते.

मतदारसंघातील मतदान वर्तनाचा अभ्यास एल्डेर्सवल्ड आणि बशीरूद्दीन अहमद यांनी पुढे नेला असल्याचे दिसते. १९६७ आणि १९७१ या लोकसभा निवडणुकांच्या वेळी त्यांनी राष्ट्रीय पातळीवर सर्वेक्षण केले. संकलित झालेल्या माहितीच्या आधारे देशभरातील मतदारसंघांचे मतदार वर्तन व दृष्टिकोन यांचे विश्लेषण करण्याचा प्रयत्न केला गेला. पुणे अभ्यासातील काही तथ्यांचे भारतभरासाठी सर्वसामान्यीकरण करता येऊ शकते असे या सर्वेक्षणातून निदर्शनास आले. याशिवाय काही मूलभूत महत्त्वाची नवीन निरीक्षणं मांडली गेली. ही नवी निरीक्षणं खालीलप्रमाणेः अ) समान पर्याय असताना ग्रामीण आणि शहरी मतदारांच्या मतदान वर्तनात व राजकीय प्राधान्यात फारसा फरक आढळून आला नाही. ब) डाव्या पक्षांचा आणि जनसंघाचा पारंपरिक सामाजिक आधार असलेला वर्ग पक्ष मांडत असलेल्या मुद्द्यांशी अधिक सहमत असल्याचे दिसून आले. क) कनिष्ठ जाती आणि अल्पशिक्षित यांच्या तुलनेत उच्च जातीय व उच्च शिक्षित या मतदारांचा सहभाग कमी असल्याचे दिसले.

डॉ. श्रीराम माहेश्वरी यांनी १९७७ साली असाच एक उल्लेखनीय अभ्यास केला. '*इलेक्टोरल पॉलिटिक्स इन द नॅशनल मेट्रोपोलिस*' या त्यांच्या पुस्तकात दिल्लीतील चार महानगरीय मतदारसंघांचा त्यांनी अभ्यास मांडला आहे. हे चार मतदारसंघ म्हणजे मातिया महाल, दरियागंज, त्रिलोकपुरी आणि हौज खास. त्यांच्या संशोधनास भारतीय सामाजिक शास्त्र संशोधन मंडळाचा निधी प्राप्त झाला. त्यांच संशोधन हे या चार मतदारसंघांमधील सर्वेक्षणावर आधारलेलं आहे. त्यांच्यासोबत संशोधन अन्वेषक होते. संशोधन अन्वेषकांनी लोकांच्या मुलाखती घेतल्या त्या वेळी स्वतः डॉ. श्रीराम माहेश्वरी यांनी पक्षातील उमेदवारांच्या आणि प्रभावी व्यक्तींच्या मुलाखती घेतल्या. एकूणात ३९३ लोकांच्या मुलाखती सर्वेक्षण पद्धतीने घेऊन माहिती संकलित करण्यात आली. या सर्वेक्षण पद्धतीत त्यांनी मतदार आणि उमेदवार यांच्यासाठी स्वतंत्र प्रश्नावली, वेळापत्रक, सहभागी आणि अ-सहभागी निरीक्षण पद्धती आणि अनौपचारिक संवाद या तंत्रांचा वापर केला (माहेश्वरी, १९८२). मतदारांचे वर्तन समजून घेता यावे, या हेतूने प्रश्नावलीमधील प्रश्न चारही मतदारसंघात विचारले गेले होते. असं असलं तरी माहेश्वरी यांना मत-आधारित आणि वैयक्तिक प्रश्नांमुळे सर्वेक्षण केलेल्या मतदारांची समाज-आर्थिक पार्श्वभूमी आणि राजकीय ज्ञान प्राप्त करण्यास मदत झाली. डॉ. माहेश्वरी यांनी महानगरीय मंडळांमधून

मतदारसंघांची माहितीही मिळवली. या माहितीतून त्यांनी वारंवारितेचा तक्ता तयार केला आणि साध्या सांख्यिकीय टक्केवारीच्या पद्धतींनी विश्लेषण केले. त्यांच्या विश्लेषणातून काही महत्त्वपूर्ण बाबी समोर आल्याः ग्रामीण मतदारांचं मतदानाचं प्रमाण शहरी मतदारांहून अधिक असल्याचं दिसून आलं. महिलांपेक्षा पुरुष अधिक प्रमाणात मतदान करण्यास आल्याचे दिसून आले तर उच्चवर्गीय दिल्लीकरांच्या मतदानाच्या राजकीय प्रक्रियेविषयी अनास्था असल्याचे दिसले.

भारतातील निवडणुकांचा अभ्यास करताना एका व्यक्तीने 'सर्वेक्षण' पद्धतीचा वापर केला नाही, त्यांचे नाव हॅरी डब्लू ब्लेअर. त्यांनी आपल्या '*वोटिंग, कास्ट, कम्युनिटी, सोसायटीः एक्सप्लोरेशन्स इन ॲग्रीगेटेड डाटा ॲनॅलिसिस इन इंडिया ॲन्ड बांगलादेश*' पुस्तकात बिहारमधील काही मतदारसंघांवर लक्ष केंद्रित केले आहे आणि सकल माहिती विश्लेषण किंवा पारिस्थितिकी तंत्राचा वापर केला आहे (ब्लेअर, १९७९). त्यांच्या मते सकल माहिती विश्लेषण पद्धत ही अधिक सयुक्तिक आहे कारण निवडणूक काळातील माहितीवर ही पद्धत विसंबून नसते. कारण मतदारसंघातील मतदान केंद्रं, मतदारसंघ किंवा राज्यातील जिल्ह्यांचा वापर त्यांनी माहिती नमुन्याकरिता केला होता. त्यांची सर्वेक्षण पद्धत ढोबळमानाने निवडलेल्या नमुन्यावर आणि शेकडो-हजारो लोकांच्या मुलाखतींवर आधारित होती (ब्लेअर, १९७९). यांमुळे ब्लेअर यांच्याकडे कोणतीही माहिती त्यांना हवी तेव्हा उपलब्ध होती. सर्वेक्षण पद्धतीपेक्षा सकल माहिती विश्लेषण पद्धतीची अंमलबजावणी अधिक स्वस्त असल्याने ती वापरण्याकडे त्यांचा कल होता. असं असलं तरीही या पद्धतीचा तोटा हा होता की संशोधक केवळ प्रश्न, विश्लेषण आणि लोकसंख्येचे वर्तन इथपुरतेच मर्यादित राहू शकतो, व्यक्तीच्या मतदान वर्तनाविषयी तो भाष्य करू शकत नाही. ब्लेअर त्यांच्या पुस्तकात मतदान वर्तनावर परिणाम करणाऱ्या विविध घटकांचा विचार करतात. उदाहरणार्थ, एका अभ्यासात ब्लेअर विधानसभेतील एका मतदारसंघाचे विश्लेषण करतात. मतदान केंद्रावरील मतदानाची टक्केवारी मिळवून आणि त्या ठिकाणच्या प्रबळ जातीची टक्केवारी यातून पक्षाला मिळणाऱ्या मतदानात त्या जातीची भूमिका काय आहे, हे शोधण्याचा प्रयत्न त्यांनी केला होता. त्या अभ्यासातून त्यांनी असा निष्कर्ष काढला की ग्रामीण पातळीवर प्रबळ जात मतदान वर्तनावर मोठा प्रभाव टाकते (ब्लेअर, १९७९). लोकसंख्या आणि प्रतिनिधित्व यांच्यातील विषमता दर्शवणाऱ्या लोरेंझ वक्ररेषेच्या (Lorenz Curve) आधारे त्यांनी हा निष्कर्ष काढला. लोरेंझ वक्ररेषेचा वापर पुस्तक लिहिताना करण्यातून ब्लेअर यांचा आणखी एक उद्देश होता. दक्षिण आशियायी निवडणुकांच्या सांख्यिकीय विश्लेषणासाठी नव्या पद्धतींची

ओळख करून देणे हा तो उद्देश होय. याचा परिणाम म्हणून, बांग्लादेश आणि भारतातील मतदान वर्तनाची चर्चा करताना ब्लेअर यांनी सांख्यिकीय पद्धती स्पष्ट केल्या आहेत. समावेश केलेल्या काही पद्धतीः सुरुवात करणाऱ्यांच्या पातळीची शून्य-श्रेणी-सहसंबंध आणि क्रमदायी पद्धत (Zero-order correlation and Regression) आणि बदलाची साधी सरळ एकतर्फी विश्लेषण पद्धत (One-way analysis variance) ब्लेअर यांनी केवळ मतदान वर्तनावर नवा प्रकाश टाकला असं नाही तर त्यांनी त्या काळात दक्षिण आशियात क्वचितच वापरल्या जाणाऱ्या व्यामिश्र सांख्यिकीय पद्धतींचाही अवलंब केला.

सार्वत्रिक निवडणुकांच्या भारतभरातील नमुना आधारित अकादमीक अभ्यासाची सुरुवात सेंटर फॉर द स्टडी ऑफ डेव्हलपिंग सोसायटी (सीएसडीएस), दिल्ली येथे १९६०च्या सुमारास झाली. हा अभ्यास 'राष्ट्रीय निवडणूक अभ्यास' (नॅशनल इलेक्शन स्टडी NES) म्हणून ओळखला जातो. १९६७ साली प्रथम भारतातील मतदारसंघांचे राजकीय वर्तन, मत आणि दृष्टिकोन यांचा शास्त्रीय अभ्यास झाला. राष्ट्रीय निवडणूक अभ्यासाचे (NES) तत्काळ प्राथमिक उद्दिष्ट भारतीय मतदारांचं वर्तन व मत यांचं मापन करणं आणि निवडणूक निकाल स्पष्ट करणं हे होतं; पण व्यापक पटलावर इतर अनेक दुय्यम उद्देश होते ज्याचे भारतातील आणि भारताबाहेरील लोकशाही राजकारणाच्या विद्यार्थ्यांसाठी आजही संदर्भमूल्य आहे. राष्ट्रीय निवडणूक अभ्यास १९६७ या अभ्यासाने सीएसडीएस च्या सर्वेक्षण संशोधनास सुरुवात झाली आणि लोकशाही राजकारणाचा अभ्यास करण्यासाठीचा निवडणूक हा एक संदर्भबिंदू मानला जाऊ लागला. १९६७ चा राष्ट्रीय निवडणूक अभ्यास हा राजकीय मत आणि दृष्टिकोन समजून घेण्यासाठी मोठ्या नमुन्याच्या आधारे केला गेलेला पहिला सर्वेक्षण-आधारित राष्ट्रीय पातळीवरील अभ्यास होता. यानंतर याच प्रकारे १९७१ साली राष्ट्रीय निवडणूक अभ्यास पार पडला. १९८० लोकसभा निवडणुकीच्या वेळी सीएसडीएस राष्ट्रीय पातळीवरील सर्वेक्षणाची आखणी करत होती तेव्हा आयआयपीओ ने क्षेत्राभ्यास पार पाडला. ही सारी सर्वेक्षणं ही सीएसडीएस च्या प्राथमिक सर्वेक्षणांच्या वर्गवारीत मोडतात.

या काळात पार पडलेल्या सर्वेक्षणांमधून सीएसडीएस संस्थेत उत्क्रांत होत चाललेल्या सर्वेक्षण परंपरेची नोंद झाली. या सर्वेक्षणांची लक्षणीय वैशिष्ट्ये होतीः संभवनीयता नमुनाकरण (Probability Sampling), सखोल प्रश्नावली आणि काटेकोर क्षेत्राभ्यास. १९६७ सालच्या पहिल्या राष्ट्रीय सर्वेक्षणाने राष्ट्रीय निवडणूक अभ्यासाच्या परंपरेचा पाया घातला कारण या सर्वेक्षणामध्ये स्वयंनिर्धारित राष्ट्रीय संभवनीय नमुना, भारतीय

मतदारसंघांमधील विविधतेनुसार बहुपातळीवरील स्तरीकरणातून ढोबळ नमुना आधारित प्रतिनिधी यांवर लक्ष केंद्रित केले होते. पक्षीय स्पर्धेच्या प्रकारानुसार स्तरीकरणातून ५५ लोकसभा मतदारसंघांची निवड करण्यात आली. या नमुना मतदारसंघांमधील विधानसभा कार्यकक्षा आणि मतदान केंद्रं यांची निवड संभवनीय प्रमाणबद्धतेतून आकार (Probability Proportionate to Size-PPS) या तंत्रातून केली गेली. अखेरीस निवडक मतदान केंद्रातील मतदारयाद्यांमधून ढोबळमानाने प्रतिसादकर्त्यांचा नमुना तयार केला गेला. हे करताना काटेकोरपणे अ-पर्यायी तत्त्वाचा वापर केला गेला.

राष्ट्रीय निवडणूक अभ्यास १९६७ च्या सर्वेक्षणातील सर्वांत महत्त्वाची त्रुटी म्हणजे या सर्वेक्षणातून स्त्रियांना वगळले होते. या त्रुटीचे कारण क्षेत्र-अभ्यासात काही अडचणी गृहीत धरल्या होत्या आणि महिला आणि पुरुष यांच्या मतांमध्ये फारसा फरक नाही, असा समज होता. १९७१ च्या राष्ट्रीय निवडणूक अभ्यासात ही कमतरता भरून काढली गेली आणि स्त्रियांचा सर्वेक्षणात समावेश केला गेला. आजच्या राष्ट्रीय निवडणूक अभ्यासातील नमुन्याच्या तुलनेत तेव्हा निवडलेला नमुना लहान वाटत असला तरी तेव्हाच्या तुलनेत राष्ट्रीय पातळीवरील राजकीय वर्तन आणि दृष्टिकोन आणि त्यातील प्रवाह या साऱ्याचे मापन करण्यासाठी पुरेसा होता. याशिवाय, काटेकोर पद्धतीने नमुना निवडून राष्ट्रीय पातळीवरील तो प्रतिनिधी नमुना असावा, यासाठी प्रयत्न केले गेले. १९७१ च्या राष्ट्रीय निवडणूक अभ्यासाचे व्यवच्छेदक वैशिष्ट्य म्हणजे बहुक्षेत्रीय सर्वेक्षणाला राजकीय वर्तन व दृष्टिकोन तपासण्याच्या अभिजन सर्वेक्षणाची जोड. नमुना निवडीच्या पलीकडे, १९६७ आणि १९७१ च्या राष्ट्रीय निवडणूक अभ्यासांनी संशोधन साधन आणि क्षेत्राभ्यास यांची परंपरा निर्माण केली.

सीएसडीएस च्या या राष्ट्रीय निवडणूक अभ्यासाने २५०-३०० व्यक्तींच्या प्रत्यक्ष तासनतास मुलाखतींची दीर्घ योजना आखून संशोधन साधनंच उपलब्ध केले. ही दीर्घ योजना अनेक व्यापक मुद्दे विचारात घेऊन तयार केली होती, केवळ निवडणुकीपुरते ती मर्यादित नव्हती. या सर्वेक्षणांनी राजकीय वर्तन, मत, दृष्टिकोन आणि अगदी शाश्वत मूल्यं यांचे मापन करता यावे या हेतूने अनेक व्यापक मुद्द्यांवर लक्ष केंद्रित केले होते. पार्श्वभूमीवरील घटकांची, निर्धारकांची सविस्तर नोंद प्रतिसादकर्त्याचे सामाजिक खाते तयार करताना घेतली गेली. सर्वेक्षणाची योजना भारतातील प्रमुख भाषांमध्ये काळजीपूर्वक भाषांतरित करून सर्वेक्षण सुरू झाले. क्षेत्र अन्वेषकांची निवड, त्यांचे प्रशिक्षण, क्षेत्रकार्य, माहिती संकलन आणि क्षेत्राभ्यासाचे पर्यवेक्षण हे सारे सीएसडीएस मार्फतच पार पाडले जात होते. १९८०च्या सुमारारा गतदान वर्तन व निवडणुकांचे सर्वेक्षण संशोधन केंद्रीय

बौद्धिक उद्दिष्टाप्रमाणे लक्षणीय, पुरेसे झाले नाही किंवा इतर कुठल्या संस्थेने हे कार्य पुढे करण्याचे योजिले नाही. यामुळे या कामात मोठा खंड पडला आणि सीएसडीएस पुन्हा नव्याने नव्वदच्या दशकाच्या मध्यावर राष्ट्रीय निवडणूक अभ्यासाची सुरुवात केली. सीएसडीएस ही संस्था भारतीय मतदान वर्तनाचा अभ्यास करण्याच्या क्षेत्रातील प्रतिष्ठित अकादमीक संस्था म्हणून ओळखली जाते.

संस्थेच्या वतीने आणखी एक अभ्यास मायरॉन वीनर आणि जॉन ऑसगुड फील्ड यांच्यामार्फत केला गेला. MIT च्या सेंटर फॉर इंटरनॅशनल स्टडीजसाठी त्यांनी अनेक अभ्यास पार पाडले. या प्रकल्पाला 'MIT इंडियन इलेक्शन डाटा प्रोजेक्ट' म्हणून ओळखले जाते. हा प्रकल्प १९६८ च्या वर्षारंभी सुरू झाला. '*स्टडीज इन इलेक्टोरल पॉलिटिक्स इन द इंडियन स्टेट*' या पुस्तकात त्यांनी आपल्या माहितीचे संकलन केले आहे. त्यांच्या प्रकल्पाचे मुख्य उद्दिष्ट हे भारतातील १९५२ पासूनच्या निवडणुकांचा संगणक-आधारित अभ्यास प्रसिद्ध करणे हे होते. भारतातील राज्यांच्या विधानसभा मतदारसंघांवर त्यांनी आपले लक्ष केंद्रित केले होते ज्यामध्ये सुमारे ३०००हून अधिक मतदारसंघांचा समावेश होता (फील्ड, ऑसगुड आणि वीनर, १९७७). हे संगणक विश्लेषण असल्याने वीनर आणि फील्ड यांना माहितीचे संकलन फाइलमध्ये करावे लागले, अभ्यासलेल्या संकल्पनांचे मापनामध्ये रूपांतर करावे लागले आणि विविध मतदारसंघांची तुलना कशी करायची या प्रश्नाचे निराकरण करावे लागले. तांत्रिक समस्या आल्याच्या अपरिहार्यतेतून त्यांनी निर्धारित केलेल्या उद्दिष्टांचे त्यांना पुनर्मूल्यांकन करणे भाग पाडले. जी माहिती ते संकलित करत होते ती त्यांना आता अशा रूपात हवी होती की जिचा भारत आणि अमेरिकेतील बुद्धिवंत वापर करू शकतील.

भारतातील क्षेत्र तज्ज्ञांना आणि निवडणुकीय वर्तनाचे मापन करण्यात रस असलेल्या इच्छुक व्यक्तींना रस वाटेल अशा एका 'प्रायोगिक' अभ्यासाची त्यांनी आखणी केली. हे प्रायोगिक अभ्यास दोन गटांमध्ये मोडतातः निवडणुकीय वर्तन व आधुनिकीकरणाच्या संदर्भातील काही बाबी यांचा सहसंबंध आणि भारतीय राजकारणातील भेदरेषांचे व पक्षांच्या आणि निवडणुकांच्या जाहीरनाम्यांचे परीक्षण (फील्ड, ऑसगुड आणि वीनर, १९७७). पहिल्या गटासाठी फील्ड आणि वीनर यांनी जनगणना आणि समाज-आर्थिक तपशील यांचा वापर केला. या गटामध्ये राष्ट्रीय निवडणुकीय प्रवाह कसे प्रादेशिक घटकांच्या प्रवाहांसोबत जुळतात आणि भौगोलिक स्थानाचा मतदारसंघावर कसा प्रभाव पडतो याचा त्यांनी अभ्यास केला. दुसऱ्या गटात, भेदरेषांचा अभ्यास करण्यासाठी त्यांनी जात, धर्म, प्रदेश, शहरी-ग्रामीण भेद, भाषा या घटकांचे परीक्षण केले. फील्ड आणि वीनर

यांनी प्रामुख्याने वैचारिक भेदरेषा, प्रादेशिक भेदरेषा आणि वांशिक भेदरेषा अशा तीन भेदरेषांचे परीक्षण आपल्या प्रायोगिक अभ्यासातून केले. तमिळनाडूमधील सांस्कृतिक राष्ट्रवाद, पंजाबमधील धर्माधिष्ठित पक्ष, म्हैसूर आणि उत्तर-प्रदेशातील जातीवजा फुटीतून वैमनस्य आदी गोष्टींवर त्यांनी लक्ष केंद्रित केले. या सर्व अभ्यासादरम्यान सहभागाची साधनं आणि स्पर्धात्मकता समान राहील, असा त्यांनी प्रयत्न केला. जून १९७२ मध्ये त्यांनी या अभ्यासांची प्राथमिक आवृत्ती जाहीर केली.

## १९९० च्या सुमारास निवडणूक सर्वेक्षणांचा वाढता आलेख:

१९८० च्या सुमारास मतदान सर्वेक्षणांची लोकप्रियता वाढू लागली जेव्हा डॉ. प्रणव रॉय यांनी देशातील मतदारांचा कल लक्षात घेण्यासाठी निवडणुकांच्या दरम्यान मतदान सर्वेक्षण घेण्यास सुरुवात केली. निवडणुकांचा अभ्यास करण्यासाठी मतदान सर्वेक्षण हे साधन शास्त्रीय साधन म्हणून वापरून जागांचा आणि संख्यांचा अंदाज वर्तवणे, असा डॉ. रॉय यांचा प्रयत्न होता. यासाठी १९८९ मध्ये डॉ. रॉय यांनी मार्केटिंग ॲन्ड रिसर्च ग्रुप (MARG) यांच्या सोबत काम केले आणि ७७००० मतदार मतदान केंद्रातून बाहेर पडताच त्यांची मुलाखत घेऊन एक्झिट पोल त्यांनी पार पाडला. यानुसार काँग्रेसच्या विजयाचे त्यांनी भाकीत केले. निवडणुकांच्या निकालांनी त्यावर शिक्कामोर्तब केले. मागील निवडणुकीच्या तुलनेत मतांचा साधारण फायदा तोटा याच्या आधारे 'मतांमधील लक्षणीय बदल'(Vote Swing) हा शब्द लोकप्रिय झाला आणि डॉ. प्रणव रॉय हे नाव टीव्ही प्रेक्षकांच्या घराघरात पोहोचलं. डॉ. रॉय यांनी पुढाकार घेऊन सुरू केलेला हा उपक्रम इतर अनेक माध्यमांनी राबवायला सुरुवात केली आणि मतं सर्वेक्षणांचा १९९० नंतरचा चढता आलेख राहिला. देशभरात मतदारांचं मत आणि वर्तन यांचं मापन करण्यासाठी निवडणुकीय सर्वेक्षणं आणि एक्झिट पोल्स लोकप्रिय झाली.

१९९० च्या सुमारास भारतातील निवडणूक सर्वेक्षणं लोकप्रिय होण्यास अनेक घटक कारणीभूत होते; पण प्रचंड वेगाने त्यांचा विस्तार होण्यास तीन महत्त्वाचे घटक कारणीभूत ठरले: अ) मतदार आणि राजकीय पक्ष यांच्यामध्ये कोण जिंकेल, हरेल आणि प्रमुख राजकीय पक्षाला किती जागा मिळतील याविषयीची उत्सुकता निर्माण झाली. ब) राजकीय पक्षांना निवडणूक-पूर्व सर्वेक्षणांमधून विविध समाज घटकांचं मतदान वर्तन आणि राजकीय प्राधान्यक्रम समजू लागले. विविध मतदारसंघात पक्षाची जिंकण्याची शक्यता, सुरुवातीचे कल आणि उमेदवारांची जिंकण्याची शक्यता निवडणुकीय माहितीतून स्पष्ट होऊ लागली.

या माहिती केवळ वेगवेगळ्या जागी कोणत्या उमेदवारास तिकीट द्यावे, यासाठी महत्त्वाची नव्हती तर एकूणात निवडणुकीय प्रचार मोहीम कशा प्रकारे आखली जावी, यासाठी ती अधिक महत्त्वपूर्ण होती. क) माध्यमांसाठी मतदारांच्या मतदान वर्तनाचा आणि दृष्टिकोनाचा मोठा माहितीचा साठा उपलब्ध होऊ लागला ज्याच्याद्वारे विश्लेषण आणि जागांसाठीचे अंदाज करणे शक्य होऊ लागले. निवडणूक निकाल जाणून घेण्याच्या माध्यमांच्या उत्सुकतेतून जागांचे अंदाज आणि निवडणुकांचे अनुमान वर्तवणारे निवडणूक अभ्यास सर्वत्र सुरू झाले नि अतिशय लोकप्रिय झाले.

एकविसाव्या शतकाच्या सुरुवातीला मतदान सर्वेक्षण उद्योगाची आणखी वाढ झाली. निवडणुकांच्या दरम्यान माध्यमांनी बाजार संशोधन संस्थांकडून निवडणूक सर्वेक्षणं करवून घ्यायला सुरुवात केली. मतदारांचा कल समजून घेण्यासाठी नि निकालाचा अंदाज वर्तवण्यासाठी विविध मत सर्वेक्षणं पार पाडली जाऊ लागली. AC नेल्सन, ORG, MARG या बाजार संस्थाव्यतिरिक्त सेंटर फॉर मीडिया स्टडीज, डेव्हलपमेंट ॲन्ड रिसर्च सर्व्हिसेस, सी व्होटर्स यांसारख्या नव्या संस्थांनीही भारतीय मतदारसंघातील मतदान वर्तन समजून घेण्यासाठी मतदान सर्वेक्षण, एक्झिट पोल्स उद्योगात प्रवेश केला. या दशकात एक्झिट पोल्स हा शब्द परवलीचा झाला आणि कोणता पक्ष किती जागांसह जिंकेल, सरकार स्थापन करण्यासाठी कोण कोणासोबत आघाडी करेल, याचे अंदाज नियमितपणे व्यक्त केले जाऊ लागले. छापील माध्यमांचा विचार करता, *इंडिया टुडे* ने प्रथम १९८९ मध्ये मतदान सर्वेक्षण पार पाडून अहवाल प्रसिद्ध केला होता. तेव्हापासून इंडिया टुडे प्रत्येक महत्त्वाच्या निवडणुकीचं मत सर्वेक्षण आणि जागांचा अंदाज व्यक्त करणं या बाबी सातत्याने करत आहे. या काळातील निवडणूक-पूर्व सर्वेक्षणामध्ये मतदारांची निवडणुकीय पसंती, राजकीय नेत्यांच्या लोकप्रियतेचा निर्देशांक, मतदारांची राजकीय विषयांबाबतचं मतं, जागांचा अंदाज यांवर अधिक लक्ष केंद्रित केले होते. २००४ आणि २००९ या शेवटच्या दोन्ही निवडणुकांमध्ये सर्व वृत्तवाहिन्यांनी आणि छापील माध्यमांनी मतदान सर्वेक्षणाचे काम बाजार संशोधन संस्थांकडे सोपवले होते. संकलित माहिती, लोकमततज्ज्ञ, निवडणूक तज्ज्ञ यांची मतं या आधारे जागांचे अंदाज वर्तवले गेले. २००४ साली हे अंदाज पूर्णतः चुकले तर २००९ मध्ये अचूक अंदाज नसले तरी निकालाच्या योग्य दिशेचे त्यांनी सूचन केले.

१९९०च्या सुमारास राजकीय पक्षांनी मतदारांचे मत आणि दृष्टिकोन समजून घेण्यासाठी आणि राजकीय वास्तवाचा अदमास घेण्यासाठी मतदान सर्वेक्षण संस्थांकडे सर्वेक्षणाचे काम सोपवले. १९९६ साली काँग्रेसने गुप्त पद्धतीने राष्ट्रीय पातळीवर सर्वेक्षण

करण्याचा प्रयत्न केला मात्र असं सर्वेक्षण होत असल्याचं माध्यमांमधून उघडकीस आल्यानंतर त्यावर नेहमीप्रमाणे कंटाळवाणा हलकल्लोळ झाला आणि सर्वेक्षण वादग्रस्त झाले. भाजपने मात्र अंतर्गत सर्वेक्षण केले आणि जाहीररित्या ते मान्यही केले. राजकीय पक्षांनी मतदान सर्वेक्षण घेण्यासाठीची कारणं सारांश रूपात प्रमोद महाजनांनी सांगितली होती. ते म्हणाले होते, आता बाजार सर्वेक्षण मोठ्या प्रमाणावर पार पाडली जातील आणि ही सर्वेक्षणं स्वतंत्र आणि शास्त्रीय पद्धतीने महत्त्वाचे तपशील समोर आणत आहेत, असे सांगितले जाईल. ही सर्वेक्षणं पक्षीय संघटनेच्या जाळ्यापेक्षा स्वतंत्र असल्याने पक्षाला अगोदर काय माहिती आहे, याची खात्री करण्याकडे त्यांचा कल असतो. बाजार सर्वेक्षणं आपल्याला निवडणुकीतील महत्त्वाचे मुद्दे काय आहेत, याविषयी माहिती देतात. मतदारसंघांची बांधणी, बालेकिल्ले, दुर्बलस्थानं यांची साधारण कल्पना देतात. या माहितीच्या आधारे पक्ष राजकीय सभांची आखणी करतो आणि जाहिरात व प्रचार मोहीम यांचे नियोजन करतो (घोष, १९९६). प्रमोद महाजनांनी व्यक्त केलेल्या मताच्या अगदी उलट योगेंद्र यादव यांचं मत आहे. ते म्हणतात जेव्हा राजकीय प्रक्रिया अपयशी ठरते तेव्हा बाजाराचं आगमन होतं. लोकशाही प्रक्रियेचा दिवसेंदिवस-ऱ्हास होतो आहे आणि नेत्यांना लोकांविषयी फार कमी माहिती असते कारण पक्षामध्ये तंत्राचा अभाव. तळागाळातून माहिती मिळण्याचे स्रोत अरुंद होत असताना वस्तुनिष्ठ सर्वेक्षणाच्या माध्यमातून सत्यापर्यंत पोहोचणे जरुरीचे ठरते (घोष १९९६).

यामुळे अनेक पक्षांनी तळागाळातील वास्तव समजून घेण्यासाठी सर्वेक्षणं सुरू केली आहेत. काही राजकीय व्यक्ती त्यांच्या वैयक्तिक पातळीवर आपापल्या मतदारसंघात सर्वेक्षण पार पाडत आहेत. काही वेळा उमेदवारीचे तिकीट मिळावे म्हणून सर्वेक्षणातील लोकप्रियतेबाबतची तथ्यं मांडली जातात. असं असलं तरीही राजकीय पक्षांसाठी आणि उमेदवारांसाठी होणाऱ्या मतदान सर्वेक्षणांचा गैरवापर केला जातो, असं दिसतं. सेंटर फॉर मीडिया स्टडीजचे एन. भास्कर राव म्हणाले होते की मतदान सर्वेक्षण उद्योगात गैरवापर करण्याची मोठी संधी आहे. बऱ्याचदा अपेक्षित निष्कर्ष प्राप्त करण्यासाठी राजकारणी या सर्वेक्षणांचा वापर करतात. व्यावसायिक कार्यापेक्षा हा उद्योग पैसा मिळवण्याचं यंत्र झालेलं आहे. ज्या पद्धती यासाठी वापरल्या जातात त्यात तत्काळ सुधारणा होण्याची आवश्यकता आहे. अनेकदा सर्वेक्षणांमध्ये नमुना सांगितलाही जात नाही; मात्र अगदी किमान अभ्यासावर पूर्ण भारतभराचं राष्ट्रीय पातळीवरील चित्र दाखवण्याचा प्रयत्न केला जातो. खरंतर अशा अभ्यासांना पैसे देऊन पक्षातील आपला प्रभाव वाढवण्याचा

प्रयत्न सत्तेचे दलाल सातत्याने करत असतात कारण या साऱ्या प्रक्रियेत मोठ्या प्रमाणात पैशाचं वहन होत आहे (घोष, १९९६).

१९८० च्या दरम्यान खंडित झालेले सीएसडीएस ची सर्वेक्षणं १९९०च्या दशकाच्या मध्यावर पुन्हा सुरू करण्यात आली. सीएसडीएस येथे तुलनात्मक लोकशाहीच्या अभ्यासासाठी सुरू केलेला 'लोकनीती' हा कार्यक्रम आणि सबंध भारतभरातील राज्यशास्त्रज्ञांचं १९९५ मधील संघटन यांमुळे १९९६ साली राष्ट्रीय निवडणूक अभ्यासाची आखणी करणे संस्थेला शक्य झाले. या अभ्यासाने तीन अवस्थांवर लक्ष केंद्रित केलेः पॅनल रचना नमुन्याचा वापर करत निवडणूक-पूर्व, प्रचाराच्या मध्यावर आणि निवडणुकोत्तर अवस्था यांचा अभ्यास केला. यासोबतच लोकनीतीने १७६०४ लोकांचा मोठा नमुना घेऊन एक्झिट पोल पार पाडला. हा अभ्यास अकादमीक वर्तुळात आणि माध्यमांमध्ये मोठ्या प्रमाणावर चर्चिला गेला. हा अभ्यास पुढील अनेक संशोधनांसाठीचा पाया ठरला आणि एकूणात भारताच्या राजकारणाविषयी सर्वसाधारण विश्लेषण करतानाही या अभ्यासाचा संदर्भ दिला गेला. राष्ट्रीय निवडणूक अभ्यास १९९८ च्या वेळी निवडणूक-पूर्व आणि निवडणुकोत्तर सर्वेक्षणं असा दोन टप्प्यात अभ्यास केला गेला. राष्ट्रीय निवडणूक अभ्यास १९९६ च्या नमुन्यातील प्रतिसादकर्त्यांच्या पॅनलला पुन्हा भेट देऊन त्यांची मतं जाणून घेण्याचा यावेळी प्रयत्न केला गेला. लगेच १९९९ च्या सार्वत्रिक निवडणुका जाहीर झाल्याने यावेळी मात्र केवळ निवडणुकोत्तर सर्वेक्षण केले गेले कारण आधीच्या माहिती संकलनाचे संदर्भमूल्य टिकून होते. यावेळी १९९६ आणि १९९८ निवडणुकांच्या वेळी आधी भेटलेल्या प्रतिसादकर्त्यांच्या पॅनल नमुन्याच्या आधारे मुलाखती घेण्यात आल्या. त्यामुळे तीन वर्षांच्या काळात ६ अवस्थांमध्ये सर्वेक्षणं पार पडली.

सीएसडीएस मधील सर्वेक्षणांच्या उत्क्रांत होत गेलेल्या प्रवासास समजून घ्यायचे असल्यास राष्ट्रीय निवडणूक अभ्यासाचे साधारण तीन टप्प्यांमध्ये वर्गीकरण करता येईल. १९६७, १९७१ आणि १९८० साली झालेली निवडणूक सर्वेक्षणं ही राष्ट्रीय निवडणूक अभ्यासाचा पहिला टप्पा होय, ज्याद्वारे या प्रकारच्या अभ्यासाची सुरुवात झाली. १९९६ ते १९९९ या काळात झालेल्या राष्ट्रीय निवडणूक अभ्यासांच्या शृंखलेतून दुसरा टप्पा वर्गीकृत होतो. राष्ट्रीय निवडणूक अभ्यास २००४ आणि २००९ यातून निवडणूक अभ्यासाचा तिसरा टप्पा दिसून येतो. दुसऱ्या टप्प्यातील (१९९६–१९९९) राष्ट्रीय निवडणूक अभ्यास हा पहिल्या टप्प्याच्या आधारावर उभा होता, या शिवाय काही नवी वैशिष्ट्यं त्यामध्ये समाविष्ट केलेली होती. पहिला

आणि महत्त्वाचा बदल म्हणजे पहिल्या टप्प्याच्या तुलनेत दुपटीने वाढवलेला नमुना. स्व-निर्धारित राष्ट्रीय पातळीवरील नमुना ठरवला गेला. मोठ्या पातळीवर निवडलेला हा नमुना बहुसंख्य राज्यांसाठी आणि एकूणात देशासाठी प्रातिनिधिक असेल, याची खात्री केली गेली. यापूर्वी PPS पद्धत वापरून संसदीय मतदारसंघ आणि विधानसभा मतदारसंघ नमुने निवडले गेले होते. दुसरा बदल म्हणजे पॅनल रचनेसह बहु-अवस्थांमधील सर्वेक्षण. १९९६ च्या राष्ट्रीय निवडणूक अभ्यासातच तीन अवस्थांचा-निवडणूक-पूर्व, प्रचाराच्या मध्यावर आणि निवडणुकोत्तर अशा टप्प्यांवर सर्वेक्षण केले गेले होते. तिसरा महत्त्वाचा बदल मतदान सर्वेक्षणांच्या प्रक्रियेत केला गेला. दुसऱ्या टप्प्यातील निवडणूक अभ्यासात मतदारांची राजकीय पसंती लक्षात यावी म्हणून बनावट गुप्त मतदान आणि बनावट मतदान पेट्या यांचा वापर केला गेला. पहिल्या टप्प्याच्या तुलनेत या प्रकारच्या बदलांमुळे दुसऱ्या टप्प्यातील राष्ट्रीय निवडणूक अभ्यासात मतदानाच्या टक्केवारीत अधिक अचूकता आली.

राष्ट्रीय निवडणूक अभ्यासाच्या दुसऱ्या टप्प्यात अकादमीक निधीवरील आपल्या अवलंबित्वाच्या ऐवजी माध्यमांकडून निधी मिळवण्यात संस्था यशस्वी ठरली. १९९६ ते १९९९ या काळात द हिंदू, इंडिया टुडे, फ्रंटलाइन, द इकॉनॉमिस्ट यांनी निधीबाबतची मदत केली. गरजेच्या किमान वेळात, राष्ट्रीय निवडणूक अभ्यासाच्या उत्तरदायित्वाची खातरजमा करताना माध्यमांच्या पाठिंब्यामुळे अभ्यासाकडे अधिक लक्ष वेधले गेले. सीएसडीएस च्या सर्वेक्षणांच्या तिसऱ्या टप्प्याची सुरुवात २००४ च्या राष्ट्रीय निवडणूक अभ्यासाने होते. हा अभ्यास निवडणुकोत्तर होता. यामध्ये प्रतिसादकर्त्यांची मुलाखत मतदान झाल्यावर आणि निकाल येण्याआधी घेतली गेली. निवडणूक नमुन्याचा आकार जरी मोठा असला तरी स्वयंनिर्धारित राष्ट्रीय संभवनीय नमुन्याऐवजी राज्य पातळीवरील संभवनीय नमुन्याची पद्धत वापरली गेली. नमुना निवडण्याच्या पद्धतीच्या चौकटीतील बदल हा बदलत्या राजकीय वास्तवासोबत केला गेलेला होता कारण राष्ट्रीय पातळीवरील प्रातिनिधिक नमुना राज्य पातळीवरील संभवनीय नमुन्यांच्या एकत्रीकरणातून साधला जातो.

त्यानुसार नमुन्यांचा आकार दुसऱ्या टप्प्यातील निवडणूक अभ्यासाच्या नमुन्यांच्या तिप्पट केला गेला. लहान राज्यांचे यथायोग्य प्रतिनिधित्व व्हावे या हेतूने हा बदल करण्यात आला होता. प्राथमिक नमुनाकरण केंद्र, मतदान केंद्र येथील नमुन्याचा आकार कमी करून अधिक चांगल्या प्रकारचे प्रतिनिधित्व असलेला नमुना मिळवण्याचा प्रयत्न झाला जेणेकरून समूह परिणाम (Cluster Effect) टाळता येईल. विश्लेषणाच्या

परिभाषेत स्व-निर्धारित नमुना वापरणं बंद करणं म्हणजे माहिती संचाच्या राष्ट्रीय पातळीवरील विश्लेषणास मानकांचा वापर करणे होय. राष्ट्रीय निवडणूक अभ्यासाच्या विस्तारात अनेक उपप्रमेयं आहेत. प्रश्नावली ज्या भाषांमध्ये भाषांतरित केली जात असे त्या भाषांची संख्या वाढवण्यात आली. प्रथमच प्रमुख भाषांमधील 'बोलीं'कडे लक्ष दिले गेले. राष्ट्रीय निवडणूक अभ्यासाच्या शृंखलेत प्रथमच स्थानिक मुद्द्यांच्या अनुषंगाने प्रश्न विचारले गेले जेणेकरून राज्य-पातळीवरील माहितीचे विश्लेषण शक्य झाले.

२००९ साली झालेल्या राष्ट्रीय निवडणूक अभ्यासात भारतातीलच नव्हे तर कदाचित जगातील सर्वांत मोठं, सर्वंकष सामाजिक शास्त्रीय सर्वेक्षण सीएसडीएस मार्फत पार पडलं. ५९६५० व्यक्तींना भेटून त्यापैकी ३७३६५ मुलाखती घेऊन हे सर्वेक्षण करण्यात आलं. नमुन्याचा मोठा आकार हा तर महत्त्वाचा बदल होताच, याशिवाय काही नव्या गोष्टी या सर्वेक्षणात सुरू केल्या गेल्याः अ) प्रथमच राष्ट्रीय पातळीवरील सर्वेक्षणामध्ये प्रश्नावलींचे पाच संच 'भंजित नमुना' (Split Sample) सोबत घेऊन सर्वेक्षण ढोबळमानाने निवडक नमुना मतदारांसोबत पार पाडण्यात आले. ब) या वेळी प्रश्नावलींमध्ये इतर अनेक विषयांवर प्रश्न विचारले गेले. अर्थव्यवस्था, सुरक्षितता, जमातवाद, लोकशाही आणि सामाजिक मूल्ये यांसारख्या विषयांवर प्रश्न विचारले गेले. क) २००९ मध्ये पर्यायी प्रतिसादकर्त्यांना मुभा देण्यात आली होती, सर्वेक्षणाच्या या फेरीत मात्र कुठल्याही परिस्थितीत तशी मुभा दिली गेली नाही.

१९९०च्या सुमारासच्या आणि एकविसाव्या शतकाच्या सुरुवातीच्या राष्ट्रीय निवडणूक अभ्यासाची शृंखलेतून अनेक नवे बदल सर्वेक्षण पद्धतीत आले, संशोधन तंत्र आले आणि भारतीय निवडणूक अभ्यासाचा एक मानदंड निर्धारित झाला. भारतीय मतदारांचं वर्तन, मत आणि दृष्टिकोन केवळ सामाजिक, राजकीय चौकटीत मोजले गेले नाही तर बहुमितीय, बहुस्तरीय विभक्त घटकांच्या आधारे विश्लेषण झाले. राष्ट्रीय निवडणूक अभ्यासाच्या शृंखलेव्यतिरिक्त सीएसडीएस मार्फत राज्य विधानसभांसाठीची सर्वेक्षणंही गेल्या दशकात पार पडू लागली आहेत. १९९६ ते २००९ या काळात काही अपवाद वगळता जवळपास प्रत्येक राज्यात एकदा तरी सर्वेक्षणाचा टप्पा पार पडला आहे ज्यातून विधानसभा निवडणुकांच्या वेळच्या मतदान वर्तनाचे मापन केले आहे. या विस्तृत निवडणूक अभ्यासाच्या पलीकडे सीएसडीएस संस्थेने २००४ ते २००९ या दरम्यान सर्वेक्षण पद्धत संशोधनाविषयी कार्य सुरू केले. गेल्या पाच वर्षातील

सीएसडीएस ने व्यक्त केलेले अंदाजांची यशस्विता संमिश्र राहिली आहे. अगदी अचूक अंदाज व्यक्त करण्यात ७० टक्के वेळा यश प्राप्त झाले आहे.

## केस स्टडीज आणि निवडणुकीय वंशशास्त्रीय अभ्यास

निवडणूक अभ्यासांचा ऐतिहासिक आढावा घेताना भारतातील मतदारांचे वर्तन आणि दृष्टिकोन यांचे मापन करताना सर्वेक्षण पद्धत हीच लोकप्रिय पद्धत होती आणि आहे असे दिसते. सर्वेक्षण पद्धतीशिवाय, मतदारांच्या वर्तन व दृष्टिकोन मापनासाठी मतदारसंघ अभ्यासांची आणि वंशशास्त्रीय अभ्यासांची उदाहरणं मोजकी होती. राज्यशास्त्रज्ञांनी मतदारांचा मतदारसंघ अभ्यास पद्धतींनी केला तर भारतातील बहुतेक समाजशास्त्रज्ञांनी आणि सामाजिक वंशशास्त्रज्ञांनी सहभागी निरीक्षण पद्धतीचा अवलंब करून वंशशास्त्रीय अभ्यास केला. केस स्टडीचा वापर करण्यात पॉल ब्रास यांचं नाव प्रथम घेतलं जात. त्यांनी उत्तर प्रदेशातील १९७७ आणि १९८० च्या निवडणुकांच्या वेळी केस स्टडी पद्धतीचा अवलंब केला. राज्यातील निवडक पाच मतदारसंघांमध्ये त्यांनी तपशीलवार निरीक्षण-आधारित क्षेत्रकार्य संशोधन केले. सुब्रत मित्रा यांनी लोकसभा आणि विधानसभा निवडणुकांच्या वेळी १९७९ साली ओरिसातील एका गावामध्ये केस स्टडी केला. या दोन्ही अभ्यासांनी निवडणुकांचे सर्वंकष निरीक्षण आणि स्थानिक पातळीवरील तपशीलवार निरीक्षण यांच्यासाठीची पद्धतच निर्धारित केली.

निवडणुकीय वर्तनाचा सहभागी निरीक्षण पद्धतीतून अभ्यास करण्याचा प्रयत्न आघाडीचे समाजशास्त्रज्ञ एम. एन. श्रीनिवास आणि ए. एम. शाह यांनी १९६०च्या आसपास केला. वंशशास्त्रज्ञांनीही निवडणुकीतील प्रतीकात्मक बाबी आणि तदनुषंगिक घटना यांच्यावर लक्ष केंद्रित करून निवडणुकीय वर्तन समजून घेण्यासाठी निवडणुकीय वंशशास्त्रीय अभ्यास केले. हौसर आणि सिंगर यांनी निरीक्षण पद्धतीचा अवलंब करत १९८० मध्ये बिहारमधील दोन निवडणुकांचा अभ्यास केला. २००७ साली राज्य विधानसभा निवडणुकांच्या वेळी पश्चिम बंगालमधील गावामध्ये मुकुलिका बॅनर्जी यांनी वंशशास्त्रीय अभ्यास केला. या अभ्यासांचा मतदारांच्या निवडणुकीय वर्तनाच्या सहभागी पद्धतीवर अधिक भर होता आणि निवडणुकांच्या संदर्भातील गुणात्मक बाबींविषयी त्यांनी अधिक लक्ष केंद्रित केले. हे स्थानिक अभ्यास आपापल्या चौकटीपुरतेच मर्यादित होते आणि त्यामुळेच व्यापक पटलावरील राजकीय व्यामिश्र प्रक्रियांचे स्पष्टीकरण त्यांना देता आले नाही. निवडणुकीतून प्रमुख भागीदारांचं मत समजून घेण्यात आणि मतदारांच मतदान वर्तन सांख्यिकीय पातळीवर मांडण्यात हे अभ्यास अपयशी ठरले. वंशशास्त्रज्ञ जेव्हा

निवडणुकांचा अभ्यास करायचे ठरवतात तेव्हा बहुतेक वेळा ते समाज-आर्थिक तपशील, लोकसंख्या यांसारख्या सांख्यिकीय बाबींकडे दुर्लक्ष करतात (शाह आणि श्रीनिवास, २००७).

२००९ च्या लोकसभा निवडणुकीच्या वेळी भारतातील १२ ठिकाणी केलेल्या वंशशास्त्रीय अभ्यासाच्या आधारे निवडणूक अभ्यासण्यासाठीचा नवा दृष्टिकोन शोधण्याचा प्रयत्न केला गेला. युनिव्हर्सिटी कॉलेज लंडनच्या डॉ. मुकुलिका बॅनर्जी आणि सीएसडीएस, दिल्ली यांच्या संयुक्त विद्यमाने 'तुलनात्मक निवडणुकीय वंशशास्त्रीय प्रकल्प' पार पडला. या अभ्यासाचा उद्देश भारतीय निवडणुकांचा तुलनात्मक अभ्यास मोठ्या नमुन्यावर आधारित सर्वेक्षणातील सबळस्थान आणि स्थानिक निरीक्षण अन्वेषण पद्धत यांच्या एकत्रीकरणातून करणे, असा होता. डॉ. बॅनर्जी यांच्या मते तुलनात्मक निवडणुकीय वंशशास्त्रीय अभ्यासाचा फायदा हा भारतीय निवडणुकांच्या अभ्यासातील विद्याशाखीय सबळस्थान आणि पद्धतीशास्त्रीय दृष्टिकोन यांचा सांख्यिकीय आणि गुणात्मक दोन्ही अंगांनी वापर करता येतो. एकीकडे सर्वेक्षणं निवडणुकांमधील प्रवाह आणि वरपांगी विरोधाभास निदर्शनास आणून देतात तर दुसरीकडे वंशशास्त्रज्ञ निवडणुकीय अनुभव आणि त्यांचा अर्थ यांवर प्रकाश टाकत पूरक आव्हानात्मक दृष्टी देणारा अभ्यास करतात. भारतीय निवडणूक अभ्यासांसाठी या दोन्ही दृष्टिकोनांमधील सर्वोत्तम बाबींची जोड असणे गरजेचे आहे जेणेकरून इतरही दृष्टिकोनांचे सम्मीलन घडवून नवा दृष्टिकोन निर्माण होऊ शकेल.

डॉ. बॅनर्जींच्या मते, 'संख्यांचा खेळ' असल्याप्रमाणे निवडणुकांचा शुष्क सांख्यिकीय घटनांप्रमाणे अभ्यास करता कामा नये. या प्रकल्पात निकाल, निवडणुका यांचा अभ्यास सर्वांगाने सांस्कृतिक आणि विश्वोत्पतिशास्त्रीय अर्थ ध्यानात घेऊन करायला हवा कारण हा लोकशाही भारतातील आधुनिक आणि धर्मनिरपेक्ष सोहळा आहे. त्यामुळे हा अभ्यास भारतातील निवडणुकांच्या आणि एकूणच स्थानिक बदलांच्या पलीकडे समग्र समकालीन भारताच्या लोकशाहीविषयी सामाजिक राजकीय आणि सांस्कृतिक जीवनात नवीन, तुलनात्मक आकलन असलेली सामूहिक दृष्टी निर्माण करेल. या अभ्यासाचा उद्देश एकाच वेळी सहभागी निरीक्षकांच्या मार्फत विविध ठिकाणच्या निवडणूक प्रक्रिया आणि लोकसहभाग यांविषयीच्या अभ्यासातून भारतातील निवडणूक अनुभवाच्या विविधतेला कवेत घेणे असा होता. याचा उद्देश अगदी उमेदवारीची निवडणुकीय स्पर्धा, प्रचार, माध्यम वृत्तांकन ते मतदान आणि निकाल इथपर्यंत सर्व बाबी समजून घेणे, असा होता. या अभ्यासाने खालील संशोधन प्रश्नांना संबोधित केलेः अ) लोक मतदान का करतात?

ब) मतदान केंद्राची संस्कृती कोणत्या स्वरूपाची आहे? क) मतदानाची भाषा आणि राजकारणाची, सहभागाची परिभाषा काय आहे? ड) भारतातील वैशिष्ट्यपूर्ण निवडणुकीय प्रचार मोहीम काय आहे? इ) निवडणुकांच्या दरम्यान माध्यमांची भूमिका काय आहे?

या अभ्यासाने अनेक संशोधन साधनांचे उपयोजन केले जसे की: अ) मुख्य उमेदवार आणि मतदारांच्या सखोल मुलाखती ब) सभांमध्ये उमेदवारांनी केलेल्या भाषणांचे दृक-श्राव्य मुद्रण क) सभेच्या ठिकाणीच त्या भाषणाच्या आशय आणि शैली याविषयक संबोधित केलेल्या प्रेक्षक श्रोत्यांच्या मुलाखती ड) राजकारण्यांच्या राजकीय शैलीचं आणि राजकीय संदेशाचं तपशीलवार आशय विश्लेषण इ) वृत्तांकन, अहवाल, बातम्या कशा प्रकारे तयार होतात, प्रसिद्ध होतात याचे जवळून निरीक्षण करण्यासाठी स्टाफबाहेरील वार्ताहरामार्फत टीव्ही कव्हरेज फ) रेडिओ, टीव्ही आणि वृत्तपत्र यांचा वापर करण्याबाबतची नोंद घेण्याकरिता निवडक नमुन्यातील मतदारांच्या मुलाखती.

# ३

# मत निवडीच्या मापनाच्या विविध पद्धती

मतदान वर्तनाच्या मापनासाठी वापरण्यात येणाऱ्या साधनांवरून मतदान वर्तनाच्या मापनातील अचूकतेचे प्रमाण निर्धारित होते. मतदान वर्तनाच्या मापनासाठी विविध पद्धती वापरल्या जातात. प्रत्येक पद्धतीचे काही फायदेतोटे आहेत. सर्वेक्षणाची पद्धत ही सर्वोत्तम मानली जाते जेव्हा सर्वेक्षण हे विस्तृत ठिकाणच्या, राज्यांच्या आणि मोठ्या भौगोलिक प्रदेशातील मतदारांच्या वर्तन मापनासाठी केले जाते. जर उद्दिष्ट हे एक मतदारसंघ, एक गाव, एक नगर किंवा काही मतदारसंघ यांच्यापुरते सीमित असेल तर मतदारसंघ अभ्यास ही पद्धत एका मतदारसंघातील मतदान वर्तन मापनासाठी चांगली पद्धत ठरू शकते. संशोधकाने अधिकाधिक काळ त्या विशिष्ट ठिकाणी व्यतीत करून त्या ठिकाणच्या मतदान वर्तनाची व्यामिश्रता, त्यातील सूक्ष्म बारकावे समजून घेणं उपयुक्त ठरू शकतं. पण विविध मतदारसंघांमधील मतदारांच्या वर्तनाचा अभ्यास करावयाचा असेल तर प्रत्येक ठिकाणी राहणं संशोधकास अशक्य आहे. अशा वेळी संशोधक त्या त्या ठिकाणच्या एखाद्या व्यक्तीवर विसंबून राहतो. ही व्यक्ती माहिती संकलित करते आणि ती माहिती संशोधकाच्या मतदान वर्तन मापनाच्या विश्लेषणास साहाय्यभूत ठरते. अशा वेळी संशोधकासमोर मोठा प्रश्न निर्माण होतो-त्याच्या वतीने माहिती संकलन करणाऱ्या व्यक्ती सर्व माहिती संकलित करत आहेत काय आणि ती समान स्वरूपात, विहित नमुन्यात संकलित होत आहे काय? आकलन, तुलना आणि विश्लेषण यांसाठी ही सर्व माहिती एका विहित नमुन्यात संकलित करणं इष्ट ठरते. माहिती संकलन आणि विश्लेषण यांसाठी प्रमाणीकरणाची आवश्यकता असते. मतदान वर्तनाचे मापन करण्यासाठी सर्वेक्षण पद्धत वापरल्यानंतर हे प्रमाणीकरण करता येऊ शकते.

म्हणूनच मतदान वर्तन व दृष्टिकोन यांच्या मापनाकरिता विविध भागातील मतदारांचं सर्वेक्षण ही परिणामकारक संशोधक पद्धत आहे.

मतदान वर्तन मापनासाठीच्या वेगवेगळ्या सर्वेक्षणांपैकी मतदानाच्या दिवशी होणारे एक्झिट पोल्स भारतात सर्वाधिक लोकप्रिय आहेत. इतर लोकशाही देशांमध्येही एक्झिट पोल्स लोकप्रिय आहेत आणि मतदान वर्तनाचं विश्लेषण करण्यासाठी त्यांचा मोठ्या प्रमाणावर वापर होतो. असं असलं तरीही निवडणूक पूर्व सर्वेक्षणांनी अकादमीक विश्वाचं आणि माध्यमांचं लक्ष वेधून घेतलं आहे. गेल्या पाच वर्षात निवडणूक-पूर्व सर्वेक्षणं आणि एक्झिट पोल्स यांच्या आधारे मोठ्या प्रमाणावर मतदारांच्या मतदान वर्तनाचे विश्लेषण करण्याचा प्रयत्न झाला. त्याच्या आधारे मतदारांच्या मतपसंतीनुसार निवडणुकांचे अंदाजही व्यक्त केले गेले. निवडणूक-पूर्व आणि एक्झिट पोल्स यांच्या आधारे मागील दोन लोकसभेच्या निवडणुकांचे अंदाज फारसे गुणवत्तापूर्ण नव्हते त्यामुळे मतदारांच्या वर्तनाच्या मापनासाठी वापरण्यात येणाऱ्या सर्वेक्षणांच्या विश्वसनीयतेविषयी शंका निर्माण झाली. उलटपक्षी एक्झिट पोल्सच्या आधारे मतदारांचे हेतू आणि वर्तन यांचे अचूक विश्लेषण इतर देशांमध्ये, विशेषतः अमेरिकेत झाल्याचे दिसते. भारतातील मतदान वर्तनाच्या मापनातील अचूकतेच्या संदर्भात आलेलं अपयश लक्षात घेता, अमेरिकेतील आणि भारतातील सर्वेक्षण पद्धतींचे तुलनात्मक विश्लेषण जरुरीचे ठरते.

यामुळेच आणखी या अनुषंगाने प्रश्न उपस्थित होतात-मतदान वर्तनाच्या मापनाची एक्झिट पोल ही सर्वोत्तम पद्धत आहे की निवडणूक-पूर्व आणि निवडणुकोत्तर सर्वेक्षणं अधिक सुसंगत, योग्य आहेत? एक्झिट पोल्स पार पाडताना भारतात वापरली जाणारी पद्धत ही जगभरातील पद्धतीप्रमाणेच आहे की देशानुसार त्यात काही फरक आहेत? निवडणूक-पूर्व सर्वेक्षण, एक्झिट पोल्स, निवडणुकोत्तर सर्वेक्षण यांपैकी कोणती पद्धत ही पद्धतीशास्त्रीय दृष्ट्या अधिक चांगली, योग्य आहे? या प्रकरणातून या प्रश्नांना संबोधित करत मतदान वर्तनाच्या मापनाच्या तपशीलवार विश्लेषणाचा प्रयत्न केला आहे.

हे प्रकरण साधारण तीन भागात विभागले आहे. मतदान वर्तनाच्या मापनासाठी मतदारांच्या घेण्यात येणाऱ्या मुलाखतींच्या संदर्भात मुलाखतीची विविध तंत्रं याविषयी *पहिला* भाग आहे. इमेलद्वारे मुलाखत, फोनवरून मुलाखत, प्रत्यक्ष मुलाखत, प्रश्नावली मतदारांकडे सोपवून केलेले सर्वेक्षण आणि ऑनलाइन सर्वेक्षण यांवर या भागात लक्ष केंद्रित केले आहे. या प्रकरणात या पद्धतींची वैशिष्ट्ये, लक्षणं आणि दुर्बलस्थानं यांची चर्चा केली आहे. या प्रकरणातील *दुसऱ्या* भागात पहिल्या जगातील मतदान वर्तनाच्या मापनासाठीच्या विविध मतदान सर्वेक्षणांचे सखोल विवेचन केले आहे. इतर अनेक

देशातही लोकप्रिय असलेल्या एक्झिट पोल्सच्या पलीकडे स्नॅप पोल्स, ट्रॅकिंग पोल्स आणि रोलिंग पोल्स अमेरिकेत आणि युरोपमध्ये मोठ्या प्रमाणावर पार पाडले जातात. या विविध सर्वेक्षणांच्या एकमेवाद्वितीय वैशिष्ट्यांसह फायद्या-तोट्यांची चर्चा यात केली गेली आहे. प्रकरणाच्या *शेवटच्या* भागात भारतातील मतदान सर्वेक्षणांच्या लोकप्रिय प्रकारांचे वर्णन करून इतर देशांमधील सर्वेक्षण पद्धतींमधील साधर्म्य आणि वैधर्म्यस्थळं शोधण्याचा प्रयत्न केला आहे. या भागातून भारतीय मतदान सर्वेक्षण हे पाश्चात्त्यांचं तंतोतंत अनुकरण आहे की भारतीय परिस्थितीनुसार त्यात काही बदल केले आहेत, याचं उत्तर देण्याचा प्रयत्न केला आहे. या भागातून भारतीय सर्वेक्षण पद्धतींमधील सबळस्थानं आणि दुर्बलस्थानं यांचा तुलनात्मक विचार केला आहे. भारतातील मतदान उद्योगाच्या वाढ व विकास यांची या पद्धतींद्वारे कशी तपासणी होऊ शकते, हे शोधण्याचा प्रयत्न केला गेला आहे.

## मतदान वर्तनाच्या मापनासाठी मुलाखत तंत्रांचे प्रकार

मतदान वर्तनाच्या मापनासाठी निवडणुकांच्या दरम्यान घेण्यात येण्याऱ्या मुलाखतींचे लोकप्रिय प्रकार—इमेलद्वारे मुलाखत, फोनवरून मुलाखत, प्रत्यक्ष मुलाखत आणि सर्वेंतर्गत मुलाखत तंत्र आणि ऑनलाइन सर्वेक्षण. निवडणुकांच्या काळात विकसनशील राष्ट्रांमधील प्रत्यक्ष मुलाखतीच्या तंत्राच्या तुलनेत विकसित राष्ट्रांमध्ये फोनवरून मुलाखत घेण्याचे प्रमाण अधिक आहे. विकसित राष्ट्रांमध्ये प्रत्यक्ष मुलाखत घेण्याचे प्रमाण कमी असण्याचे कारण-अधिक मनुष्यबळाची गरज आणि खर्चीक प्रक्रिया हे होय. फोनवरून घेण्यात येणाऱ्या मुलाखतीच्या तंत्रात तंत्रज्ञानामुळे अधिक बदल झाले आहेत आणि त्यातून ही प्रक्रिया अधिक विश्वसनीय आणि अचूक झाली आहे. मात्र भारतातील विविध मतदारांच्या मतदान वर्तनाच्या मापनासाठी प्रत्यक्ष मुलाखतीचे तंत्र आजही अधिक लोकप्रिय आहे कारण मतदारसंघातील फोनची सुविधा उपलब्ध असलेल्या नमुन्याची निवड करणं कठीण आहे. माध्यमांनी आणि बाजार संशोधन संस्थांनी फोनवरून मुलाखती घ्यायला आणि ऑनलाइन सर्वेक्षणं सुरू केली असली तरी प्रत्यक्ष मुलाखतीचे तंत्र आजही अधिक लोकप्रिय आहे.

### प्रत्यक्ष मुलाखत

या मुलाखतीच्या प्रकारात मतदारांच्या मोठ्या यादीतून काही मतदारांची निवड केली जाते. ही निवड थेट फोनवरून किंवा मतदार यादीतून किंवा ढोबळमानाने नमुना निवडून

केली जाते. त्यानंतर निवडलेल्या मतदारांच्या घरी जाऊन अथवा त्यांच्या कार्यालयीन ठिकाणी जाऊन प्रत्यक्ष मुलाखत घेतली जाते. निवडणूक सर्वेक्षणासाठी भारतीय निर्वाचन आयोगाने मतदार यादीसोबत मतदारांचे पत्तेही उपलब्ध करून दिले आहेत. विशिष्ट प्रकारे रचना केलेल्या मुलाखतीच्या योजनेतून मतदारांना प्रश्न विचारले जातात, मतदारांनी त्या प्रश्नांची उत्तरं देणं अपेक्षित असतं. प्रत्यक्ष मुलाखतीच्या दरम्यान कुठल्याही परिस्थितीत मतदाराच्या हातात प्रश्नावली दिली जात नाही. प्रशिक्षित क्षेत्र अन्वेषक प्रतिसादकर्त्याची मुलाखत पार पाडतात आणि सर्वेक्षण योजनेत त्याविषयी नोंद करून ठेवतात.

प्रत्यक्ष मुलाखत घेण्याचे विविध फायदे आहेत. मागील काही वर्षात विशेषतः शहरी भागात सर्वेक्षणांमधील रस कमी होत असल्याचे दिसते आहे. यामुळे फोनवरून मुलाखत, इमेलवरून मुलाखत अथवा सर्वेक्षणांतर्गत मुलाखत यातून कुठलाच प्रतिसाद न मिळण्याची शक्यताही वाढते. प्रत्यक्ष मुलाखत तंत्रातून कोणताही प्रतिसाद न मिळण्याची समस्या काही प्रमाणात कमी होते. अन्वेषकाच्या उपस्थितीत मतदाराची प्रत्यक्ष मुलाखतीस स्वेच्छेने सामोरे जाण्याची शक्यता अधिक असते. प्रत्यक्ष मुलाखतीच्या तंत्रामध्ये क्षेत्र अन्वेषकांचे प्रतिसादकर्त्यांवर अधिक नियंत्रण असते. अन्वेषक मतदाराच्या निवडीचे निकष सांगून, मुलाखतीचे उद्देश स्पष्ट करून, त्यांच्या मतांचे महत्त्व विशद करून आणि त्यांच्या माहितीच्या तपशिलाबाबत गुप्तता राखण्याची खात्री देऊन त्यांना मुलाखत देण्यास तयार करू शकतो. प्रत्यक्ष मुलाखतीच्या तंत्रामध्ये क्षेत्र अन्वेषक दृकश्राव्य साधनांचा अथवा फोटोग्राफचा वापर करू शकतो. या माध्यमातून निवडक मतदारांच्या मुलाखतीमधील एकसुरीपणाला फाटा देता येतो.

ज्याप्रमाणे प्रत्यक्ष मुलाखत तंत्राचे काही फायदे आहेत तसंच त्याच्या काही मर्यादाही आहेत. मेल, पत्र किंवा फोन यांच्या तुलनेत प्रत्यक्ष मुलाखतीचे तंत्र खर्चीक असून त्यास अधिक मनुष्यबळाची आवश्यकता असते. इतर मुलाखत तंत्रांहून प्रत्यक्ष मुलाखत तंत्र अधिक वेळखाऊ आणि लांबलचक असते. यासाठी सर्वेक्षण आणि मुलाखत तंत्रात प्रशिक्षित क्षेत्र अन्वेषक आणि पर्यवेक्षक यांची आवश्यकता असते. प्रत्यक्ष मुलाखत तंत्रात पूर्वग्रह आणि सापेक्षता यांच्यामुळे वर्तन मापनात मोठी चूक होऊ शकते. प्रत्यक्ष मुलाखतीच्या तंत्रात मुलाखतकर्ता अन्वेषकास निर्णायक प्रश्न विचारून प्रभावित करू शकतो. मुलाखत विचारणाऱ्या व्यक्तीची देहबोली, पोषाख, हावभाव यातून प्रतिसादकर्ता मुलाखतकर्त्या व्यक्तीस कोणत्या प्रकारची उत्तरं अपेक्षित आहेत, याचा अंदाज बांधून उत्तरं देऊ शकतो. त्यामुळे राजकीयदृष्ट्या योग्य आणि सामाजिकदृष्ट्या स्वीकारार्ह अशी उत्तरं देण्यास मतदार बाध्य होतात.

## मेल अथवा पत्राद्वारे मुलाखत

पत्र अथवा मेलद्वारे मुलाखत घेण्याच्या तंत्रामध्ये सर्वांत प्रथम मतदारांची निवड केली जाते. पत्यांच्या किंवा मतदार यादीतून त्यांचे पत्ते संकलित केले जातात. एकदा मतदारांची मुलाखतीच्या नमुन्याकरिता निवड झाली की त्यांना त्यांच्या निवडीबाबत पूर्वसूचना देणारे पत्र पाठवले जाते. या पत्रानंतर प्रत्यक्ष सर्वेक्षणातील प्रश्नावली मेल अथवा पत्राद्वारे पाठवली जाते. मतदारांनी मेलला किंवा पत्राला उत्तर पाठवून, प्रश्नावली पूर्ण भरून संशोधकास द्यावी, असे अपेक्षित असते. निवडलेल्या नमुन्यातील मतदारांनी दिलेल्या वेळेत उत्तर न दिल्यास त्यास आठवण करून देत पुन्हा पाठवण्याबाबत विनंती सूचना पत्र पाठवले जाते. पहिल्या पत्रानंतरही उत्तर न आल्यास दुसरे पत्र पाठवले जाते. ऑनलाइन मुलाखत घेण्याचे तंत्र अधिक लोकप्रिय होत असले तरीही पत्र पाठवून मुलाखत घेण्याचे तंत्र देशभरात मोठ्या प्रमाणावर वापरले जाते जेणेकरून देशातील बऱ्याच मोठ्या क्षेत्रात संपर्क साधता येऊ शकतो.

मेल/पत्राद्वारे मुलाखत पद्धतीचे काही सबळस्थानं आहेतः या पद्धतीच्या अवलंबासाठी तुलनेने कमी आर्थिक संसाधनांची आवश्यकता असते तसंच तुलनात्मकदृष्ट्या कमी मनुष्यबळाची गरज भासते. त्यामुळेच हे मुलाखत तंत्र मूल्य आणि मनुष्यबळ या दृष्टीने परिणामकारक आहे. कारण या मुलाखत तंत्रामध्ये स्वतः मतदारच आपले प्रतिसाद नोंदवतो आणि ही प्रक्रिया पार पाडण्यासाठी क्षेत्र अन्वेषकांची आवश्यकता नसते. मुलाखत तंत्र प्रशिक्षित तज्ज्ञ नसतील तरी देखील या तंत्राद्वारे मुलाखत पार पाडता येते. मतदार प्रश्नावलीची उत्तरं कोणीच उपस्थित नसताना देऊ शकतो आणि या सर्व प्रक्रियेत गुप्तता पाळणे अधिक शक्य होते. अत्यंत संवेदनशील किंवा सामाजिकदृष्ट्या अनिष्ट समजले जाणारे प्रश्न किंवा गुप्तता बाळगावी लागेल असे प्रश्न या साऱ्या प्रश्नांची उत्तरं देताना मतदारास गुप्तता बाळगता येते, हा भाग या तंत्रात उपयुक्त ठरतो. या साऱ्या प्रक्रियेत अन्वेषकांचा सहभाग नसल्याने मुलाखकर्त्यांचे पूर्वग्रह आणि सापेक्षता मतदारांच्या उत्तरावर प्रभाव टाकू शकत नाही. साधारणपणे प्रत्यक्ष मुलाखतीच्या दरम्यान या प्रकारचा प्रभाव पडण्याची शक्यता असते.

इतर मुलाखत तंत्रांचा विचार करता या मुलाखत तंत्रामध्ये काही अंतर्निहीत दुर्बलस्थानं आहेत. ज्या मतदारयादीतून नमुना पत्त्यांची यादी निवडली जाते ती मतदारयादी अद्ययावत नसल्याने काही मतदार संपर्क कक्षेच्या पल्याड राहण्याची शक्यता असते. त्यामुळे ज्या मतदारांचा पत्ता मतदारयादीमध्ये नोंदवला गेला नाही त्या यादीतून नमुना निवडल्याने

स्वाभाविकच त्यांचा मुलाखतीमध्ये समावेश होत नाही. कुठल्याही वेळी सर्व मतदारांची संपूर्ण पत्यांसह समग्र अद्ययावत यादी प्राप्त होणं कठीण असतं. या मुलाखत तंत्रामध्ये प्रतिसाद न मिळण्याची शक्यताही प्रत्यक्ष मुलाखतीहून अधिक असते कारण आलेल्या पत्राला उत्तर म्हणून पुन्हा प्रतिसाद नोंदवून पत्र पाठवण्याकडे मतदारांचा फारसा कल नसतो. मतदारांना पुन्हा पुन्हा आठवण करूनही हा प्रश्न सुटतोच असे नाही. तिसरी महत्त्वाची बाब म्हणजे या पद्धतीत एक अंतर्निहीत पूर्वग्रह आहे, ज्या प्रतिसादकर्त्या मतदारांना लिहिता वाचता येते, जे सुशिक्षित आहेत, अशाच मतदारांच्या मुलाखती घेता येऊ शकतात. त्यामुळे ही मुलाखत पद्धत विविध आणि सर्व मतदारांच्या मतदान वर्तनाच्या मापनासाठी लागू होत नाही. याशिवाय या पद्धतीमध्ये प्रश्नावलीस उत्तरं नक्की कोणी दिली आहेत, याचेही नियंत्रण असत नाही. निर्वाचित नमुना मतदारांच्या ऐवजी त्यांच्या वतीने दुसरेच कोणी उत्तर देऊ शकते. तशा शक्यता या पद्धतीत आहेत. त्यामुळे प्रश्नावलीस दिल्या गेलेल्या प्रतिसादातून मतदारांचे तसे मत आहे की त्या कुटुंबातील आणखी कुणाचे, याची खात्री कोणी देऊ शकत नाही. बऱ्याचदा निवडणुकांच्या बाबतची सर्वेक्षणं ही कमी काळात पार पाडायची असतात तेव्हा हे मुलाखत तंत्र उपयुक्त ठरत नाही.

## फोनवरून सर्वेक्षण

या मुलाखतीच्या पद्धतीमध्ये निवडक मतदारांची मुलाखत फोनवरून घेतली जाते. मतदारांचा निवडक नमुना फोन क्रमांकांच्या यादीतून निवडला जातो. फोनशी संबंधित तयार केल्या गेलेल्या सॉफ्टवेअर तंत्राच्या आधारे ढोबळमानाने नमुना निवडला जातो. या सॉफ्टवेअरच्या आधारे निवडलेला नमुना साधारणपणे निवडलेल्या नमुन्याइतकाच अचूक असतो. नमुन्यात निवडले गेलेल्या मतदारांची पहिल्या कॉलवर मुलाखत घेतली जाते अन्यथा त्यांच्या सोयीनुसार नंतर घेतली जाते. मुलाखतकर्ते एकतर हा कॉल सर्वेक्षणाच्या विहित नमुन्यात नोंदवतात किंवा कॉम्प्युटरवर रेकॉर्ड करतात. पहिल्या जगातील अनेक देशांमध्ये मतदान वर्तन व दृष्टिकोन मापनासाठी फोनवरून मुलाखत घेण्याचा प्रकार लोकप्रिय आहे, भारतात मात्र अजूनही फोनवरून मुलाखतीचं प्रमाण फारसं वाढलेलं नाही. अनेक मतदारांना टेलिफोन सुविधा उपलब्ध नसल्याने ते शक्य होत नाही.

या पद्धतीने मुलाखत घेण्याची सबळस्थानः अ) निवडणूक अभ्यासाचा विषय विशिष्ट घटकाविषयी असेल व प्रतिसादकर्त्यासाठी रोचक असेल तर प्रतिसादशून्यतेची शक्यता कमी होते. ब) या पद्धतीचा सर्वात मोठा फायदा म्हणजे तत्काळ निष्कर्ष काढता येतात.

विशिष्ट वेळेत प्रत्यक्ष मुलाखतींहून अधिक मुलाखती टेलिफोनद्वारे घेता येतात. टेलिफोनद्वारे संवाद साधला जात असल्याने पर्यवेक्षक मुलाखत नियंत्रित करून काही समस्या असल्यास जागच्या जागी ती सोडवू शकतात. या पद्धतीमधून मतदाराने/प्रतिसादकर्त्यांने सर्व प्रश्नांची उत्तरं द्यावीत, यासाठी प्रोत्साहित करता येते. ही मुलाखत पद्धत प्रतिसादकर्त्यांच्या घरी अथवा कार्यालयीन ठिकाणी इतरांचा प्रभाव आणि हस्तक्षेप टाळण्यासाठी उपयुक्त आहे. क) अनुभवाधारित सर्वेक्षणासाठी प्रत्यक्ष मुलाखतीच्या तुलनेत हे मुलाखत तंत्र स्वस्त आहे.

फोनवरून घेतल्या जाणाऱ्या मुलाखतीमध्ये काही अंतर्निहीत कमतरता आहेत जसे कीः अ) ज्यांचा अभ्यास करावयाचा आहे त्या सर्वच मतदारांकडे टेलिफोन सुविधा नसते आणि त्यामुळे टेलिफोन सुविधा नसलेले मतदार नमुन्यातून यांत्रिक पद्धतीने वगळले जातात. हे मतदार संपर्ककक्षेत न येणं ही गंभीर त्रुटी या पद्धतीमध्ये आहे. ब) काही व्यक्ती या टेलिफोनवरून उत्तर देण्यास अनुत्सुक असतात आणि पर्यायाने प्रतिसादशून्यतेची शक्यता वाढते. क) ज्या यादीतून नमुना निवडला जातो ती फोन क्रमांकाची यादी ही अनेकदा अपुरी असते अथवा अद्ययावत केलेली नसते. ड) टेलिफोन मुलाखत घेण्यासाठी प्रशिक्षित पर्यवेक्षकाची जरुरी असते. अचूक परिणाम प्राप्त करण्यासाठी खरोखर अनुभव असलेला आणि प्रशिक्षित असलेला संशोधक असणे गरजेचे ठरते. इ) या मुलाखतीच्या तंत्रामध्ये मापनामध्ये चूक होण्याची शक्यता अधिक असते. ही चूक प्रतिसाद ऐकताना किंवा वाचताना झालेल्या चुकांमधून किंवा अन्वेषकाने विचारलेल्या प्रश्नापेक्षा वेगळेच काही ऐकून मतदाराने प्रतिसाद दिल्यास उद्भवू शकते. टेलिफोन मुलाखतीमध्ये नमुन्यात निवडलेले मतदार खरोखर त्यांच्या मनातले उत्तर देतीलच अशी खात्री नसते. अनेकदा राजकीयदृष्ट्या योग्य आणि सामाजिकदृष्ट्या स्वीकारार्ह अशी उत्तरं देण्याचा प्रयत्न होताना दिसतो.

निवडणूक सर्वेक्षणाच्या दरम्यान मतदान वर्तनाच्या मापनासाठी या तीन महत्त्वाच्या मुलाखत पद्धतींव्यतिरिक्त इतर काही पद्धतींची सर्वेक्षणं पार पाडली जातात जसं की ड्रॉप ऑफ आणि ऑनलाइन सर्वेक्षण. ड्रॉप ऑफ सर्वेक्षणामध्ये प्रत्यक्ष मुलाखतीस विशिष्ट दृष्टिकोन ठेवून केलेल्या पत्र सर्वेक्षणाची जोड असते. पत्र सर्वेक्षणाची कमी किंमत आणि प्रत्यक्ष मुलाखतीतील वैयक्तिक संपर्क या दोहोंची सांगड घातली जाते. या प्रकारच्या सर्वेक्षण पद्धतीमध्ये नमुना मतदाराकडे क्षेत्र अन्वेषक प्रश्नावली देतो. या प्रश्नावलीची उत्तर मतदार स्वतः लिहितो व ते पत्राद्वारे पाठवतो किंवा क्षेत्र अन्वेषकाजवळ पाठवून देतो. ऑनलाइन सर्वेक्षणांमध्ये इंटरनेटद्वारे प्रश्नावली पाठवली जाते व प्रतिसाद नोंदवले जातात.

तरीही भारतातील विविध मतदारांचं वर्तन व दृष्टिकोन यांच्या मापनासाठी हा प्रकार फारसा वापरला जात नाही कारण अनेकांकडे इंटरनेट उपलब्ध असण्याची शक्यता अल्प असते.

## पहिल्या जगातील लोकप्रिय निवडणूक मतचाचण्या

निवडणुकांचा अभ्यास व मतदारांच्या वर्तन मापनासाठी घेण्यात येणाऱ्या मत सर्वेक्षणाच्या जगभरातील विविध देशात विभिन्न पद्धती आहेत. सर्वसाधारणपणे वापरल्या जाणाऱ्या मतचाचण्याः निवडणूक-पूर्व मतचाचणी, एक्झिट पोल, ट्रॅकर पोल, स्नॅप पोल, रोलिंग पोल. या साऱ्याच मतचाचण्या साधारणपणे वापरात असल्या तरीही ट्रॅकर पोल, स्नॅप पोल आणि रोलिंग पोल या मतचाचण्या पहिल्या जगात सातत्याने वापरल्या जातात. विकसनशील देशात मात्र या मतचाचण्या वारंवार वापरल्या जात नाहीत. या मतचाचण्यांचा थोडक्यात आराखडा, या मतचाचण्यांचे हेतू आणि त्यांच्या प्रक्रियेतील बारकावे यातून त्यांचं व्यवच्छेदकत्व आणि जगभरातल्या सर्वेक्षणांमधील विशेषतः भारतातील सर्वेक्षणांमधील फरक समजून घेण्यास मदत होईल. या प्रकरणातील पुढील भागातून भारतात निवडणुकीय मतचाचण्यांमध्ये सातत्याने वापरल्या जाणाऱ्या पद्धतींच्या विश्लेषणासाठी तुलनात्मक सर्वंकष परिप्रेक्ष्य तयार होण्यासही मदत होईल.

**तात्कालिक मतचाचण्या (Snap Polls)**: नावातच अध्याहृत असल्याप्रमाणे या मतचाचण्या कमी वेळात सूचना देऊन पार पाडल्या जातात. या मतचाचण्यांच्या द्वारे महत्त्वाच्या सामाजिक राजकीय विषयांविषयी लोकांचा कल, सत्तारूढ सरकाराचे निवडणुकीय भवितव्य यांची तपासणी केली जाते. या मतचाचण्यांचा उद्देश मतदारांचं विशिष्ट विषयावरचं मत समजून घेणं आणि तत्काळ विश्लेषण करणं असा असतो. अनेकदा या विषयांचं स्वरूप वेगाने बदलत असतं त्यामुळे विशिष्ट वेळी मतदारांना काय वाटत होते, याची तत्काळ स्थिती तपासून विश्लेषण करणं असा हेतू या मतचाचण्यांचा असतो. दीर्घकाळात मतदारांचं मत आणि वर्तन कसं बदलत आलं आहे याचा आढावा न घेता, तत्काळ माहिती संकलित करून त्या वेळचं मतदारांचं मत समजून घेण्याचा यामध्ये प्रयत्न केला जातो. त्यामुळे तांत्रिकदृष्ट्या विचार करता, मतदारांचं मतदान वर्तन मापन करण्यात येणारं हे निवडणूक सर्वेक्षण नव्हे. लोकमततज्ज्ञ अनेकदा जनहिताच्या विशिष्ट मुद्द्यांविषयी मतदारांचं मताचं तत्काळ चित्र समजून घेण्यासाठी या चाचण्यांचा वापर करतात. हे मतचाचणी सर्वेक्षण इतर सर्वेक्षणांचे सारे निकष पूर्ण करते. या मतचाचणी सर्वेक्षणातही ढोबळमानाने नमुना निवडणं, पुरेसा नमुना आकार आणि औपचारिक प्रश्नावली हे सारे मापदंड पार पाडले जातात.

भारतातील स्नॅप पोलचं चांगलं उदाहरण २००७ सालचं आहे जेव्हा भारत-अमेरिका अणुकराराविषयी संसदीय चर्चा होणार होती आणि डाव्या पक्षांनी संयुक्त पुरोगामी आघाडीच्या सरकारला दिलेला पाठिंबा काढून घेण्याचा निर्णय घेतला होता. हे मतचाचणी सर्वेक्षण सीएसडीएस-CNN-IBN मार्फत केले गेले होते. या सर्वेक्षणातून अणुकराराच्या मुद्द्यांविषयी लोकांचे काय मत आहे आणि तदनुषंगिक प्रश्न-डाव्यांनी सरकारमधून बाहेर पडण्याची दिलेली धमकी योग्य की अयोग्य, यासंबंधी मत जाणून घेण्याचा प्रयत्न केला गेला. साधारणपणे या मुलाखतींचा कालावधी अल्प असतो आणि अगदी थोडे प्रश्न विचारले जातात. त्यामुळे पूर्ण प्रक्रिया वेगात पार पाडली जाते. या पद्धतीचा एक फायदा असा आहे की ही मतचाचणी सदर मुद्द्यांना संदर्भमूल्य असल्यास भविष्यात पुन्हा पार पाडली जाऊ शकते आणि स्नॅप पोलचे रूपांतर ट्रॅकिंग पोलमध्ये करता येते. इतर मतचाचण्यांच्या तुलनेत या पद्धतीचा टिकाव कालावधी दुहेरी स्वरूपाचा नसतो कारण ही मतचाचणी तात्कालिक मुद्द्यांच्या संदर्भात असते आणि अनेकदा दीर्घकालीन पटलावर त्यांचे महत्त्व संपुष्टात आलेले असते. इतर मतचाचण्यांच्या तुलनेत तात्कालिक मतचाचणी माध्यमांमध्ये अधिक लोकप्रिय आहे.

**आढावा मतचाचण्या (Tracking Polls)**: विशिष्ट मुद्द्यांविषयीचं लोकांचं मत कशा प्रकारे बदलत आहे, हे समजून घेण्याकरिता या चाचण्या घेतल्या जातात. अमेरिकेत या चाचण्या अधिक लोकप्रिय आहेत. तिथे मतदारांच्या मत आणि पसंतीच्या आधारे पक्ष आणि राजकीय नेत्यांच्या लोकप्रियतेच्या मापनातील बदल टिपण्यासाठी या मतचाचण्यांचा उपयोग होतो. कमी कालावधीने या मुलाखती पुन्हा पार पाडल्या जातात मात्र नेमक्या किती कालावधीने या मतचाचण्या व्हाव्यात, याविषयी निश्चित सूचना नाहीत. एखादी व्यक्ती पाक्षिक चाचणी करू शकते किंवा दर महिन्याने, सहा महिन्याने किंवा त्याहूनही अधिक कालावधीने या चाचण्या पुन्हा घेतल्या जाऊ शकतात. कालावधीमध्ये फरक असू शकतो; मात्र विचारल्या जाणाऱ्या प्रश्नांमध्ये बदल करायला हवा. निवडणुका लढवणाऱ्या उमेदवारांना असणारा लोकप्रिय पाठिंबा, विविध नेत्यांचा लोकप्रिय निर्देशांक, पक्षांच्या पाठिंब्याचे बदलणारे आधार, मतदारांच्या हेतूंचे मापन.. इ. बाबींसाठी या मतचाचण्यांचा वापर होतो. काळाच्या पटलावर बदलणारे मतप्रवाह समजून घेण्यास या मतचाचणीचा उपयोग होतो. या मतचाचणीमार्फत मतदारांच्या पाठिंब्याचे आघाडी/पिछाडीचे कल मतदारांचा मतनिर्णय ठरवणाऱ्या अनेक घटकांच्या, त्यातील बदलांच्या आधारे ठरवला जातो.

त्यामुळेच अमेरिकन राष्ट्राध्यक्ष निवडणुकांचे ट्रॅकिंग पोल्स प्राथमिक फेरीपासूनच सुरू होतात आणि अखेरीस अमेरिकन राष्ट्राध्यक्षाच्या अंतिम निवडणुकीपर्यंत येऊन थांबतात.

या चाचण्यांमधून दीर्घ काळाचा आढावा घेऊन मतांची टक्केवारी आणि त्याचा कल, प्रवाह सांगितला जातो. यासाठी निवडलेल्या नमुन्यातील प्रतिसादकर्त्यांच्या मतांच्या आधार घेतला जातो आणि अखेरीस निवडणुकीतील विजेत्याबाबत अंदाज वर्तवला जातो. या मतचाचण्या वेगळ्या मतदान सर्वेक्षण संस्थांकडून पार पाडल्या जातात. या मतदान चाचण्या शास्त्रीय सर्वेक्षणाच्या पद्धतीवर आधारलेल्या आहेत आणि कुठल्याही प्रमाण निवडणूक सर्वेक्षणातील विहीत पद्धतीचा अवलंब त्यात केला जातो. या चाचण्यांमध्ये काही प्रश्न समान राहतात मात्र प्रत्येक फेरीला विषयानुसार आणि तात्कालिक परिस्थितीनुसार प्रश्नही बदलावे लागतात जेणेकरून उमेदवाराच्या मताच्या प्रवाहातील बदल समजून घेताना मदत होते. या मतचाचण्यांमधील महत्त्वाचा भाग म्हणजे उमेदवार आणि पक्षाच्या मतांमधील प्रवाहांच्या नोंदी यातून केल्या जातात. पक्ष, उमेदवारांनी मांडलेले मुद्दे, विषय, भूमिका आणि निवडणुकांचे मुद्दे, सत्तेत आल्यास प्रश्न सोडवण्याचे मार्ग यांसारख्या बाबींनुसार बदलणारे प्रवाह नोंदवले जातात.

**रोलिंग पोल्स**: जगातील अनेक लोकशाहीपूर्ण देशांमध्ये मतदान वर्तन व दृष्टिकोन यांचे मापन करण्यासाठी या मतचाचण्यांचा सर्रास वापर होतो. या संज्ञेतच म्हटल्याप्रमाणे या मतचाचण्यांमध्ये अनेक फेऱ्या असतात ज्या अस्थिर प्रकारे घेतल्या जातात. या साऱ्यातून एक मोठी मतचाचणी तयार होते. रोलिंग पोल्स या अनेक मतदान चाचण्या आहेत ज्या काही काळात पुन्हा पुन्हा घेतल्या जातात आणि प्रातिनिधिक मतदारांच्या नमुन्यातून माहिती संकलित केली जाते. प्रत्येक फेरीत नव्याने निवडलेल्या नमुना प्रतिनिधी मतदारांच्या मुलाखती घेतल्या जातात आणि आढळून आलेल्या नोंदी ग्रथित केल्या जातात आणि प्रत्येक फेरीनंतर नवीन नमुना जोडत जोडत मोठा नमुना तयार होतो. प्रत्येक फेरीनंतर माहिती जमा होत राहते आणि अखेरीस पूर्ण झाल्यानंतर त्याचीच एक मोठी मतदान चाचणी होते. आढावा मतदान चाचण्यांप्रमाणे पक्षांची लोकप्रियता, उमेदवारांची लोकप्रियता, मतदारांची पसंती आदी गोष्टींविषयीचे प्रश्न या सर्व फेऱ्यांमध्ये समान असतात मात्र या सर्वेक्षणामध्ये विशिष्ट विषयाच्या संदर्भात आणि तात्कालिक मुद्द्यांबाबत प्रश्न विचारण्याचा अवकाश खुला असतो. प्रचारानुसार प्रत्येक फेरीनंतर संशोधक नवे प्रश्न जोडू शकतो, हा या मतदान चाचण्यांचा फायदा आहे. एकाच वेळी मोठे सर्वेक्षण करण्याचे नियोजन केले गेले तर सुरुवातीलाच सारे प्रश्न निर्धारित होतील आणि सर्वेक्षण सुरू असताना नवे प्रश्न सर्वेक्षणात जोडता येणार नाहीत.

या मतदान चाचण्यांचा सर्वांत मोठा फायदा म्हणजे नियमितपणे निवडणुकीय प्रवाहांचा आढावा घेता येतो आणि प्रत्येक फेरीनंतर संकलित झालेल्या माहितीचा उपयोग करता येतो. या साऱ्या माहितीचा संचय होऊन अखेरीस एक मोठी समग्र सकल मतदान चाचणी तयार होते जिच्या आधारे मतदारांचे वर्तन व दृष्टिकोन यांचे मापन करता येते आणि परिणामांचा अचूक अंदाज व्यक्त करता येतो. असं असलं तरीही, ट्रॅकिंग पोल आणि रोलिंग पोल यांमध्ये मूलभूत फरक आहे. ट्रॅकिंग पोल्समध्ये समान प्रतिसादकर्त्यांच्या नमुन्याचे नियमित सर्वेक्षण केले जाते आणि प्रत्येक मतदान चाचणी वेगळी असते. उलटपक्षी रोलिंग पोल्समध्ये प्रत्येक फेरीमध्ये वेगवेगळे नमुने असतात आणि प्रत्येक चाचणी वेगळी असते. या साऱ्या चाचण्यांचे शेवटी एकत्रीकरण करता येते जेणेकरून एक मोठी मतदान चाचणी तयार होते. मतदान वर्तन व दृष्टिकोन यांच्या मापनात रोलिंग पोलमध्ये ट्रॅकिंग पोल्स आणि एका वेळी घेतलेले विशाल एकल सर्वेक्षण या दोहोंचा फायदा दिसून येतो.

## भारतातील निवडणुकीय सर्वेक्षणांचे प्रकार

भारतीय मतदारांच्या मतदान वर्तन व दृष्टिकोन यांच्या मापनासाठी माध्यमं व बाजार संशोधन संस्था निवडणूक-पूर्व सर्वेक्षण व एक्झिट पोल्स यांचा सर्रास वापर करतात. भारतामध्ये एक्झिट पोल्स लोकप्रिय असले तरीही मतदान वर्तनाचे मापन करण्यास ते अत्यंत चुकीचे साधन असल्याचे मानले जाते. सीएसडीएस या संस्थेने निवडणुकोत्तर सर्वेक्षणाचा सर्जक प्रकार विकसित केला जेणेकरून मतदारांच्या मतदान वर्तन व दृष्टिकोन यांचे मापन सांख्यिकीयदृष्ट्या अधिकाधिक अचूक करता येईल. सीएसडीएस ने विकसित केलेल्या निवडणुकोत्तर सर्वेक्षणाने भारतातील, परदेशातील अकादमीक क्षेत्रातील तज्ज्ञांचे आणि संशोधकांचे लक्ष वेधून घेतले आणि त्यानंतर भारतात निवडणुकोत्तर सर्वेक्षणं वारंवार मतदारांच्या मतदान वर्तन अभ्यासासाठी होऊ लागली.

भारतीय लोक निवडणूक-पूर्व सर्वेक्षण आणि एक्झिट पोल्स या सर्वेक्षणांशी अधिक परिचित आहेत. निवडणूक-पूर्व सर्वेक्षण हे नावच निवडणुकीच्या पूर्वी झालेले सर्वेक्षण असा अर्थ दर्शवते. या सर्वेक्षणाच्या द्वारे मतदारांची पक्ष, उमेदवार, नेते यांच्याविषयीच्या मतांचे मापन केले जाते. या सर्वेक्षणाद्वारे विविध भागातील मतदारांच्या मतदान वर्तनाचे मापन करण्यात येते. ही सर्वेक्षणं निवडणुकांच्या पूर्वी घेतली जात असली तरी निवडणुकीस किती अवधी शिल्लक असताना ती घेतली जावीत, यासंदर्भात काहीही निश्चित असा मानदंड नाही. ही सर्वेक्षणं निवडणुकीच्या काही महिन्यांपूर्वी, एक महिन्यापूर्वी किंवा

काही आठवड्यांपूर्वी पार पाडली जाऊ शकतात. अलीकडे नेते आणि राजकीय पक्ष काही महिन्यांपूर्वी निवडणूक पूर्व सर्वेक्षणं घेतात जेणेकरून लोकप्रियतेचा अंदाज त्यांना घेता येतो आणि निवडणुकीत कोणते मुद्दे महत्त्वाचे ठरतील, याचा अदमासही घेता येतो. राजकीय पक्षांसाठी या सर्वेक्षणातून कोणत्या मुद्द्यांचा निवडणुकांवर प्रभाव पडेल, कुठल्या मतदारसंघात पक्ष सशक्त अथवा अशक्त आहे आणि सर्वांत महत्त्वाचे म्हणजे कोणत्या वेगवेगळ्या जात-जमातीमध्ये त्यांचा मतदान आधार आहे याबाबतचे अचूक चित्र त्यांना प्राप्त होते. काही महिन्यांपूर्वी होणाऱ्या निवडणूक-पूर्व सर्वेक्षणाचा उपयोग निवडणुकीसाठीचे प्रभावी मुद्दे, राजकीय पक्षांचे आणि उमेदवारांचे प्रबळ, दुर्बळ मुद्दे याविषयी होत असला तरी ही सर्वेक्षणं पक्षाच्या मतदान आधाराबाबत अचूक अंदाजात क्वचितच उपयोगी ठरतात. याचं मुख्य कारण म्हणजे मतदारांनी निवडणुकीच्या इतक्या आधी कोणाला मतदान करायचे, हे ठरवलेले नसते. या सर्वेक्षणांवर अधिक प्रमाणात विसंबून राहणाऱ्या पक्षांना ही निवडणूक-पूर्व सर्वेक्षणं ठार चुकीची वाटू शकतात.

मतदान वर्तन मापनासाठी माध्यम संस्थांमार्फत निवडणूक-पूर्व सर्वेक्षण हे मतदारांच्या मोठ्या नमुन्यावर आधारित असते, यात प्रत्यक्ष मुलाखतीच्या तंत्राचा वापर केलेला असतो आणि पद्धतशीर मुलाखतीची योजना आखलेली असते. अनेकदा नमुन्याच्या संदर्भातील तपशील जाहीर केले जात नाहीत; मात्र मतदारसंघातील विशिष्ट ठिकाण नमुना म्हणून निवडण्यासाठी ते शास्त्रीय पद्धत वापरत नाहीत आणि सर्वेक्षणासाठी नमुना निवडीतही ते शास्त्रीय पद्धत अवलंबत नाहीत. ते सोप्या पद्धतीचा अवलंब करतात ज्याला हिस्सा नमुना निवड (Quota Sampling) असे म्हटले जाते. माध्यमांद्वारे केली जाणारी सर्वेक्षणं मतदारांच्या मतांच्या आधारे उमेदवारांची आणि पक्षांची लोकप्रियता यांचं मापन करण्यासाठी केली जातात. माध्यमांसाठी निवडणूक-पूर्व सर्वेक्षणातील तथ्यं म्हणजे राजकीय चर्चा, वादविवादासाठीचे मुद्दे असतात. या प्रकारच्या सर्वेक्षणांमधून राजकीय पक्षांना आपला प्रचार मोहीम कार्यक्रम, उद्देश कशा प्रकारे ठरवता येईल याचाही अंदाज येतो.

दुसऱ्या बाजूला सीएसडीएस सारख्या अकादमीक संस्थांमार्फत पार पाडली जाणारी सर्वेक्षणं एकूणात निवडणुकीय कल, प्रवाह आणि भारतीय मतदारांचा कौल शोधण्याचा प्रयत्न करतात. मतदारांचे मतदान हेतू शोधणे, प्रशासनाच्या विविध मुद्द्यांविषयी मतदारांच्या मतांचं मापन करणे, सरकारने केलेल्या कामाविषयी मतदारांच्या समाधानाची पातळी शोधणे, लोकप्रियतेची प्रतवारी शोधणं या आणि अशा बाबींवर या सर्वेक्षणांमधून लक्ष केंद्रित केले जाते. विद्यमान सत्तारूढ सरकारच्या कामगिरीची पूर्वीच्या सरकारसोबतची

तुलना, मतदारांची जागरूकता, निवडणुकीय विषयांचे स्तर आणि त्यांचा निवडणुकांवरील संभाव्य परिणाम यांविषयी सर्वेक्षणातून संबोधित केले जाते. सीएसडीएस मार्फत पार पाडलं जाणारं सर्वेक्षण इतर सर्वेक्षणांपासून अगदी व्यवच्छेदक आहे ते ही संस्था नमुना निवडण्यासाठी वापरते त्या शास्त्रीय पद्धतीमुळं. त्यांच्या नमुना निवडीच्या पद्धतीस 'बहुस्तरीय पद्धतशीर ढोबळ नमुना निवड' (Multi stage systematic random sampling) हे नमुना निवड तंत्र अगदी ठोस स्वरूपाचे आहे. सीएसडीएस मार्फत मत दृष्टिकोन या संदर्भात संकलित केलेली माहिती पुरेशी प्रातिनिधिक असते आणि इतर संस्थांनी संकलित केलेल्या माहितीपेक्षा अधिक अचूक असते.

मतदान वर्तनाच्या मापनासाठी निवडणूक-पूर्व सर्वेक्षण पार पाडण्याचे फायदे: पहिला फायदा म्हणजे या सर्वेक्षणामधून निवडणुकीपूर्वी प्रचलित असलेले राजकीय चित्र, सामान्य मतदारांच्या जिव्हाळ्याचे प्रश्न, लोक सरकारच्या कामाचे परीक्षण कसे करतात, विविध नेत्यांबाबतची प्रतवारी कशी करतात या आणि अशा निवडणुकीय मुद्द्यांबाबतची झलक मिळते. या निवडणुकीय सर्वेक्षणांमधून आलेल्या तथ्यांकडे गांभीर्याने पाहिल्यास निवडणुकीय प्रचाराचा सूर निश्चित करण्यात या सर्वेक्षणाची मदत होते. राजकीय नेत्यांची लोकप्रियता, राजकीय पक्षांची सबळस्थानं, दुर्बलस्थानं आणि मतांचे हेतू या साऱ्याचं वस्तुनिष्ठ परिशीलन करण्यास हे सर्वेक्षण साहाय्यभूत ठरते. काही वेळा मतांच्या टक्केवारीचा आधार घेत कोणता पक्ष किती जागांवर विजयी ठरेल याचा अंदाज वर्तवला जातो. मतदान वर्तन व दृष्टिकोन यांच्या अभ्यासासाठी घेण्यात येणाऱ्या निवडणूक-पूर्व सर्वेक्षणाचे हे फायदे असले तरीही दोन तोटे या सर्वेक्षणांमध्ये आहेत: एक म्हणजे कोणते मतदार मतदान करण्याची शक्यता कमी आहे, हे शोधण्यात हे सर्वेक्षण अपयशी ठरते आणि त्यातून विविध पक्षांच्या मतांच्या टक्केवारीचा आणि पर्यायाने जागांचा अंदाज सदोष, चुकीचा ठरू शकतो. दुसरं म्हणजे विविध टप्प्यांमध्ये निवडणुका पार पाडल्या जातात आणि नव्या मार्गदर्शक सूचनांनुसार निवडणूक-पूर्व सर्वेक्षण मतदानाच्या दोन दिवस आधी घेता येत नाही. त्यामुळे अनेक मतदारसंघांमध्ये उमेदवारही घोषित झालेला नसताना बरंच आधी निवडणूक-पूर्व सर्वेक्षण पार पडलेलं असतं. त्या वेळी बहुसंख्य मतदारांनी कोणाला मत द्यायचं हे निश्चित केलेलं नसतं आणि याच वेळी मुलाखती पार पडतात आणि मतपसंतीविषयी प्रश्न विचारले जातात. या परिस्थितीमध्ये बऱ्याच महिन्यांपूर्वी केलेल्या सर्वेक्षणाचे अंदाज निवडणुकीच्या आधीच्या काही दिवसात केलेल्या सर्वेक्षणाच्या अंदाजाच्या तुलनेत अधिक चुकीचे असण्याची शक्यता असते. त्यामुळे मतदान वर्तनाच्या अचूक अंदाज वर्तवणाऱ्या सर्वेक्षणाच्या तुलनेत इतर सर्वेक्षणांच्या अंदाज वर्तवण्यातील

चुकांची शक्यता अधिक असणार, हे वेगळं सांगण्याची आवश्यकता नाही. अगदी शेवटच्या क्षणी होणाऱ्या मतांच्या हेतूंमधील बदल या सर्वेक्षणामार्फत टिपला जात नाही पर्यायाने मतदान वर्तनाचे चुकीचे मापन होते.

नावातच म्हटल्याप्रमाणे एक्झिट पोल्स हे मतदानाच्या दिवशी मतदारांनी मतदान करून बाहेर पडताच पार पाडलेले असतात. मतदानाच्या दिवशीच हे सर्वेक्षण पार पाडले जाते आणि पूर्ण केले जाते सबब या सर्वेक्षणास 'निवडणूक दिवस सर्वेक्षण' असेही म्हटले जाते. मतदारांचे राजकीय मत, पसंती, दृष्टिकोन यांच्या मापनाकरिता केले जाणारे एक्झिट पोल्स अनेक लोकशाही देशांमध्ये लोकप्रिय आहेत. भारततही काही वेगळी परिस्थिती नाही. मतदान उद्योगाचा थोडक्यात आढावा घेतला तरी भारतातील मतदान वर्तनाचं मापन करण्यासाठी एक्झिट पोल्स सर्रास वापरले जात असल्याचे दिसते. एक्झिट पोलचे तंत्र हे अमेरिकेकडून आयात करून कोणताही प्रक्रियात्मक बदल न करता जसेच्या तसे लागू केले असल्याचे मानले जाते. अशा परिस्थितीत भारतातील एक्झिट पोल्स आणि अमेरिकेतील एक्झिट पोल्स यांच्या रूपातील, वैशिष्ट्यातील तुलनात्मक अभ्यास अधिक सुसंगत आणि संदर्भमूल्य असलेला ठरेल.

या संदर्भ परिप्रेक्ष्यात भारतातील एक्झिट पोल्ससोबत तुलना करण्यापूर्वी अमेरिकेतील एक्झिट पोल्सचा विकास, ज्यासाठी एक्झिट पोल्सचा वापर होतो तो उद्देश आणि पद्धतीशास्त्रीय तंत्रं अभ्यासणं अधिक उचित ठरेल. अमेरिकेत प्रथम १९६४ साली प्रायोगिक पातळीवर एक्झिट पोल्स पार पाडले. या एक्झिट पोल्समधून समोर आलेली तथ्यं काही जिल्ह्यांच्या प्रत्यक्ष मतदानाच्या निकालांसोबत ताडून निवडणुकीय अंदाज पडताळला गेला. १९७० च्या आसपास अमेरिकनांच्या मतदान वर्तनाचे स्पष्टीकरण करण्यासाठी मोठ्या प्रमाणावर एक्झिट पोल्स पार पाडले गेले. निवडणुकांच्या अंदाजापेक्षाही निवडणुकांच्या निकालांचे स्पष्टीकरण शोधण्याचा प्रयत्न झाला. १९८० मध्ये एक्झिट पोल घेण्यात आला आणि संकलित माहितीचा उपयोग करून अमेरिकन राष्ट्राध्यक्ष निवडणुकीत रोनाल्ड रेगन जिमी कार्टर यांना पराभूत करतील, असा अंदाज वर्तवला गेला. निवडणूक अंदाजाबाबत हा एक्झिट पोल बरोबर ठरला; मात्र बरीचशी निवडणूक-पूर्व सर्वेक्षणं अमेरिकन मतदारांचा कल शोधण्यात अपयशी ठरली. त्यामुळे एक्झिट पोल अमेरिकेतील मतदारांच्या मतदान वर्तनाचे मापन, राजकीय पसंतीचा शोध यांचे तात्त्विक साधन झाले. हे साधन केवळ निवडणुकांचा अंदाज वर्तवण्यासाठीच नव्हे तर अमेरिकन मतदारांची वैशिष्ट्यं, दृष्टिकोन, वर्तन आणि मतदानाचे हेतू यांचे मापन करण्यासाठीही वापरले जाऊ लागले.

अमेरिकेतील एक्झिट पोल्स पार पाडण्याची पद्धत ही अधिक शास्त्रीय स्वरूपाची आहे. नमुना अनेक स्तरांमधून निवडला जातो. या स्तरांना ते पद्धतशीर ढोबळ नमुन्याचे क्षेत्र असे म्हणतात. हे सर्वेक्षण पार पाडण्याची पद्धत सर्जक स्वरूपाची आहे. कोणत्या वेळी मुलाखत घ्यायची अथवा घ्यायची नाही, हे त्या प्रांतातील संभाव्य अपेक्षित मतदानानुसार ठरवले जाते आणि मतदार निवडताना काटेकोर पद्धत वापरली जाते. एक्झिट पोलमध्ये वापरण्यात येणारी प्रश्नावली राजकीय विचारधारा आणि पक्षीयता, मतदारांचे हेतू, उमेदवारांची निवड, त्याची कारणं आणि लोकसांख्यिकीय घटक लिंग, वय, शिक्षण, व्यवसाय, उत्पन्न या संदर्भातील सुमारे २० ते ५० प्रश्नांचा समावेश असलेली असते. मतदार स्वतः प्रश्नावलीची उत्तरं लिहितात आणि अन्वेषकाजवळील मतपेटीत प्रश्नावली टाकतात जेणेकरून त्यातील गुणवत्ता आणि गुप्तता टिकते. भारतात मात्र असे होत नाही. अमेरिकेमध्ये एक्झिट पोल्स ही निवडणुकांचा अभ्यास करण्यासाठी सर्वांत परिणामकारक पद्धत मानली जाते कारण त्यातून मतदारांचे हेतू लक्षात येतात आणि तत्काळ अंदाज वर्तवता येतात. याशिवाय अकादमीक क्षेत्रातील व्यक्तींसाठी एक्झिट पोल्सच्या माध्यमातून मतदारांच्या वर्तन व दृष्टिकोनाच्या अभ्यासासाठी मोठा संग्रह निर्माण होतो.

दुसऱ्या बाजूला भारतामध्ये मात्र निवडणुकांचा अभ्यास करण्यासाठी एक्झिट पोल्सचे विकसन अगदी वेगळ्या प्रकारे झाले आणि अमेरिकेत व जगातील इतर लोकशाही देशात पार पाडल्या जाणाऱ्या एक्झिट पोल्सच्या तुलनेत तर हे अगदीच वेगळं आहे. भारतामध्ये बाजार संशोधन संस्थांमार्फत आणि मतदान संस्थांमार्फत प्रमुख राजकीय पक्षांच्या मतदानाचा हिस्सा आणि त्याद्वारे प्रत्यक्ष मतमोजणीच्या आधी जागांचा अंदाज व्यक्त करण्यासाठीचं साधन म्हणून एक्झिट पोल्सचं विकसन झालं असल्याचं दिसून येतं. एक्झिट पोल्समार्फत मतदारांच्या मतदान वर्तनाचे मापन करण्याचा आणि त्यांच्या मत दृष्टिकोनाचे विश्लेषण करण्याचा गंभीर प्रयत्न क्वचितच झाला असल्याचे दिसते. मतदान केंद्रातून बाहेर पडणाऱ्या मतदारांच्या निवडक नमुन्यासोबतच्या प्रत्यक्ष मुलाखतीचे तंत्र भारतातील एक्झिट पोल्ससाठी वापरले जाते. राजकीय निवड आणि तदनुषंगिक मुद्दे यांविषयी अगदी मोजक्या प्रश्नांनिशी ढोबळमानाने निवडलेल्या नमुना मतदारांची मुलाखत घेतली जाते. सुरुवातीला नमुना निवड पद्धत ही विशिष्ट वेळेत पूर्व-निर्धारित ढोबळ मुलाखतसंख्या आणि ढोबळमानाने संपर्कात आलेल्या मतदारांवर आधारलेली होती. कालांतराने नमुना निवड पद्धतीच्या तंत्रात बदल होत गेले. आता बऱ्याचशा संस्था एक्झिट पोल विशिष्ट वेळेत निवडलेल्या मतदानकेंद्रावर पार पाडतात आणि लिंग, वयोगट, वर्ग.. इ. नुसार विशिष्ट हिस्सा असलेल्या मतदारांच्या मुलाखती घेतात. भारतात सर्रास

वापरली जाणारी नमुना निवड पद्धत ही अमेरिकेतल्याप्रमाणे शास्त्रीयरित्या विकसित झाली नाही. अमेरिकेमध्ये कोणत्या वेळेत मतदाराची निवड करायची यासाठी संबंधित मतदानकेंद्रातील संभाव्य अधिक मतदानाच्या वेळेचा निकष लावलेला दिसतो. भारतात मात्र कुठलाही निकष न लावता ढोबळमानाने मतदारांची निवड केली जात असल्याचे दिसते. बऱ्याचदा अन्वेषक विहित केलेल्या अंतरिम वेळेचेही पालन करत नाही आणि निव्वळ अधिकाधिक मुलाखतसंख्या गाठण्यासाठी लागोपाठ मुलाखती घेतो, असेही चित्र नजरेस पडते. भारतातील बहुतेक साऱ्या एक्झिट पोल्सचा उद्देश विविध पक्षांच्या मतांचा आणि जिंकणाऱ्या पक्षाच्या जागांचा अंदाज करणे एवढाच असतो. एक्झिट पोल्सच्या आधारे मतदान वर्तनाचे गंभीर विश्लेषण करण्याचा प्रयत्न क्वचितच होताना दिसतो. गंभीर मतदान वर्तन विश्लेषण करण्यासाठीचे साधन म्हणून एक्झिट पोल्स विकसित झालेले नाहीत.

अमेरिका आणि जगातील इतर देशांच्या तुलनेत भारतातील एक्झिट पोल्सचे उद्देश वेगळे आहेत. तसेच नमुना निवड तंत्रं व सर्वेक्षण पार पाडावयाच्या पद्धती यातही फरक आहे. एक्झिट पोल्समधून समोर आलेल्या तथ्यांना तात्कालिक महत्त्व आहे ज्यामुळे ते माध्यमांना आकृष्ट करते. अकादमीक क्षेत्रातील व्यक्तींना आणि संशोधकांना त्यात फारसा रस वाटत नाही कारण अगदीच मोजके प्रश्न विचारले जातात. अधिक प्रश्न विचारण्यासाठीचा अवकाश नसतो. मतदारांची राजकीय निवड आणि मतदान वर्तन यांचे स्पष्टीकरण देता येईल एवढी पुरेशी माहिती मिळवण्याची मुभा ही पद्धत देत नाही. भारतात एक्झिट पोल्स पार पाडण्याचे फायदेः अ) एक्झिट पोल ही तत्काळ पार पाडली जाणारी प्रक्रिया असून निवडणुकीय सर्वेक्षण आणि माहिती विश्लेषण त्वरित पार पाडता येते. ब) यासाठी कमी आर्थिक संसाधनं गरजेची आहेत आणि ही निवडणूक सर्वेक्षण पार पाडण्यासाठीची मूल्य-परिणामकारक पद्धत आहे. असं असलं तरीही भारतात पार पाडल्या जाणाऱ्या एक्झिट पोल्सच्या अनेक मर्यादा आहेतःएक म्हणजे मतदान केंद्राच्या बाहेर अगदी काही अंतरावर मतदारांची मुलाखत घेतली जाते. अनेक मतदार विशेषतः गरीब मतदार गर्दी पाहून धास्तावतात कारण मुलाखतीच्या ठिकाणी पक्षाचे कार्यकर्ते, सुरक्षा दल, सरकारी अधिकारी उपस्थित असतात. त्यामुळे प्रतिसाद देताना मतदार घाबरतात किंवा दिशाभूल करणारी उत्तर देतात. दुसरं म्हणजे अन्वेषक विविध घटकनिहाय हिस्सा पद्धत न वापरता घाईघाईत शक्य तितक्या अधिक मुलाखती पार पाडण्याचा प्रयत्न करतो. अनेकदा एक्झिट पोल्सदरम्यान ज्या नमुना मतदारांची मुलाखत घेतली जाते तो नमुना पुरेसा तेथील लोकसंख्येनुसार प्रातिनिधिक नसतो त्यामुळे चुकीचा अंदाज वर्तवला जातो.

मतदान वर्तनाच्या अभ्यासासाठी निवडणुकोत्तर सर्वेक्षण ही खास भारतात विकसित झालेली पद्धत आहे. निवडणूक सर्वेक्षण पार पाडण्याची ही एकमेवाद्वितीय पद्धत असून सीएसडीएस या संस्थेने १९६० च्या आसपास या पद्धतीचा पाया घातला. या पद्धतीमध्ये निवडणुकीची सारी प्रक्रिया पार पडल्यानंतर मतदारांच्या सोयीनुसार तणावमुक्त परिस्थितीत मुलाखती घेतल्या गेल्या. निवडणुकोत्तर अभ्यासांच्या पहिल्या टप्प्यात निवडणुकीचा निकाल लागल्यानंतर काही महिन्यांनी सर्वेक्षण केले गेले. यातून एक समस्या अशी निर्माण झालीः सर्वेक्षण अनेक महिन्यांनी केलेलं असल्याने बरेचसे लोक आपण कोणाला मतदान केलं हेच ते विसरले होते ज्यामुळे २० टक्के मतदानाची अधिक/कमी नोंदणी मत अंदाजाकरिता झाली. साधारणपणे अधिक नोंदणी झालेले मतदान विजयी पक्षासाठीचे होते तर कमी नोंदणी झालेले मतदान पराजित पक्षासाठीचे होते. या समस्येचे निराकरन सीएसडीएस च्या दुसऱ्या टप्प्यात करण्यात आले. निवडणुकोत्तर सर्वेक्षण मतदानानंतर तत्काळ योजिले गेले आणि निकाल लागण्यापूर्वी सर्वेक्षण पूर्ण केले गेले. यामुळे प्रत्यक्षात पक्षांना मिळालेल्या मतांची टक्केवारी आणि सर्वेक्षणातून समोर आलेला मतदानाचा हिस्सा जवळपास सारखा होता. यातून मतदारांचे मतदान वर्तन व दृष्टिकोन मापन अधिक अचूकतेने करता येत असल्याचे समोर आले. या सर्वेक्षणात मतांच्या अंदाजातील त्रुटी कमीत कमी राहिली कारण मतदानाविषयक प्रश्नांबाबत गुप्तता राखली गेली. या आधीच्या सर्वेक्षणांमध्ये मतदानाचा प्रश्न इतर प्रश्नांप्रमाणेच विचारला गेला होता. या सर्वेक्षणात बनावट मतपत्रिकेचा आणि बनावट मतपेटीचा वापर केला गेला. यामुळे मतदार व्यक्तीस मताबाबतची त्याची/तिची गुप्तता राखत प्रामाणिक उत्तर देण्यास प्रोत्साहन मिळालं.

निवडणुकोत्तर सर्वेक्षण हा एक अकादमीक अभ्यासाचा भाग होता ज्याच्याद्वारे निवडणुकांचे विच्छेदन विश्लेषण केले गेले. मतदारांचे मतदान वर्तन व दृष्टिकोन, मतदारांनी कोणास मतदान केले, मतदानासाठी विचारात घेतलेले मुद्दे, मतदानावर प्रभाव टाकणारे मुद्दे आणि निवडणुकीय परिणामांबाबतचे प्रश्न या साऱ्याची तपासणी करण्याच्या हेतूने हे सर्वेक्षण पार पाडले गेले. नमुना निवडण्याची पद्धत व माहिती संकलित करण्याची पद्धत या दोन्ही बाबी सीएसडीएस च्या निवडणूक-पूर्व सर्वेक्षणात पार पाडल्या जातात त्याच पद्धतीने केल्या गेल्या. प्रश्नावलीची रचना, क्षेत्रकार्य, माहिती संकलन आणि गुणवत्तापूर्ण नियंत्रण या बाबतीत आंतरराष्ट्रीय निवडणूक सर्वेक्षणांच्या दर्जानुसार काम केले गेले.

निवडणुकोत्तर सर्वेक्षण पार पाडण्याचे फायदेः एक तर या सर्वेक्षणामुळे मतदारांच्या निवडणुकीतील सहभागाचा आणि मतांच्या हेतूंचा अंदाज येतो कारण हे सर्वेक्षण मतदानानंतर तत्काळ झालेले असते. दुसरं म्हणजे एक्झिट पोलमध्ये मतदान केंद्राच्या

बाजूलाच मतदारांना प्रश्न विचारले जातात. निवडणुकोत्तर सर्वेक्षणांमध्ये मात्र मतदारांच्या निवासस्थानी जाऊन त्यांना प्रश्न विचारले जातात जिथे मतदान वर्तनविषयक आणि निवडणुकीय निवड या प्रश्नांची उत्तरं देताना मतदार तणावमुक्त असतात नि मुक्तपणे उत्तर देऊ शकतात. तिसरं म्हणजे या सर्वेक्षणाद्वारे संकलित केलेल्या माहितीला एक अंतर्निहीत मूल्य असते नि अकादमीक क्षेत्रातील व्यक्ती व संशोधकांसाठी ते संग्राह्य संदर्भ म्हणून उपयोगी पडते. निकाल अंदाज वर्तवणाऱ्या इतर अनेक सर्वेक्षणांपेक्षाही प्रत्यक्ष निकालाच्या जवळ जाणारा अंदाज निवडणुकोत्तर सर्वेक्षणातून समोर येतो. निवडणूक अभ्यासासाठी आणि मतदान वर्तनाचं मापन करण्यासाठी ही सर्वोत्तम पद्धत आहे; मात्र यात काही कमतरता आहेतः एक म्हणजे ही सर्वेक्षण पद्धत महागडी असून माध्यमांना निवडणूक-पूर्व सर्वेक्षण आणि एक्झिट पोल्स यांच्यामध्ये अधिक रस असतो त्यामुळे या सर्वेक्षणास आर्थिक मदत मिळणे कठीण असते. दुसरं म्हणजे ही पद्धत वेळखाऊ आहे आणि काटेकोर पद्धतीने पार पाडावी लागते त्यामुळे अलीकडच्या संशोधकांना त्यात फारसा रस नसतो. त्यांना कमी वेळात क्षेत्रकार्य पूर्ण होईल, अशा पद्धती हव्या असतात.

भारतातील या प्रमुख लोकप्रिय तीन सर्वेक्षणांव्यतिरिक्त काही नवी सर्वेक्षणं पार पाडली गेली जसे की १९९०च्या आसपास सीएसडीएस ने प्रचार-मध्य सर्वेक्षण केले होते ज्यात प्रचाराच्या शेवटपर्यंत सर्वेक्षण करून प्रचाराचा राजकीय निवडीवर काय परिणाम होतो, याचा अभ्यास करण्याचा प्रयत्न केलेला होता. हे अगदी समग्र सर्वेक्षण होते ज्याच्याद्वारे राजकीय पक्षांच्या, उमेदवारांच्या प्रचारानुसार मतदान वर्तनातील बदलाचे मापन करण्याचा प्रयत्न झाला. असं असलं तरीही, हे सर्वेक्षण लोकप्रिय झाले नाही कारण त्यात मतदान वर्तनाचा मर्यादित अर्थाने अभ्यास केला गेला होता. त्यामुळे हे सर्वेक्षण संशोधक आणि अकादमीक क्षेत्रातील व्यक्तींपुरतेच मर्यादित राहिले.

# ४

# निवडणूक सर्वेक्षणातील शास्त्रीय नमुना निवडीचे महत्त्व

मतचाचण्यांच्या नमुना संपर्काबद्दल असलेले भ्रम आणि चुकीच्या धारणा यांना खोडून काढत या प्रकरणाची सुरुवात होते. ज्या राज्यातील मतदान वर्तनाचे मापन करायचे आहे, त्यातील सर्व मतदारसंघांमध्ये मत सर्वेक्षण अथवा एक्झिट पोल पार पाडला जातो काय? राष्ट्रीय पातळीवरील मतदान वर्तनाचे मापन करण्यासाठी कोणी सर्व लोकसभा मतदारसंघांमध्ये मतदान सर्वेक्षण अथवा एक्झिट पोल्स पार पाडते काय? निवडणूक-पूर्व सर्वेक्षणात अथवा एक्झिट पोल्समध्ये सर्वच मतदारांची मुलाखत घेतली जाते काय? याचं साधं उत्तर आहे—नाही. मतदान वर्तनाचं मापन करण्यासाठी सर्व मतदारसंघांमध्ये निवडणूक-पूर्व सर्वेक्षणं अथवा एक्झिट पोल्स होत नाहीत. सर्व मतदारांची मुलाखत घेतली जात नाही. काही विशिष्ट ठिकाणच्या मतदारसंघांमधून निवडक नोंदणीकृत मतदारांच्या मार्फत माहिती संकलित केली जाते. मग प्रश्न पडतो, आपण सर्वच मतदारसंघांमध्ये आणि सर्वच नोंदणीकृत मतदारांचा समावेश करत निवडणूक-पूर्व सर्वेक्षण, एक्झिट पोल्स का करत नाही? असे करणे चुकीचे आहे काय? नाही, असं करणं चुकीचं आहे असं अजिबात नाही; मात्र सर्व नोंदणीकृत मतदारांकडून माहिती संकलित करणं शक्य नसतं. हे करण्यासाठी आवश्यक असणारा वेळ आणि संसाधनं खूप अधिक असून माहिती संकलित करण्याची प्रक्रियाच पूर्ण होऊ शकत नाही.

उत्सुकता इथेच संपत नाही तर लगेच प्रश्न उपस्थित होतो मग मुलाखतीसाठी कोणते मतदार निवडावेत, मतदान निवड आणि तत्सम विषयांच्या संदर्भात माहिती संकलित करण्यासाठी किती मतदार निवडावेत? निवडलेल्या मतदारांच्या संकलित

माहितीमध्ये सर्व मतदारांच्या मतदान वर्तनाचे खरोखरच प्रतिबिंब पडते काय? या प्रकरणात यातील काही प्रश्नांची उत्तरं देण्याचा आम्ही प्रयत्न केला आहे.

मतदान वर्तन किती अचूकतने मोजले जाऊ शकते हे मुख्यतः मतदान प्राधान्य आणि तत्सम मुद्द्यांच्या संदर्भात जमा केलेल्या माहितीतून निवडलेल्या नमुन्याच्या प्रातिनिधिकतेवर अवलंबून असते. मोठ्या नमुन्यापेक्षाही निवडलेल्या गुणवत्तापूर्ण नमुन्याच्या आधारे अधिक अचूकतेने मतदान वर्तन मोजता येते. गुणवत्तापूर्ण नमुन्याचा संदर्भ प्रतिनिधीत्वाशी आहे. मतदारांचा निवडलेला नमुना हा ज्या मतदारांचा अभ्यास करावयाचा आहे त्यांचे किती प्रमाणात प्रतिनिधित्व करतो, यावरून नमुन्याची गुणवत्ता ठरते. देशातील अथवा राज्यातील एकूण मतदारांमधून नमुना मतदार निवडणं हे काम मोठं आव्हानात्मक आहे. एवढ्या मोठ्या मतदारांच्या संख्येतून सर्व मतदारांचं प्रतिबिंब पडू शकेल असा प्रतिनिधी असलेला नमुना निवडणं या दृष्टीने हे मोठं आव्हान असतं. साध्या सरळ अर्थाने कुठलाही पूर्वग्रह अथवा प्राधान्य न ठरवता ढोबळमानाने नमुना निवडला जावा, असे म्हटले जाते. मतदारांचा नमुना हा ढोबळमानाने निवडल्यास प्रतिनिधी नमुना प्राप्त होण्याची शक्यता अधिक असते. प्रतिनिधी नमुन्याकडून माहिती संकलित केल्याने मतदार वर्तनाचे अधिक विश्वसनीय, अचूक प्रकारचे मापन होऊ शकते. आपण दैनंदिन भाषेच्या वापरात मतदान वर्तनाचे विश्वसनीय, अचूक मापन होण्याकरिता कोणताही पूर्वग्रह अथवा प्राधान्य यांचा विचार न करता ढोबळमानाने नमुना निवडला जावा, असे म्हणत असलो तरी प्रत्यक्षात मात्र नमुन्याची निवड काहीशी शास्त्रीय पद्धतीने होते. लहानातला लहान नमुना हा प्रातिनिधिक असावा यासाठी समाजातील विविधतेला कवेत घेणारे सामाजिक घटक आणि भौगोलिक क्षेत्र यांनुसार नमुना निवडला जातो. मतदारांच्या मोठ्या संख्येतून प्रतिनिधी असलेला छोटा नमुना निवडण्याचं तंत्र म्हणजे नमुना निवड तंत्र होय.

निवडणूक-पूर्व सर्वेक्षण आणि एक्झिट पोल्स यांकरिता विविध नमुना निवड पद्धती आहेत; मात्र या क्षेत्रात कार्यरत असलेले बहुतेक जण ढोबळमानाने नमुना निवड पद्धत या पद्धतीचा अवलंब करतात. या पद्धतीमध्ये कुठलाही पूर्वग्रह अथवा प्राधान्य निर्धारित केले जात नाही. तरीही बहुतेक जण त्यातील पद्धतशीर निवडीचा मार्ग काटेकोरपणे अवलंबत नाहीत. मतदारांच्या निवडीच्या स्तरावर हे सारे होते; पण त्या आधी ठिकाण आणि मतदारसंघांची निवड करावी लागते. नमुना मतदारसंघांची निवड ही ढोबळमानाने केली जाते किंवा हेतुपूर्वक नमुना मतदारसंघ निवडले जातात.

मतदान वर्तनाचे मापन करण्यातील अचूकता आणि निवडणूक निकालांचा योग्य अंदाज वर्तवणं यात निवडणूक सर्वेक्षणांना आलेल्या अपयशातून भारतातील निवडणूक सर्वेक्षणांच्या विश्वसनीयतेवर आणि अवलंबित्वावर प्रश्नचिन्ह उपस्थित झाले. याची अनेक कारणं आहेत; मात्र एक कारण आहे जे सांगत सातत्याने गंभीर टीका केली जाते ते म्हणजे विविध पातळ्यांवर नमुना निवडीत शास्त्रीय पद्धतींचा अवलंब करण्यातलं अपयश. मतदान वर्तनाबाबत संशोधन करणारे बहुतेक सारे मतदारसंघ निवडताना शास्त्रीय पद्धतीचा अवलंब करतात मात्र जेव्हा मतदारसंघातील ठिकाणाची आणि ज्यांची मुलाखत घ्यायची आहे त्या मतदारांची निवड करायची असते तेव्हा शास्त्रीय पद्धतीचा अवलंब करत नाहीत. निवडणूक-पूर्व सर्वेक्षणातील व एक्झिट पोल्समधील नमुना निवडीचे तंत्र शास्त्रीय स्वरूपाचे नसते, ही निवड यादृच्छिक पद्धतीने, अशास्त्रीय तऱ्हेने केली जाते, असे आरोप केले जातात. या प्रकारची टीका ही बऱ्याच अंशी समर्थनीय आहे; मात्र भारतातील मतदान अभ्यासाला ही टीका लागू होऊ शकत नाही. काही बाजार संशोधन संस्थांमार्फत मतदान सर्वेक्षण करताना नमुना निवडताना शास्त्रीय पद्धत अवलंबली जात नाही, हे खरं आहे. बहुतेक वेळा या संस्था सोयीस्कर पद्धतीचा अवलंब करतात, खर्च कमी करण्याचा प्रयत्न करतात. काही निवडणूक सर्वेक्षणांमधून असे समोर आले की ही सर्वेक्षणं केवळ शहरी भागात सुशिक्षित वर्गात पार पाडली गेली. त्यामुळे निवडलेला मतदारांचा नमुना संतुलित आणि प्रातिनिधिक नव्हता. याचा परिणाम म्हणून मतदान वर्तनातील अचूकता नोंदवण्यात नि निवडणूक निकाल अंदाज वर्तवण्यात या सर्वेक्षणांना अपयश आले. भारतातील नमुना निवडीच्या पद्धतीवर प्रश्नचिन्ह आहे तसंच नमुना निवडीतील मतदारांची पुरेशी संख्या यावरून देखील आक्षेप आहेत आणि यासंदर्भातील वाद-विवाद मोठ्या प्रमाणावर होत असतात.

या प्रकरणात नमुना निवडीच्या पद्धती आणि निवडणूक-पूर्व सर्वेक्षण व एक्झिट पोल्स यात वापरली जाणारी तंत्रं यांवर अधिक लक्ष केंद्रित केले आहे. याच प्रकरणात नमुना निवडीच्या संदर्भातील मुद्दे, निवडणुकी दरम्यानच्या मतदान चाचण्यांच्या संदर्भातील चिंता या बाबींना संबोधित करण्याचा प्रयत्न केला आहे. याविषयीच्या गैरसमजुती, चुकीच्या कल्पना दूर करण्याचाही प्रयत्न यातून केला आहे. हे प्रकरण तीन भागात विभागले आहेः *पहिल्या* भागात नमुना निवड ही संकल्पना आणि नमुना निवडीच्या पद्धती हे सारे स्पष्ट केले आहे. यातून भारतभरात मतदान वर्तनाच्या अभ्यासाकरिता नमुना निवडीसाठी वापरल्या जाणाऱ्या पद्धतींचे तुलनात्मक विश्लेषण करण्याचा परिप्रेक्ष्य समजून घेण्यात मदत होईल. यामध्ये संभाव्यता नमुना निवड पद्धत आणि अ-संभाव्यता

नमुना निवड पद्धत व प्रतिसादकांच्या नमुना निवडीत वापरली जाणारी तंत्रं यांवर अधिक लक्ष देण्यात आले आहे. त्यात बदल केलेली आणि सुधारित तंत्रं यांचीही चर्चा केलेली आहे. *दुसऱ्या* भागामध्ये नमुना निवडीची योग्य पद्धत आणि नमुन्याचा योग्य आकार निवडणं यासंबंधी चर्चा केली आहे. नमुन्याचा आकार आणि वितरण महत्त्वाचे असते कारण त्यानुसार पुरेसा प्रातिनिधिक नमुना आणि अचूकतेची पातळी या बाबी ठरतात, ज्या सर्वेक्षणासाठी आवश्यक असतात. कुठल्याही सर्वेक्षणातील नमुना-निवडीतील त्रुटी ही नमुन्याच्या आकारावर अवलंबून असते आणि त्यानुसारच कोणती त्रुटी ही वाजवी त्रुटी होती हेदेखील ठरवले जाते. या भागात अभ्यासक्षेत्राचे खरोखर प्रतिनिधित्व करणारा नमुना निवडला आहे अथवा नाही याची तपासणी केली जाईल आणि जर नमुना अभ्यासक्षेत्राचे प्रतिनिधित्व करत नसेल तर कोणत्या पद्धतींनी नमुना संतुलित आणि योग्य बनवला जाऊ शकतो, याचीही चर्चा केली आहे. या भागात निवडणुकीय सर्वेक्षणातील नमुना निवड पद्धतीवरील आक्षेपांना उत्तरं शोधण्याचा प्रयत्न केला आहे. पुरेसा नमुना आकार कसा असावा, याचेही उत्तर देण्याचा प्रयत्न यातून केला आहे. प्रकरणाच्या *शेवटच्या* भागात मतदान वर्तनाच्या मापनासाठी करण्यात येत असलेल्या सर्वेक्षणात सातत्याने वापरल्या जाणाऱ्या नमुना निवड पद्धतींची चर्चा केलेली आहे. या भागात निवडणूक-पूर्व सर्वेक्षणात व एक्झिट पोल्समध्ये वापरण्यात येणाऱ्या नमुना निवड पद्धती सारख्या आहेत की त्यात काही ठळक बदल आहेत, याचे विश्लेषण केले गेले आहे. निवडणुकीबाबतच्या लोकप्रिय मतदान चाचण्यांकरिता वापरण्यात येणाऱ्या नमुना निवडीच्या पद्धतींचे शास्त्रीय मापदंड वापरले अथवा नाही या आधारे फायदे-तोटे ध्यानात घेत तुलनात्मक विश्लेषण करण्याचा प्रयत्न केला आहे. सीएसडीएस सारख्या अकादमीक संशोधन संस्था नमुना निवड पद्धतीकरिता कोणते तंत्र वापरतात व त्या नमुन्यास अधिक शास्त्रीय व मतदारांचा प्रातिनिधिक नमुना का मानतात, याची सखोल चर्चा यात केली आहे.

## सर्वेक्षणातील नमुना निवड पद्धती

सर्वेक्षण संशोधनात नमुना निवडीसाठी वापरल्या जाणाऱ्या विविध पद्धती आणि तंत्र यांचं ढोबळमानाने दोन प्रकारांमध्ये विभागणी होऊ शकतेः संभाव्यता नमुना निवड पद्धत व असंभाव्यता नमुना निवड पद्धत. खाली संभाव्य नमुना निवड पद्धत व त्यातील तंत्र याची चर्चा केली आहेः

## संभाव्यता नमुना निवड पद्धतः

संभाव्यता नमुना निवड पद्धत या नावातच निर्देश केल्याप्रमाणे यात असे गृहीत धरले आहे की लोकसंख्येतील सर्व घटक नमुन्यामध्ये निवडले जाण्याची शक्यता समप्रमाणात आहे. त्यामुळे अभ्यासक्षेत्रातील प्रत्येकाला नमुन्यामध्ये स्थान मिळण्याची समान संधी आहे. संभाव्यता नमुना निवड पद्धतीसाठी नमुना चौकटीची उपलब्धता अथवा अभ्यासक्षेत्रातील सर्वांच्या यादीची उपलब्धता याची अत्यावश्यक गरज आहे. संभाव्य नमुना निवड पद्धतीमध्येही अनेक नमुना निवडीची विविध तंत्रं अंतर्भूत आहेत. साधी ढोबळ नमुना निवड पद्धत ही संभाव्यता नमुना निवड पद्धतीतील अगदी प्राथमिक पद्धत आहे. ही पद्धत सर्वत्र अधिक प्रमाणात वापरली जाते कारण ही पद्धत साधी सरळ आहे. या नमुना निवड तंत्रामध्ये, अभ्यासक्षेत्राच्या लोकसंख्येतील कुठल्याही घटकाला नमुन्यामध्ये निवडले जाण्याची समान संधी उपलब्ध असते. मात्र ही साधी नमुना निवड पद्धत अवलंबण्यासाठी नमुन्यामध्ये निवडले जाण्याची पात्रता असलेली संपूर्ण यादी तयार असावी लागते. या नमुना निवडीच्या तंत्राचा फायदा असा की लक्ष्य लोकसंख्येच्या घटकातील कुठल्याही सदस्याची नमुन्यामध्ये दुसऱ्यांदा निवड होऊ शकत नाही. याचं कारण साधं आहे, एकदा एक मतदार नमुन्यामध्ये निवडला गेला की पुन्हा त्या गणसंख्येतून कुणीच निवडले जात नाही. असं असलं तरीही यामध्ये एक मुख्य तोटा आहे तो निवडलेला नमुना समप्रमाणात विखुरला आहे याची खात्री यातून होत नाही. आपण एक साधं उदाहरण घेऊयाः समजा आपल्याला ८०० मतदारसंख्येच्या गावातून १०० मतदार साधी ढोबळ नमुना निवड पद्धत वापरून निवडायचे आहेत व त्यांची मुलाखत घ्यायची आहे. गावाच्या वेगवेगळ्या भागातून आपण ढोबळपणे १०० मतदार निवडू. हे १०० मतदार ढोबळ पद्धतीने कोणताही पूर्वग्रह अथवा प्राधान्य न ठेवता निवडले गेले असल्याने ते प्रातिनिधिक असतीलच याची खात्री देता येत नाही. गावातील एखाद्या जमातीचे अधिक मतदार निवडले गेले असू शकतात तर गावाच्या एका भागातील कुठलाच मतदार निवडला गेला नाही, असे होऊ शकते. कुठलाही पूर्वग्रह अथवा प्राधान्य न ठेवता साध्या ढोबळ नमुना निवड पद्धतीने नमुना निवडूनही वयोगट, लिंग, जात-जमात किंवा धर्म यांनुसार प्रतिनिधित्व दिले गेले असेलच असे नाही. मतदान वर्तनाच्या अभ्यासात अनेकदा साधी ढोबळ नमुना निवड पद्धत वापरली जाते आणि अखेरीस नमुना प्रातिनिधिक नसल्याचे ध्यानात येते. असं असूनही, सर्वांत योग्य पद्धत नसली तरीही भारतात संशोधक/संस्था याच पद्धतीचा मोठ्या प्रमाणावर वापर करत असल्याचं दिसतं.

पद्धतशीर ढोबळ नमुना निवड तंत्र हे साध्या ढोबळ नमुना निवड तंत्राप्रमाणेच असले तरी त्यात किंचित बदलांसह सुधारित तंत्र वापरले जाते. नमुना ढोबळमानाने निवडला जातो; पण साध्या पद्धतीने नव्हे. पद्धतशीर तंत्राने हा नमुना निवडला जातो. पद्धतशीर तंत्राने नमुना निवडण्याकरिता अभ्यासक्षेत्रातील सर्व घटकांची संपूर्ण यादी उपलब्ध असणे आवश्यक आहे. अभ्यासक्षेत्रातील काही घटक आपण वगळले तर त्या घटकांची नमुन्यामध्ये निवड होणे अशक्य होते. पद्धतशीर ढोबळ नमुना निवड पद्धतीने नमुना कसा निवडला जातो? नियमित कालावधीने नमुन्यांची निवड होते. घाईघाईत, अव्यवस्थित पद्धतीने नमुने निवडले जात नाहीत. एकूण अभ्यासक्षेत्राच्या आकारावर आणि निवडावयाच्या नमुन्याच्या आकारावर किती कालावधीने निवड करायची, हे निर्धारित होते. उदाहरणार्थ समजा ८०० मतदार असलेल्या गावातून १०० मतदारांची निवड करावयाची असल्यास एकूण मतदार संख्येस नमुना मतदार संख्येने भागून कालावधी निर्धारित करावा लागेल. या उदाहरणात आपल्याला कालावधी/अंतर ठरवण्यासाठी ८०० ला १०० ने भागावे लागेल (८०० ÷ १००=८) म्हणजे मुलाखतीकरिता किती काळाने/अंतराने मतदार निवडावे लागतील, हे ८ च्या पटीनुसार ठरेल. वेगळ्या शब्दात सांगायचं तर आपल्याला गावातील ८०० मतदारांपैकी १०० नमुना मतदार निवडायचे आहेत तर मतदार यादीतील प्रत्येक आठवा मतदार निवडता येईल. पहिल्या मतदारासाठी १ ते ८ पैकी कुठल्याही मतदाराची ढोबळ संख्या तक्त्यानुसार निवड करता येईल. पद्धतशीर ढोबळ नमुना निवड पद्धतीतून निवडलेला नमुना हा गावातील मतदारांचे प्रतिनिधित्व करणारा असेल. गावातील सर्व गट, जाती, ठिकाण यांचे प्रतिनिधित्व या नमुन्यातून होईल. मतदारांच्या पार्श्वभूमी संदर्भातील कुठलाही घटक निवडलेल्या नमुन्यात वगळला गेला असल्याची शक्यता अगदीच कमी असेल.

संभाव्यता नमुना निवड प्रक्रियेतील पद्धतशीर ढोबळ नमुना पद्धतीचा पुढील विकसित टप्पा म्हणजे स्तरित ढोबळ नमुना निवड पद्धत. या ढोबळ नमुना निवड पद्धतीमध्ये लोकसंख्येच्या विविध स्तरांमधून नमुना प्राप्त केला जातो आणि विविध स्तरातील वेगवेगळ्या घटकांचे योग्य प्रतिनिधित्व नमुन्यामध्ये आहे का, याची खातरजमा केली जाते. या तंत्राने ८१ लोकांमधून १० घटकांचा नमुना निवडायचा असल्यास गटामधील स्तरांचा शोध घेणे गरजेचे आहे. उदाहरणार्थ या लोकसंख्येपैकी लिंगनिहाय विचार करता ५१ पुरुष आणि ३० स्त्रिया असतील तर त्यांचा दोन विभिन्न स्तर म्हणून विचार करता येतो. १० जणांचा निवडक नमुना हा या दोन स्तरांमधून प्रमाणबद्ध पद्धतीने किंवा प्रमाणबद्ध पद्धतीचा वापर न करता निवडला जातो. पद्धतशीर ढोबळ नमुना निवड पद्धतीमध्ये सर्व

घटक नमुन्यामध्ये निवडले जाण्याची शक्यता सारखीच असते, स्तरित ढोबळ नमुना निवड पद्धतीत सर्वेक्षणाच्या गरजेनुसार लोकसंख्येतील विविध स्तरांचे नमुना गुणोत्तर प्रमाणबद्ध किंवा अप्रमाणबद्ध प्रकारे वापरले जाते. ही पद्धत लोकसंख्येच्या विविध स्तरांपर्यंत जाण्यासाठी दोन टप्प्यांची तीन टप्प्यांची किंवा त्याहून अधिक टप्प्यांच्या स्तरीकरणापर्यंत अवलंबली जाते.

अभ्यासक्षेत्रातील सर्व तपशील उपलब्ध असताना उपरोक्त चर्चा केलेल्या ढोबळ प्रकारे पार पाडल्या जाणाऱ्या संभाव्यता नमुना निवड पद्धती उपयोगी पडतात. जिथे लोकसंख्येची संपूर्ण यादी मिळणे अशक्य असते अशा ठिकाणी समूह नमुना निवड पद्धत (Cluster Sampling) ही सर्वोत्कृष्ट पद्धत आहे. या नमुना निवड पद्धतीमध्ये समूह अथवा गट ठरवले जातात व नंतर ढोबळमानाने नमुना निवडला जातो. समजा उदाहरणार्थ दिल्लीतील पंचतारांकित हॉटेल्समध्ये राहणाऱ्या लोकांचे सर्वेक्षण करायचे आहे तर या विशिष्ट काळात पंचतारांकित हॉटेल्समध्ये राहणाऱ्या सर्व लोकांची यादी मिळणे अशक्य आहे. अशा वेळी पहिल्या टप्प्यात सर्व पंचतारांकित हॉटेल्सची यादी केली जाते आणि ढोबळमानाने त्यातील काही हॉटेल्सची निवड केली जाते. दुसरा टप्पा हा त्या हॉटेल्समधील मजले, सिंगल/डबल बेडच्या रुम्स.. इ. आधारे निवड. एकदा समूह निवडला की नमुन्यातील लोकांची निवड ही ढोबळ पद्धतीने किंवा सोयीनुसार केली जाते. स्तरित आणि समूह नमुना निवड पद्धतीमध्ये फरक आहे. समूह नमुना निवड पद्धतीतील स्तर हा नैसर्गिकरित्या तयार झालेला असतो तर स्तरित नमुना निवड पद्धतीतील स्तर हा कृत्रिमरित्या तयार केलेला असतो.

## असंभाव्य नमुना निवड पद्धतः

या नमुना निवडीच्या प्रकारात, लोकसंख्येतील सदस्यांची नमुन्यामध्ये निवडले जाण्याची शक्यता समान नसते. लोकसंख्येतील काही घटकांची नमुन्यामध्ये निवड होण्याची शक्यता कमी, अधिक किंवा शून्य असू शकते. त्यामुळे या नमुना निवड पद्धतीतून निवडलेल्या नमुन्यामध्ये लोकसंख्येच्या विशिष्ट घटकाच्या प्रतिनिधित्वाचे प्रमाण कमी किंवा अधिक असण्याचा धोका असतो. असंभाव्य नमुना निवडीच्या पद्धतीमध्ये अनेक तंत्रं आहेत. सुविधा नमुना निवड पद्धत (Convenience Sampling) हे तंत्र त्यापैकीच एक होय. सुविधा नमुना निवड पद्धत ही जेथे सहजरित्या मुलाखत देण्यास इच्छुक मतदार उपस्थित असतील तिथे वापरली जाते. या तंत्राद्वारे निवडलेला नमुना प्रातिनिधिक आहे अथवा

नाही, याची खातरजमा केली जात नाही; मात्र अपुरी आर्थिक संसाधनं आणि वेळेची कमतरता असताना ही नमुना निवड पद्धत यथायोग्य ठरते.

असंभाव्य नमुना निवड पद्धतीमधील काही विशिष्ट परिस्थितीत वापरली जाणारी आणखी एक नमुना निवड पद्धत म्हणजे शृंखला नमुना निवड पद्धत (Snowball Sampling). स्नोबॉल या नावातच अध्याहृत असल्याप्रमाणे तो वाढत जातो आणि लहान लहान नमुन्यांच्या संख्या वाढत जाते आणि सर्वेक्षण सुरूच राहते. या नमुना निवड पद्धतीमध्ये प्रतिसादकांनी दिलेल्या संदर्भ आणि पत्यांच्या आधारे इतर मतदारांशी संपर्क करून मुलाखती घेतल्या जातात. जेव्हा नमुना निवडीसाठीच्या याद्या उपलब्ध नसतात किंवा ज्यातून लक्ष्याधारित नमुना निवडता येईल, असे तपशील अनुपलब्ध असतात तेव्हा हे तंत्र वापरले जाते. जर लोकांमधील विशेष वैशिष्ट्यांचा, कौशल्यांविषयीचे संशोधन करावयाचे असेल आणि त्याविषयीच्या तपशिलांचा अभाव असेल तेव्हा त्या समूहातील व्यक्तींना संपर्क करून पुढील नमुना मतदार निवडले जातात. ही प्रक्रिया अपेक्षित नमुना मतदार संख्या गाठेपर्यंत पुन्हा पुन्हा पार पाडली जाते. आणखी एक असंभाव्य नमुना निवड पद्धत सातत्याने वापरली जाते जिला हिस्सा नमुना निवड पद्धत (Quota Sampling) असे म्हटले जाते. या नमुना निवड तंत्रात एकूण लोकसंख्या विविध उपगटांमध्ये विभागली जाते. जसं की लोकसंख्या पुरुष, स्त्रिया, वय, तरुण, वृद्ध अशा उपगटांमध्ये विभागली जाते. त्यानंतर कोटा निर्धारित केला जातो. हा कोटा परस्परांशी प्रमाणात नसतो तर त्या उपगटाच्या लोकसंख्येनुसार त्याचे प्रमाण ठरते. इथे नमुन्यामध्ये प्रत्येक घटक निवडला जाण्याची शक्यता असमान असते. त्यामुळे कधीकधी हा नमुना असंतुलित बनण्याची शक्यता असते. लक्ष्याधारित समूह मुलाखती पार पाडण्यासाठी असंभाव्य नमुना निवड पद्धतीचा वापर होतो. यासाठीची नमुना निवड ही प्रतिसादकांची उपलब्धता आणि सुविधा यांवर ठरते. या सर्वेक्षणांमध्ये १० ते २० जणांच्या समूहाची एखाद्या विषयावर दीर्घकाळ गट चर्चा घडवली जाते.

ही काही ढोबळ नमुना निवड तंत्रं आहेत जी नमुना सर्वेक्षणांमध्ये आणि मतचाचण्यांमध्ये वारंवार वापरली जातात; पण ही तंत्रं सर्वसमावेशक आणि संपूर्ण नाहीत. यापेक्षा वेगळी काही तंत्रं आहेत जी प्राथमिकरित्या उपरोक्त पद्धतींवर आधारलेली आहेत. त्या पद्धतींच्याच सुधारित आवृत्त्या या तंत्रामार्फत दिसून येतात. ही सुधारित तंत्रं सर्वसाधारणपणे जटील संशोधनांसाठी वापरली जातात. संभाव्य समानुपाती आकार नमुना निवड पद्धत (Probability Proportionate to Size-PPS) ही पद्धतशीर ढोबळ नमुना निवड पद्धतीची सुधारित आवृत्ती आहे. ज्या याद्यांमधून नमुना

निवडायचा आहे त्यांचा आकार समान नसतो तेव्हा ही पद्धत वापरली जाते. असमान आकाराच्या उपगटांची नमुन्यामध्ये निवडली जाण्याची शक्यता असमान असते. मोठे घटक हे प्रमाणामध्ये निवडले जाण्याची शक्यता कमी असते तर लहान घटकांची निवडले जाण्याची शक्यता अधिक असते. हे तंत्र मोठे घटक नमुन्यामध्ये प्रमाणात निवडले जातील याची खातरजमा करते. आणखी एक नमुना निवड पद्धत सर्वेक्षणांच्या रचनेसाठी वापरली जाते. एकाहून अधिक टप्प्यांमध्ये माहिती संकलित केली जाते, याला बहुस्तरीय नमुना निवड पद्धत म्हटले जाते. नमुना संच निवडला जातो आणि माहिती संपूर्ण संचासाठी संकलित केली जाते. माहिती संकलनाच्या दुसऱ्या टप्प्यात नमुन्यातून उपसंचाची निवड केली जाते आणि उपनमुन्यातून माहिती संकलित केली जाते. सर्वेक्षणात गरज भासल्यास उपनमुन्यातून आणखी लहान नमुना निवडून पुन्हा एकदा माहिती संकलित केली जाते. जर एकाच नमुन्यातून एकाहून अधिक वेळेस नमुना निवडून विविध टप्प्यांवर माहिती संकलित केली जात असेल तर त्यास बहुस्तरीय नमुना निवड पद्धत म्हणतात.

## नमुना निवड पद्धतीची निवड आणि नमुना वितरण

या आधीच्या भागात नमुना निवडीच्या पद्धती आणि तंत्रं यांची चर्चा केलेली आहे. या चर्चेतून हे समोर आले की सर्व प्रकारच्या सर्वेक्षण संशोधनाकरिता लागू करता येईल, अशी एकही सार्वत्रिक पद्धत नाही. नमुना निवडीच्या पद्धतीची निवड ही नमुना चौकटीची उपलब्धता, तज्ज्ञ, प्रावीण्य, संसाधनं यांसारख्या अनेक घटकांवर अवलंबून असते.

### योग्य नमुना निवड पद्धतीची निवड

जिथे नमुना चौकट उपलब्ध आहे अशा ठिकाणी विविध उपलब्ध तंत्रांची पूर्व-चाचणी घेऊन सर्वेक्षणांसाठी योग्य नमुना निवड पद्धत ठरवता येते. नमुना निवड तंत्राची पूर्व-चाचणी कशी घेता येते हे पुढे सोदाहरणं स्पष्ट केलं जाईल. उदाहरणार्थ, ८१ पटसंख्या असलेल्या वर्गातील २४ विद्यार्थ्यांच्या नमुना सर्वेक्षणाच्या आधारे शाळकरी मुलांच्या अनुपस्थितीचे सरासरी दिवस संख्या आपल्याला शोधायची आहे. इथे आपल्याला आधीच माहिती आहे की शाळकरी मुलांच्या अनुपस्थितीची सरासरी ६.६९ दिवस आहे. अभ्यासक्षेत्रातील यादीची माहिती आपल्याजवळ खालीलप्रमाणे आहेः पहिली बाब म्हणजे वर्गात ८१ विद्यार्थी आहेत. त्यातील प्रत्येकाला १ ते ८१ मधील एकमेव

क्रमांक दिलेला आहे. दुसरी बाब म्हणजे प्रत्येक विद्यार्थी किती दिवस अनुपस्थित राहिला त्या दिवसांची संख्या. या सर्वेक्षणासाठी साधी ढोबळ नमुना पद्धत योग्य आहे की पद्धतशीर ढोबळ नमुना पद्धत अधिक योग्य आहे, हे आपण शोधू या.

४. १ तक्त्यात दाखवल्याप्रमाणे प्रथम ढोबळ क्रमांकांच्या तक्त्याचा वापर करत साध्या ढोबळ नमुना निवड पद्धतीने ८१ विद्यार्थ्यांमधून २४ विद्यार्थी निवडले. हा नमुना निवडत असताना एकच ओळखपत्र क्रमांक असलेल्या विद्यार्थ्याची एकाहून अधिक वेळा निवड होऊ नये आणि ८१ हून अधिक ओळखपत्र क्रमांक असलेल्या विद्यार्थ्याची निवड न करण्याची दक्षता घेतली गेली. सरासरी दिवस काढण्यासाठी २४ विद्यार्थ्यांच्या अनुपस्थित दिवसांची बेरीज केली गेली. ती एकूण बेरीज आली १३९. या संख्येला २४ ने भागले आणि उत्तर आले ५.७९. ही सरासरी ६.६९ या एकूण अनुपस्थिती दिवस सरासरीहून बरीच कमी आहे. याचा अर्थ निवडले गेलेला नमुना हा एकूण सर्व विद्यार्थ्यांचे प्रतिनिधित्व करणारा नव्हता. त्यामुळे या सर्वेक्षणाकरिता साधी ढोबळ नमुना निवड पद्धत योग्य नसल्याचा निष्कर्ष आपण काढू शकतो.

**तक्ता ४.१:** साधी ढोबळ नमुना निवड पद्धत

| *विद्यार्थी ओळखपत्र क्र.* | *अनुपस्थिती दिवससंख्या* | *विद्यार्थी ओळखपत्र क्र.* | *अनुपस्थिती दिवससंख्या* | *विद्यार्थी ओळखपत्र क्र.* | *अनुपस्थिती दिवससंख्या* |
|---|---|---|---|---|---|
| ३ | ३ | ३२ | १४ | ४० | ५ |
| १५ | १ | ३३ | ४ | ७४ | ५ |
| ४७ | ४ | १ | ० | ५३ | ३ |
| ५० | १५ | ६९ | ५ | २१ | ५ |
| ६ | ४ | १५ | १ | ३७ | ५ |
| ४८ | १ | १४ | १ | २४ | १० |
| ७८ | १५ | ५८ | ९ | ५९ | ३ |
| ७ | १३ | ५४ | ४ | ४२ | ९ |

*स्रोतः लेखक*

आता आपण नमुना निवडण्यासाठी पद्धतशीर ढोबळ नमुना निवड पद्धत वापरू या. तक्ता क्र. ४.२ मध्ये दाखवल्याप्रमाणे ८१ विद्यार्थ्यांमधून २४ विद्यार्थ्यांचा नमुना निवडला गेला. यासाठीची पहिली पायरी म्हणजे ८१ ला २४ ने भागणे. उत्तर आले ३.३७. या नमुना निवड पद्धतीचा नमुना स्थिरांक ३.३७ आहे. या स्थिरांकाचा अवकाश वापरून

पद्धतशीररित्या चोवीस विद्यार्थ्यांची निवड केली गेली. अनुपस्थित दिवसांची सरासरी काढण्यासाठी २४ विद्यार्थ्यांच्या अनुपस्थित दिवसांची बेरीज केली गेली. ही बेरीज आली १७०. या संख्येस २४ ने भागले असता उत्तर आले ७.०. या विद्यार्थ्यांच्या नमुन्याची ७.० दिवस ही सरासरी ही एकूण विद्यार्थ्यांच्या ६.६९ दिवस या सरासरीच्या बऱ्यापैकी जवळ आहे. याचा अर्थ पद्धतशीर ढोबळ नमुना निवड पद्धतीतून निवडलेला नमुना हा साध्या ढोबळ नमुना निवड पद्धतीहून अधिक प्रातिनिधिक आहे. त्यामुळेच ही नमुना निवड पद्धत ही अधिक बरोबर आणि योग्य आहे. या उदाहरणातून कोणती नमुना निवड पद्धत वापरायची यासाठी पूर्व-चाचणी हे तंत्र असल्याचे दिसते. अभ्यासक्षेत्रातील घटकांच्या जवळ जाणारी पद्धती कोणती आहे, हेही यातून तपासले गेले. अर्थात प्रत्येक वेळी या प्रकारे पूर्व-चाचणीमधून नमुना निवड तंत्र ठरवता येतेच असे नाही. नमुना निवड तज्ज्ञ आणि सांख्यिकीतज्ज्ञ यांचा सल्ला घेऊन सर्वेक्षणांसाठी किंवा मतदान चाचण्यांसाठी योग्य ती नमुना निवड पद्धत ठरवली जावी.

**तक्ता ४.२:** पद्धतशीर ढोबळ नमुना निवड पद्धत

| *ओळखपत्र क्र.* | *अनुपस्थितीची दिवससंख्या* | *ओळखपत्र क्र.* | *अनुपस्थितीची दिवससंख्या* | *ओळखपत्र क्र.* | *अनुपस्थितीची दिवससंख्या* |
|---|---|---|---|---|---|
| २ | १ | २८ | ३ | ५५ | ४ |
| ५ | १ | ३२ | १४ | ५९ | ३ |
| ८ | २ | ३५ | १ | ६२ | ९ |
| १२ | १ | ३९ | १६ | ६६ | १० |
| १५ | १ | ४२ | ९ | ६९ | ५ |
| १८ | ११ | ४५ | ७ | ७२ | १० |
| २२ | १ | ४९ | ६ | ७६ | १५ |
| २५ | ११ | ५२ | ११ | ७९ | १८ |

*स्रोतः लेखक*

## नमुना आकार आणि वितरण निर्धारित करणे

नमुन्याचा यथायोग्य आकार आणि वितरण अनेक घटकांवर अवलंबून असते. हे निर्धारित करण्यासाठी एकच एक असे सूत्र नाही. नमुन्याचा आकार ठरवण्यासाठी तांत्रिक आणि अतांत्रिक अशा घटकांची जोड द्यावी लागते. यातील तांत्रिक भाग म्हणजे नमुना निवडीतील त्रुटीचे प्रमाण आणि सर्वेक्षणातील अपेक्षित अचूकतेची पातळी. अभ्यासक्षेत्राचा आकार हा नमुना निर्धारणातील महत्त्वाचा घटक असतो. जर अभ्यासक्षेत्र लहान असेल तर सांख्यिकीय

तक्ते नमुना आकार सांख्यिकीय लक्षणीयता पाहून ठरवावे लागतात. जर अभ्यासक्षेत्राचा आकार मोठा असेल उपलब्ध संसाधनं आणि व्यावहारिक शक्यता यांचा विचार करून नमुना ठरवावा लागतो. ज्या आधारे नमुना ठरवला जातो त्या इतर बाबी म्हणजे सर्वेक्षणाचे उद्दिष्ट आणि ज्यातून माहिती संकलित करायची आहे असे उपगट. अभ्यासक्षेत्राच्या विषमरूपतेतून नमुना आकार ठरवला जातो. जर विश्लेषणाचा घटक बृहत-पातळीवरील असेल तर लहान नमुनाही पुरेसा ठरतो; पण जर सर्वेक्षण लघु-पातळीवरील घटकाचे विश्लेषण करू इच्छित असेल तर आणखी मोठा नमुना निवडावा लागेल.

हे मात्र आवर्जून लक्षात ठेवायला हवं की नमुन्याचा आकार हा बव्हंशी सर्वेक्षणाच्या उद्दिष्टांवर आणि विश्लेषणाच्या घटकावर अवलंबून असतो. बाजार संशोधन संस्था आणि लोकमततज्ज्ञ यांच्यामार्फत केल्या जाणाऱ्या लोकप्रिय राष्ट्रीय स्तरावरील मतचाचण्या नमुना निवडीसाठी सांख्यिकीय तक्ते वापरू शकत नाहीत. त्यांना प्रति नमुना किंमतीच्या आधारे ठरवलेली संख्या आणि विश्लेषणाचे घटक यांनुसार सर्वेक्षण पार पाडावे लागते. त्यामुळेच जर कुणाला पंतप्रधान मनमोहन सिंग यांच्या लोकप्रियतेचे मापन करायचे असेल तर टक्केवारीत अथवा सांख्यिकीय तक्त्यांच्या आधारे मोजता येणार नाही. साधारण १५०० मतदारांचा नमुना पंतप्रधान मनमोहनसिंग यांची राष्ट्रीय पातळीवरील लोकप्रियतेची क्रमवारी ठरवण्यास पुरेसा ठरेल; पण पंतप्रधानांची वेगवेगळ्या प्रदेशात राज्यात किती लोकप्रियता आहे, हे अभ्यासायचे असेल तर १५००० चा नमुना जरुरीचा असेल. याचं कारण असं आहे की भारतात २८ घटकराज्यं आणि ५ केंद्रशासित प्रदेश आहेत आणि योग्य अवलोकन करायचे असल्यास सर्व राज्यातून आणि केंद्रशासित प्रदेशांमधून ५०० मतदारांचा नमुना निवडावा लागेल.

सर्वेक्षण संशोधनांचं एकमेव वैशिष्ट्य असं आहे की एकाच लोकसंख्येमधून निवडलेले नमुने हे एकमेकांपेक्षा भिन्न असू शकतात आणि निवडण्याच्या प्रक्रियेमुळे लोकसंख्यानिहायही त्यात बदल असू शकतो. त्यामुळे एकाच वेळी एकाच लोकसंख्येची दोन सर्वेक्षणं केली असता संकलित होणारी माहिती वेगवेगळी असेल आणि त्यात लक्षणीय फरक असेल. या फरकास नमुना निवड दोष असे संबोधले जाते. नमुना निवड दोष मोजण्यासाठी जे सांख्यिकीय साधन वापरले जाते त्यास प्रमाण दोष असे म्हटले जाते. सर्वेक्षणातील तथ्यांसह प्रमाण दोष नोंदवले जातात जेणेकरून सर्वेक्षणांचे अंदाज प्रत्यक्ष लोकसंख्येच्या कितपत जवळ होते हे लक्षात येईल आणि सर्वेक्षणाच्या अचूकतेची पातळीही ध्यानात येईल. तक्ता क्र. ४. ३ मध्ये सर्वेक्षणांच्या अंदाजांसाठीच्या नमुन्यांचा आकार, लोकसंख्येचा आकार, आवश्यक नमुना आणि नमुना निपड दोषांच्या तीन पातळ्या हे सारे दाखवले आहे. (पहा तक्ता क्र. ४. ३)

**तक्ता ४.३:** ९५ % अचूकतेसह नमुना आकार व वितरण यांच्या तीन पातळ्या

| | नमुना निवड दोष + ३ | | नमुना निवड दोष + ५ | | नमुना निवड दोष + १० | |
|---|---|---|---|---|---|---|
| लोकसंख्येचा आकार | ५०/५० विभागणी | ८०/२० विभागणी | ५०/५० विभागणी | ८०/२० विभागणी | ५०/५० विभागणी | ८०/२० विभागणी |
| १०० | ९२ | ८७ | ८० | ७१ | ४९ | ३८ |
| २५० | २०३ | १८३ | १५२ | १२४ | ७० | ४९ |
| ५०० | ३४१ | २८९ | २१७ | १६५ | ८१ | ५५ |
| ७५० | ४४१ | ३५८ | २५४ | १८५ | ८५ | ५७ |
| १, ००० | ५१६ | ४०६ | २७८ | १९८ | ८८ | ५८ |
| २, ५०० | ७४८ | ५३७ | ३३३ | २२४ | ९३ | ६० |
| ५, ००० | ८८० | ६०१ | ३५७ | २३४ | ९४ | ६१ |
| १०, ००० | ९६४ | ६३९ | ३७० | २४० | ९५ | ६१ |
| २५, ००० | १, ०२३ | ६६५ | ३७८ | २४४ | ९६ | ६१ |
| ५०, ००० | १, ०४५ | ६७४ | ३८१ | २४५ | ९६ | ६१ |
| १, ००, ००० | १, ०५६ | ६७८ | ३८३ | २४५ | ९६ | ६१ |
| १०, ००, ००० | १, ०६६ | ६८२ | ३८४ | २४६ | ९६ | ६१ |
| १००, ०००, ००० | १, ०६७ | ६८३ | ३८४ | २४६ | ९६ | ६१ |

*स्रोत:* Salant, P. and Dillman, D.A. (1994).

## नमुना निवड दोष आणि दुरुस्तीचे मार्ग

अभ्यासक्षेत्रातील लोकसंख्येच्या वैशिष्ट्यांच्या आसपास पोहोचू शकेल आणि लोकसंख्यानिहाय प्रतिनिधित्व करू शकेल असा नमुना निवडणे हे कोणत्याही नमुना निवड पद्धतीचे वैशिष्ट्य असते. सर्वांत अचूक नमुना निवड पद्धत वापरून अथवा सर्वोत्कृष्ट क्षेत्राभ्यास करूनही पार पडलेला सर्वेक्षण नमुना हा कधीही १०० टक्के प्रातिनिधिक नसतो. पूर्णपणे प्रातिनिधिक नमुना निवडता न येणं हा दोष नमुना निवड पद्धतीचा नसतो तर नमुना चौकट आणि क्षेत्राभ्यास करतानाच्या व्यावहारिक अडचणी यातून दोष उद्भवतो. नमुना चौकटीत अंतर्निहीत काय समस्या असू शकतात? या समस्याः अ) वगळले गेलेले घटक. नमुना चौकटीतून काही घटक वगळले गेले असू शकतात ज्यामुळे नमुन्यामध्ये त्यांची निवड होण्याची शक्यताच संपुष्टात येते. त्यामुळे नमुना चौकटीतून वगळले गेलेले घटक शोधून काढण्याची दक्षता घ्यायला हवी. हे घटक शोधणं अनेकदा कठीण असतं. ब) नमुना चौकटीत काही समूह असू शकतात. हे समूह नमुना निवडताना शोधले गेले

नाहीत तर निवडलेला नमुना प्रातिनिधिक नसण्याची शक्यता असते. सारी दक्षता घेऊनही, काही वेळेस नमुना चौकटीतील समूह शोधणं कठीण असतं. क) नमुना चौकटीमध्ये रिक्त अथवा अन्य घटकांची शक्यता. रिक्त घटकांच्या नमुन्यातील निवडीमुळे प्रतिसाद न मिळण्याचा दोष सर्वेक्षणामध्ये निर्माण होतो. तसंच नमुना चौकटीत अभ्यासक्षेत्राबाहेरील अन्य घटक असता कामा नयेत. त्यांच्यामुळे नमुना निवडीमध्ये धोक्याची शक्यता वाढते. ड) नमुना चौकतीतील बनावट घटकांची नोंद. जर हे बनावट घटक नमुन्यामध्ये निवडले गेले तर सर्वेक्षणातील नमुना निवड दोष वाढतो.

नमुना चौकटीतील समस्यांव्यतिरिक्त प्रतिसादकांपर्यंत संपर्क न झाल्याने अथवा प्रतिसादकांनी प्रतिसाद न दिल्याने मोठी समस्या सर्वेक्षणांमध्ये निर्माण होते. पूर्व-निर्धारित नमुन्यांच्या आधारे केल्या जाणाऱ्या सर्वेक्षणांमध्ये प्रतिसादक उपलब्ध नसल्याने संपर्क न होण्याची शक्यता अधिक असते. संपर्क न होण्याची अनेक कारणं असू शकतात. भारतात संपर्क न होण्याचं मुख्य कारण हे अंतर्गत स्थलांतर असल्याचं दिसतं. सर्वोत्कृष्ट नमुना निवडूनही लोकसंख्येतील काही घटकांसोबत संपर्क न झाल्याने प्रत्यक्ष वास्तवापेक्षा नमुन्यामध्ये फरक दिसतो. शिवाय सर्वेक्षणांदरम्यान प्रतिसाद न मिळण्याची समस्या ही केवळ पहिल्या जगातील देशांमध्येच नाही तर भारतासारख्या देशातही मोठ्या प्रमाणावर असल्याचं दिसतं. नमुन्यामध्ये निवड केलेल्या प्रतिसादकांमध्ये मुलाखत न देण्याची इच्छा असलेल्या प्रतिसादकांची संख्या अलीकडे अधिक वाढताना दिसते आहे. संपर्क न झाल्याने आणि प्रतिसाद न दिल्याने सर्वेक्षणातील प्रतिसाद अभावाचा दोष वाढताना दिसतो नि नमुन्याच्या प्रातिनिधिक असण्यावरही याचा परिणाम होतो.

यामधून एक तार्किक प्रश्न निर्माण होतोः सर्वेक्षणानंतर नमुना प्रातिनिधिक नसल्याचे लक्षात आल्यास काय करायचे? यातून काही मार्ग आहे का की दुरुस्तीसाठी अधिक क्षेत्रकार्य करून असमतोल दूर करता येतो? याचं उत्तर जगभरातील सर्वेक्षण संशोधनांनी निर्धारित केलेल्या प्रमाणित पद्धती आणि विहित अटी, नियम यांमध्ये सापडतं. सर्वेक्षणामधून माहिती संकलित केल्यानंतर ती माहिती इलेक्ट्रॉनिक पद्धतीने नोंदवून सदर नमुना प्रातिनिधिक आहे अथवा नाही याची तपासणी केली जाते. जर नमुन्यामध्ये असमतोल आढळला तर हा असमतोल दूर करण्यासाठी प्रत्यक्ष लोकसंख्यानिहाय इतर घटकांच्या प्रमाणानुसार समायोजन केले जाते. सर्वेक्षण संशोधनांमध्ये नमुन्यामधील विविध घटकांच्या प्रमाणाचे संतुलन साधण्याच्या पद्धतीस 'भार' (weights) साधणे, असे म्हणतात. भार पद्धतीचा अधिक सापेक्ष मूल्य निर्देश करण्यासाठी किंवा नमुन्यातील घटकांचे इतर घटकांच्या तुलनेत महत्त्व निर्देशित करण्यासाठी वापर केला जातो.

## निवडणूक सर्वेक्षणांमध्ये वापरण्यात येणाऱ्या नमुना निवड पद्धती

निवडणुकांच्या दरम्यान वापरली जाणारी नमुना निवड पद्धत हा सर्वसामान्य माणसांच्या आणि सर्वेक्षण तज्ज्ञांच्या टीकेचा विषय झाला आहे. लहान नमुन्याच्या आकारावरून सर्व मतदारांच्या मतदान वर्तनाचा अंदाज वर्तवणे शक्य नसल्याचे म्हणत सामान्य माणसं निवडणूक सर्वेक्षणांविषयी टीका करतात. ही टीका काही वस्तुस्थितीवर आधारलेली नाही, सांख्यिकीशास्त्रानुसार हे शक्य आहे. सांख्यिकीशास्त्रज्ञांचा असा विश्वास आहे की मतदारांच्या हेतूंचं आणि वर्तनाचं अचूक आणि वाजवी मापन हे मतदारांच्या लहान नमुन्याच्या आधारे शक्य आहे. सर्व मतदारांचा प्रातिनिधिक आणि आणि शास्त्रीय नमुना निवडल्यास हे शक्य आहे. भारतातील मतदारांचा प्रातिनिधिक नमुना निवडण्यासाठी ढोबळ पद्धतीने नमुना निवड ही पद्धत सर्रास वापरली जाते. या ढोबळ नमुना निवड पद्धतीमध्ये प्रत्येक घटकाची नमुन्यामध्ये निवड होण्याची संधी समान असते. त्यामुळे नमुन्याचा लहान आकार आहे म्हणून निवडणुकीय सर्वेक्षण अपयशी ठरत नाहीत कारण सांख्यिकीय दृष्ट्या लहान नमुन्याच्या आधारेदेखील अचूक सर्वेक्षण करता येते. उलटपक्षी, नमुना निवड पद्धत शास्त्रीय नसल्याबाबत तज्ज्ञ टीका करतात. शिवाय नमुना ढोबळ पद्धतीने निवडला जात नाही. ढोबळ प्रकारे नमुना निवडणं ही पद्धत सुयोग्य असल्याचे त्यांचे मत असते. माध्यमांनी केलेल्या मतचाचण्यांविषयी त्या हेतुपूर्वक नमुना निवडतात, असा आक्षेप टीकाकारांचा असतो कारण येथे कोटा निर्धारित करून मतदारांची निवड केली जाते आणि त्यातून नमुना सदोष आणि असमतोल प्रकारचा निर्माण होतो.

भारतातील सर्वेक्षणांबाबत उभे राहिलेले प्रश्न आणि त्याबाबतची टीका यांना संबोधित करण्यासाठी नमुना निवड पद्धत आणि मतदान संस्थांची प्रक्रिया यांची तपासणी केली जाईल. याचा हेतू नमुना निवड तंत्राचे विश्लेषण करणे आणि मतदारांचा अंतिम नमुना निवडताना अवलंबले जाणारे टप्पे यांचे परीक्षण करणे असा आहे. यामधून नमुना निवड पद्धतीतील दोष आणि त्रुटी असतील तर त्या दूर होऊ शकतील आणि त्या दूर करण्यासाठीचे मार्ग अवलंबता येतील. कोटा नमुना निवड पद्धतीचे विश्लेषण करण्यापूर्वी कुठल्याही टप्प्यावर नमुना निवड पद्धत हेतुपूर्वक झालेली आहे का, हे शोधणे अधिक महत्त्वाचे, संदर्भमूल्य असलेले ठरेल. निवडणुकांमधील बहुतेक मतचाचण्यांमध्ये वापरले जाणारे नमुना निवड तंत्र हे बहुस्तरीय नमुना निवड पद्धतीचे असते. यामध्ये नमुना निवडीच्या तीन टप्प्यांचा समावेश होतोः अ) नमुना निवड पद्धतीचा पहिला स्तर हा लोकसभा/विधानसभा मतदारसंघ निवडण्याच्या पातळीवरील असतो. बहुतेक निवडणूक सर्वेक्षणं या टप्प्यावर ढोबळ पद्धत किंवा पद्धतशीर ढोबळ नमुना पद्धत वापरतात. या दोन्ही प्रक्रिया ढोबळ पद्धतीने नमुना निवडतात नि त्या शास्त्रीय आहेत.

पद्धतशीर ढोबळ नमुना निवड पद्धतीचा फायदा असा की यात नमुन्याचे वितरण कशा प्रकारे झाले आहे, हे समजते. या टप्प्यावर सीएसडीएस सारख्या अकादमीक संस्था तीन किंवा चार नमुने निवडतात आणि मागील निवडणुकीतील जिंकलेल्या जागा, प्रत्यक्ष मतं यांच्या आधारे हे नमुने पक्षांचे प्रतिनिधित्व करतात का, हे तपासतात. मागील निवडणुकीतील जिंकलेल्या जागा, प्राप्त झालेली मतं यांच्या प्रमाणात जो नमुना अधिक प्रतिनिधित्व करतो, तो निवडला जातो. ब) दुसरा टप्पा हा निवडलेल्या मतदारसंघांमधील मतदान केंद्रांचा नमुना निवडण्याचा टप्पा. या टप्प्यावर देखील ढोबळ नमुना निवड पद्धत अथवा पद्धतशीर ढोबळ नमुना निवड पद्धत वापरली जाते. क) शेवटच्या टप्प्यात प्रत्यक्ष मतदारांचा नमुना निवडला जातो आणि हा मतदारांचा नमुना निवडताना दोन वेगवेगळ्या पद्धती अवलंबल्या जातात. माध्यमांच्या मतचाचण्या ढोबळ पद्धतीने कोटा नमुना निवड पद्धत वापरतात. सीएसडीएस सारख्या संस्था मात्र या टप्प्यावर भारतीय निवडणूक आयोगाच्या मतदारयादीतून नमुना निवडताना पद्धतशीर ढोबळ नमुना निवड पद्धत वापरतात.

नमुना मतदारांच्या निवडीच्या अंतिम टप्प्यात वापरल्या जाणाऱ्या या दोन पद्धतींच्या तुलनात्मक विश्लेषणातून ही प्रक्रिया शास्त्रीय, परिपूर्ण आहे की दोषपूर्ण, नमुना निवड पद्धतीत त्रुटी निर्माण करणारी आहे, हे समजू शकेल.

## मतदारांची पद्धतशीर ढोबळ नमुना निवड पद्धत

निवडणूक सर्वेक्षणांमध्ये मतदार निवडण्यासाठी सीएसडीएस पद्धतशीर ढोबळ नमुना निवड पद्धत वापरते. मतदान केंद्रावर उपलब्ध असलेल्या मतदार यादीमधून ढोबळ सुरुवात करून पद्धतशीर ढोबळ नमुना निवड पद्धतीचा अवलंब करत प्रतिसादकांची निवड केली जाते. नमुन्यासाठी निवडलेल्या मतदान केंद्रांवरील नमुना मतदार यादी ही नाव, वय, लिंग आणि पत्ता यांसह तयार केली जाते. क्षेत्रकार्य सुरू करण्यापूर्वीच नमुना निवडला जातो ज्यामुळे क्षेत्रकार्यातील त्रुटींची शक्यता मोठ्या प्रमाणात कमी होते. नमुना निवडीची पद्धत ही अगदी साधी सरळ आहे आणि प्रतिसादक सहजरित्या निवडले जातात. ढोबळ क्रमांक तक्त्याचा वापर करत नमुना निवड पद्धत स्थिरांकाहून कमी असलेल्या क्रमांकाचा मतदार यादीतील कोणताही मतदार ढोबळ पद्धतीने पहिला मतदार म्हणून निवडला जातो. इथे 'ढोबळ' या शब्दाचा अर्थ कोणताही पूर्वग्रह न ठेवता, निरपेक्ष दृष्टिकोन अवलंबत मतदार निवडला जातो, असा आहे. उदाहरणार्थ १४०० मतदारांमधून २० मतदारांचा नमुना निवडायचा असेल तर १४०० ला २० ने भागले जाते आणि त्यातून नमुना निवड स्थिरांक ठरवला जातो. या उदाहरणात हा स्थिरांक ७० आहे. याच्यापुढची पायरी म्हणजे निवडलेल्या पहिल्या

मतदार क्रमांकामध्ये नमुना निवड स्थिरांक जोडून पुढील मतदार निवडणे ही होय. समजा ढोबळमानाने निवडलेल्या पहिल्या मतदाराचा क्रमांक ५५ आहे (जो की ७० पेक्षा कमी आहे.) तर त्यामध्ये ७० जोडले जातात आणि दुसरा मतदार निवडला जातो. या उदाहरणात ढोबळमानाने निवडलेल्या मतदाराचा क्रमांक १२५ असेल. (७० + ५५=१२५) ही प्रक्रिया निवडलेल्या मतदान केंद्रातील मतदार यादीतून २० मतदार निवडले जाईपर्यंत पुन्हा पुन्हा पार पाडली जाईल.

निवडणुकीतील सर्वेक्षणासाठी या पद्धतीने निवडलेला नमुना मतदारांचे अधिक प्रतिनिधित्व करणारा असतो. सीएसडीएस मार्फत राज्य आणि राष्ट्रीय पातळीवर पार पाडलेल्या बहुतेक सर्वेक्षणांमधून निवडलेला नमुना आणि प्रत्यक्ष मतदारांची वैशिष्ट्यं यांच्यात मोठ्या प्रमाणावर साधर्म्य आढळून आले आहे.

## मतदारांची कोटा नमुना निवड पद्धत

भारतातील बाजार संशोधन संस्था आणि माध्यम संस्था या बहुतेक वेळा कोटा नमुना निवड पद्धत अवलंबतात. यासाठीची प्रक्रिया त्यांनी सार्वजनिकरित्या कधीही जाहीर केलेली नाही. कोटा या शब्दातच निर्देश केल्याप्रमाणे लिंग आणि वयोमान यांच्या आधारे पूर्व-निर्धारित मतदारांचा कोटा वापरला जातो. त्यांचे अंदाज हे राष्ट्रीय आणि राज्य निवडणूक सर्वेक्षणांसाठीच्या जनगणना यादीवर बेतलेले असतात. हे तंत्र बरोबर आहे किंवा नाही, कोणत्या अडचणी या पद्धतीसोबत जोडल्या गेल्या आहेत, हे शोधण्यासाठी कोटा नमुना निवड पद्धतीचे एक उदाहरण अभ्यासू या. कोटा नमुना निवड पद्धत या प्रकारे पार पाडली जातेः

*पायरी १ घरांची निवड करण्याची प्रक्रिया*

१) अन्वेषक व्यक्ती सर्वप्रथम निवडलेल्या नमुना मतदान केंद्रातील मुख्य रस्त्यावरचं पहिलं पोस्ट ऑफिस शोधते. पोस्ट ऑफिस निवडल्यावर व्यक्तीच्या समोर किंवा उजव्या बाजूचं घर हे मुलाखत घेण्यासाठीच्या नमुन्यात निवडलं गेलेलं पहिलं घर असतं.
२) निवडलेल्या नमुन्यातील पहिल्या घरातील मुलाखत पार पाडल्यानंतर प्रत्येक वेळी उजव्या बाजूचं १०वं घर निवडलं जातं आणि ही प्रक्रिया अपेक्षित मुलाखतसंख्या होईपर्यंत पुन्हा पुन्हा पार पाडली जाते.

*पायरी २ मतदारांचा नमुना निवडतानाचा क्रम*

१) निवडलेल्या नमुन्यातील **पहिल्या** घरात अन्वेषकाने घरातील पहिल्या वयोगटातील म्हणजे वय वर्ष १४ ते ३० मधील पुरुषाची मुलाखत घेण्याचा प्रयत्न करावा. जर या वयोगटातील पुरुष नसेल तर याच वयोगटातील महिलेची मुलाखत घ्यावी. प्रतिसादकर्त्याच्या निवडीनंतर कोट्याच्या यादीतील योग्य त्या चौकटीत **खूण (✓)** करावी.

२) निवडलेल्या नमुन्यातील **दुसऱ्या** घरातील व्यक्तीची निवड ही पहिल्या घरातील पहिल्या वयोगटातील पुरुष अथवा स्त्रीची केलेली आहे, यावरून ठरते. जर पहिल्या घरात पहिल्या वयोगटातील म्हणजे वय वर्ष १४ ते ३० मधील पुरुषाची मुलाखत घेतलेली असेल तर त्याच वयोगटातील महिलेची मुलाखत घ्यावी. किंवा जर पहिल्या घरात १४ ते ३० या वयोगटातील महिलेची मुलाखत घेतली गेली असेल तर त्याच वयोगटातील पुरुषाची मुलाखत इथे घेण्यात यावी. प्रतिसादकर्त्याच्या निवडीनंतर कोट्याच्या यादीतील योग्य त्या चौकटीत **खूण (✓)** करावी.

३) निवडलेल्या नमुन्यातील **तिसऱ्या** घरात ३१ ते ५९ या दुसऱ्या वयोगटातील पुरुषाची मुलाखत घेण्यात यावी. जर या वयोगटातील पुरुष नसेल तर याच वयोगटातील महिलेची मुलाखत घ्यावी. प्रतिसादकर्त्याच्या निवडीनंतर कोट्याच्या यादीतील योग्य त्या चौकटीत **खूण (✓)** करावी.

४) निवडलेल्या नमुन्यातील **चौथ्या** घरात जिची मुलाखत घ्यावयाची आहे ती व्यक्ती तिसऱ्या घरातील दुसऱ्या वयोगटातील स्त्री अथवा पुरुषावर अवलंबून असते. जर ३१ ते ५९ या वयोगटातील पुरुषाची मुलाखत तिसऱ्या घरात घेतली गेली असेल तर त्याच वयोगटातील स्त्रीची मुलाखत घेण्यात यावी. किंवा तिसऱ्या घरात ३१ ते ५९ या दुसऱ्या वयोगटातील महिलेची मुलाखत घेतली गेली असेल तर पुरुषाची मुलाखत घेण्यात यावी. प्रतिसादकर्त्याच्या निवडीनंतर कोट्याच्या यादीतील योग्य त्या चौकटीत **खूण (✓)** करावी.

५) प्रत्येक मतदान केंद्रावर आवश्यक असणाऱ्या मुलाखतींनुसार, लिंग व वयोगटांच्या आधारे हा क्रम आणि ही पद्धत पुन्हा पुन्हा पार पाडली जाते.

कोटा नमुना निवड पद्धतीमध्ये घर आणि मतदार निवडीच्या पद्धतशीर पायऱ्यांचा समावेश आहे (पहा तक्ता ४. ४). या उदाहरणात सांगितल्याप्रमाणे कोटा नमुना निवड पद्धतीमध्ये दक्षतापूर्वक आणि काटेकोर पद्धतीने मुलाखतींचा कोटा प्रत्येक नमुना

निवडीच्या ठिकाणी पार पाडला जातो. या उदाहरणात लिंग आणि वयोगट यांच्या आधारे कोटा ठरवला गेला होता; पण समजा जात हा घटक यासोबत जोडला तर ही पद्धत अवलंबणे अधिक व्यामिश्र आणि कठीण होईल.

**तक्ता ४. ४:** मतदारांच्या कोटा नमुना निवड पद्धतीसाठीचा तक्ता

| *क्रमांक* | *गट* | *कोटा* | *१* | *२* | *३* | *एकूण* |
|---|---|---|---|---|---|---|
| १. | १४ ते ३० वर्षे | पु | | | | |
| | | स्त्री | | | | |
| २. | ३१ ते ५९ वर्षे | पु | | | | |
| | | स्त्री | | | | |
| ३. | ६० वर्षे आणि त्याहून अधिक | पु | | | | |
| | | स्त्री | | | | |
| मतदान केंद्रावर पार पाडलेल्या एकूण मुलाखतींची संख्या = | | | | | | |

*स्रोतः लेखक*

त्यामुळे क्षेत्रकार्य करताना काटेकोर पद्धतीने कोटा नमुना निवड पद्धतीचा अवलंब करणे व्यावहारिक दृष्ट्या शक्य होतेच असे नाही नि त्यातून नमुना निवड पद्धतीमध्ये दोष आणि इतर दोषही निर्माण होतात. शिवाय या प्रक्रियेत सारा निर्णय क्षेत्रकार्य करणाऱ्या व्यक्तीच्या हाती असल्याने माहिती संकलित करण्याच्या प्रक्रियेत निवडलेल्या नमुन्यात दोष निर्माण होण्याची शक्यता असते. त्यामुळेच या पद्धतीतून संकलित केलेली माहिती ही बऱ्याचदा प्रातिनिधिक नसते आणि चुकीची असते. माध्यम मत चाचण्यात वापरल्या जाणाऱ्या कोटा नमुना निवड पद्धतीमध्ये काही अंतर्निहीत दोष आणि त्रुटी आहेत असे तज्ज्ञांचे मत आहे. तज्ज्ञांच्या या मतास फारसा आधार नाही कारण मूळ समस्या ही क्षेत्रकार्याच्या पातळीवर कोटा नमुना निवड पद्धतीच्या अंमलबजावणीमध्ये आहे. ही समस्या ही अधिक चांगल्या प्रकारे ढोबळ निवडीच्या प्रक्रिया राबवून आणि विहित अटी नियम यांचे पालन करून सोडवता येऊ शकते.

५

# प्रश्नावली-माहिती संकलनाचे महत्त्वाचे साधन

कुठल्याही सर्वेक्षण संशोधनामध्ये, आखीव मुलाखतीची योजना गरजेची असते जिला लोकप्रिय भाषेत 'प्रश्नावली' असे संबोधले जाते. प्रश्नावली मतदान वर्तनाच्या मापनाकरिता संकलित करावयाच्या माहितीचे महत्त्वाचे साधन आहे. प्रश्नावली अथवा मुलाखत योजना म्हणजे सर्वेक्षणाच्या उद्दिष्टांनुसार ज्या घटकांची तपासणी करायची आहे त्यानुसार विचारलेल्या प्रश्नांचा सुस्पष्ट भाषेत लिखित मजकूर असतो. मतदानाच्या विश्लेषणाच्या अभ्यासाचे उद्दिष्ट असलेल्या सर्वेक्षणात राजकीय निवड, राजकीय पक्षांविषयीची आवड-नावड आणि तदनुषंगिक प्रश्न प्रश्नावलीमधून विचारले जातात. नमुना निवड पद्धतीशिवाय चांगली प्रश्नावली हे मतदानाच्या वर्तनाच्या अचूक मापनासाठी वापरले जाणारे साधन आहे कारण यातील अचूकता ही माहिती संकलनाच्या गुणवत्तेवर अवलंबून असते. जर संकलित केलेली माहिती चुकीची असेल तर मतदान वर्तनाच्या मापनात अचूकता आणण्यासाठी काहीही सुधारणा करता येत नाही. इथे माहितीची गुणवत्ता ही नमुन्याच्या आकारावर अवलंबून नसते तर काही मोजक्या बाबींवर अवलंबून असते. प्रतिसादांची गुणवत्ता ही प्रश्नावलीच्या संदर्भातील खालील मापदंडांनी निर्धारित होतेः

- प्रथम ती प्रश्नांच्या रचनेशी निगडित असते. प्रश्नांची रचना कशी केलेली आहे?
- प्रश्नांमध्ये कशा प्रकारची शब्दरचना केलेली आहे?
- मतदानाच्या संदर्भातील प्रश्न प्रतिसादकांना कशा प्रकारे विचारला गेला?
- प्रश्नावलीमधील प्रश्नांचा क्रम कसा ठरवला गेला होता?
- प्रतिसादकांना हे प्रश्न कोणत्या क्रमाने विचारले गेले?

- प्रतिसादकांना हे प्रश्न कोणत्या भाषेत विचारले गेले?
- अन्वेषकाने हे प्रश्न कसे विचारले?
- प्रतिसादकास ते प्रश्न योग्य प्रकारे समजले का व त्याने योग्य पद्धतीने त्यास उत्तर दिले का?
- अन्वेषकाने त्या उत्तरांची नोंद कशा प्रकारे केली?

मतदान वर्तनाच्या मापनातील प्रमाणीकरणाची खातरजमा करण्यासाठी माहिती संकलनाकरिता आखीव प्रश्नावली अथवा मुलाखतीची आवश्यकता असते. या प्रक्रियेत बहुसंख्य प्रतिसादकांना समान प्रकारे सारखाच अर्थ ध्वनित होईल या प्रकारे प्रश्न विचारणे इष्टतम मानले जाते. हे शक्य होण्यासाठी प्रश्न लिखित स्वरूपात शब्दांच्या योग्य रचनेसह आणि साध्या भाषेत विचारले जायला हवेत. सर्वेक्षण पद्धतीने अभ्यास करण्याऐवजी कोणी जर मतदारसंघ पातळीवरील अभ्यास करत असेल तर कदाचित त्या व्यक्तीस आखीव मुलाखत रचना अथवा प्रश्नावली यांची आवश्यकता भासणार नाही. अनेक मतदारांच्या मुलाखतींच्या माध्यमातून मतदान वर्तनाच्या मापनासाठी माहिती संकलन करण्याकरिता प्रमाण प्रश्नावलीची गरज असते कारण त्यातून दृष्टिकोन आणि संवाद यांच्यात एकसमानता राहते. प्रमाणीकरणातून सर्वेक्षणातील दोष कमी होतात आणि संकलित माहिती ही विश्वसनीय आणि मापनदोषांपासून मुक्त असते.

भारतातील मतदान वर्तन व दृष्टिकोन यांचे मापन करण्याकरिता प्रमाण आणि अर्ध-आखीव प्रश्नावलींचा वापर होतो. भारतातील सर्वेक्षणांबाबत अशी एक समजूत आहे की इथल्या सर्वेक्षणातील प्रश्न हे योग्य प्रकारे ठरवले गेलेले नसतात आणि अनुभवातून तपासता येतील, अशा प्रकारचे नसतात. मतदान संस्थांनी तयार केलेल्या निवडणुकीय सर्वेक्षणाच्या प्रश्नावल्या या त्यांच्या अशिलांच्या गरजेनुसार केलेल्या असतात आणि माध्यमांच्या दृष्टीने त्यास बाजारमूल्य असते. काही उदाहरणात हे खरे असेल मात्र भारतातील मतदान उद्योगाचे हे काही वास्तव चित्र नाही. मतदान चाचण्यांच्या दरम्यान घेतल्या जाणाऱ्या मुलाखतींमध्ये वापरल्या जाणाऱ्या प्रश्नावल्या या लिखित स्वरूपात आणि पद्धतशीररित्या ठरवलेल्या असतात. मोठ्या प्रमाणावर सर्वेक्षण संशोधन आणि विकास साधल्यावर चांगल्या प्रश्नावलीची कला हस्तगत होते. चांगल्या प्रश्नावलीत नव्याने रचलेले प्रश्न आणि आधीच ज्याविषयी माहिती आहे त्याविषयी विचारलेले प्रश्न या दोहोंची जोड दिलेली असते. प्रश्नावली ठरवण्याची प्रक्रिया ही कंटाळवाणी आणि अवघड असते कारण प्रश्न ठरवण्यासाठी विचारमंथन करावे लागते आणि ही प्रक्रिया पार पाडण्यासाठी

प्रत्यक्ष कामाच्या ठिकाणी जाऊन प्रश्नावलीचे संदर्भमूल्य आणि परिणामकारकता तपासावी लागते. प्रश्नावल्यांचा मसुद्यात अनेक पूर्व चाचण्या घेऊन आणि प्रतिसादकांचा अभिप्राय समजून घेऊन सुधारणा केली जाते आणि मग सर्वेक्षण करण्यासाठी त्यास अंतिम रूप दिले जाते.

या प्रकरणाची साधारण तीन भागात विभागणी केली आहेः *पहिल्या* भागात मतदार वर्तन व दृष्टिकोन यांचं मापन करण्यासाठी चांगली प्रश्नावली तयार करतानाचे प्राथमिक मापदंड स्पष्ट केले आहेत. निवडणूक सर्वेक्षणातील प्रश्न आणि तदनुषंगिक उदाहरणं व स्पष्टीकरणं या व्यापक बाबींवर या भागात अधिक लक्ष केंद्रित केलं आहे. चांगले व वाईट प्रश्न यात फरक करता यावा, असा याचा उद्देश आहे. सर्वेक्षणाच्या दरम्यान प्रश्नावली तयार करताना तांत्रिक सर्वेक्षण संज्ञा आणि पारिभाषिक शब्द यांचा वापर टाळायला हवा. या प्रकरणाच्या *दुसऱ्या* भागात बहुउत्तरीय प्रश्न, विशिष्ट पर्यायांसह विचारले गेलेले प्रश्न, विशिष्ट क्रम नसलेल्या उत्तरांच्या पर्यायासह विचारलेले सीमित प्रश्न, अर्ध-सीमित प्रश्न यांसारख्या प्रश्नांच्या वर्गीकरणाविषयी चर्चा केलेली आहे. कुठल्या प्रकारचा प्रश्न सर्वेक्षणादरम्यान विचारला जावा, यासाठी निश्चित असा नियम नाही. कोणत्या प्रकारची माहिती संकलित करावयाची आहे त्यावर प्रश्नांचे स्वरूप अवलंबून असते. विशिष्ट प्रकारच्या माहितीकरिता ठरावीक प्रकारची प्रश्न-रचना अधिक योग्य असते याबाबतच्या उदाहरणांची चर्चाही केली आहे. प्रकरणाच्या *शेवटच्या* भागात सर्वेक्षणातील प्रश्नावलीच्या पूर्व-चाचणीचे महत्त्व विशद केले आहे. पूर्व-चाचणीतून प्रश्नावलीची मतदारांच्या मतदान वर्तन मापनातील परिणामकारकता तपासण्याचाही प्रयत्न या भागात केला आहे. या भागात प्रश्नावली निर्धारित करण्याच्या टप्प्यांचा आराखडा मांडण्याचा प्रयत्न केला आहे जेणेकरून चांगल्या सर्वेक्षण प्रश्नावलीमधील प्रत्येक टप्पा का गरजेचा आहे, हे स्पष्ट होईल. प्रश्नावलीच्या पूर्व-चाचणीमधून सर्वेक्षण प्रश्न समजून घेण्यास मदत होते. तसंच निवडलेल्या नमुन्यातील मतदारांचा प्रतिसाद आणि त्यावर आधारित अभिप्राय, अनियमितता, दोष, त्रुटी आणि ते दूर करण्याचे मार्ग हे सारे समजण्यास मदत होते.

## चांगल्या प्रश्नावलीची मूलभूत तत्त्व

सर्वेक्षण संशोधनाचा पाया हा सर्वेक्षण सुरू करण्यामागचं प्रयोजन शोधून काढणं हा असतो. त्यानंतर ती कल्पना किंवा सगळ्या चांगल्या प्रश्नावलीमध्ये रूपांतरित करून

प्रतिसादकांकडून वस्तुनिष्ठ उत्तर प्राप्त करणं हा पुढचा भाग असतो. सामाजिक शास्त्रज्ञ याला क्रियान्वयन (Operationalizing) म्हणतात. याचा अर्थ घटनांचा कोटिक्रम किंवा अशी घटना जिचे निरीक्षण केले जाऊ शकते अथवा मापन केले जाऊ शकते (सालंत आणि दिलमन, १९९४). चांगल्या प्रश्नावलीचा अर्थ सर्व प्रश्न व्याकरणाच्या दृष्टीने बरोबर लिहिणे नव्हे किंवा सुवाच्च्य, सुबक शैलीत प्रश्नावली सजवणेही नव्हे. सर्वेक्षणामध्ये विचारला गेलेला प्रश्न हा सर्वेक्षणातील बहुसंख्य प्रतिसादकांसाठी सारखाच अर्थ ध्वनित करत असेल तर त्या प्रश्नास चांगला प्रश्न म्हटले जाते. एका प्रश्नाचा वेगवेगळ्या लोकांकडून विविध प्रकारे अन्वय लावला जात असेल तर तो प्रश्न चांगला समजला जात नाही. चांगल्या प्रश्नाचा आणखी एक घटक म्हणजे वेगवेगळ्या व्यक्तींकडून विभिन्न उत्तरं प्राप्त होतात. बहुसंख्य प्रतिसादकांचा एकसारखाच प्रतिसाद येत असेल तर तो प्रश्न चांगला आहे, असे समजले जात नाही. सर्वेक्षणाच्या भाषेत 'प्रश्न वाया घालवला' असे म्हटले जाते. जर विचारलेल्या प्रश्नास ९५ टक्के प्रतिसादक एकाच प्रकारचा प्रतिसाद देत असतील तर तो प्रश्न वाईट प्रश्न समजला जातो. त्यामुळे मतदान वर्तनाकरिता माहिती संकलन करताना प्रश्नावलीतील प्रश्न जवळपास सर्वच प्रतिसादकांना एकाच प्रकारे ध्वनित होईल असा असावा. खालील मापदंड वापरून चांगल्या दर्जाची निवडणूक सर्वेक्षण प्रश्नावली तयार करता येऊ शकते.

## साध्या आणि सामान्य शब्दांचा वापरः

मतदान वर्तन व दृष्टिकोन यांचे मापन करण्यासाठीच्या निवडणूक सर्वेक्षणाच्या चांगल्या प्रश्नावलीतील प्रश्न सरळ साध्या प्रकारे आणि सामान्य भाषेत विचारलेले असतात. प्रश्न अशा प्रकारच्या असावा की मतदारास प्रश्न विचारताच त्यास चटकन समजावा आणि त्यापुढे आणखी स्पष्टीकरणाची आवश्यकता नसावी. प्रश्न लोकांच्या दैनंदिन रोजच्या बोलण्यातले असावेत आणि प्रश्नांचं स्वरूप हे पुस्तकी अथवा औपचारिक असू नये. प्रश्न विचारला जाताच मतदारास तो सुस्पष्ट प्रकारे समजावा आणि काय विचारले आहे त्याचा आशय ध्यानात यावा. लोकांच्या रोजच्या जगण्यातील शब्द आणि साधी सरळ सामान्य भाषा वापरण्यासाठी आवर्जून प्रयत्न केले जावेत. सर्वसाधारणपणे प्रश्नावलीतील प्रश्न एकाच भाषेत लिहिलेले असतात. काही वेळा विविध भाषांमधील शब्दांची सरमिसळ करावी लागते कारण इंग्रजी भाषेतील अनेक शब्द भारतीय भाषांमध्ये रूढ झाले आहेत. उदाहरणार्थ हिंदीमध्ये प्रश्नावली तयार करतानाही MP किंवा MLA, इलेक्शन यांसारखे

शब्द आहेत तसे वापरले जावेत कारण सांसद, विधायक किंवा चुनाव यापेक्षाही इंग्रजी शब्द सर्रास वापरले जातात.

## प्रश्न छोटे असावेत

सर्व सर्वेक्षण संशोधकांमध्ये प्रश्नावलीमधील प्रश्न छोटे असावेत, याविषयी सर्वसाधारण एकमत आहे. शक्यतो मोठे, लांबलचक प्रश्न टाळावेत. असे असले तरीही काही तज्ज्ञांच्या मते, काही विशिष्ट परिस्थितीत लांबलचक, मोठे प्रश्न आवश्यक असतात आणि ते विचारलं जाणं हे निर्णायक ठरतं. या बाजूने मुद्दा मांडताना असे म्हटले जाते की मूळ प्रश्न विचारण्यापूर्वी काही वाक्यांमध्ये त्या प्रश्नाची पार्श्वभूमी सांगणे जरुरीचे असते. त्यामुळे प्रतिसादकास प्रश्नाचे नीट आकलन होते. लांबलचक, मोठ्या प्रश्नांमुळे प्रतिसादकास विचार करण्यास वेळ मिळतो आणि अधिक चांगल्या प्रकारचा प्रतिसाद नोंदवला जातो. त्यामुळे मोठे लांबलचक प्रश्न हे काही परिस्थितीत उपयोगी आणि इष्टतम असू शकतात मात्र प्रश्नावलीत अशा प्रश्नांचा वापर कमीत कमी वेळा व्हायला हवा. मोठ्या लांबलचक प्रश्नांची संख्या टाळण्याची कारणे: अनेक मोठे मोठे प्रश्न असल्यास प्रश्नावली बोजड होते. तसंच ही वेळखाऊ प्रक्रिया असल्याने सर्वेक्षणादरम्यान मुलाखती अपूर्ण राहण्याची शक्यता अधिक असते.

असं असलं तरीही, मतदारांच्या धार्मिक दंगलीसारख्या वा निवडणुकीय ध्रुवीकरणासारख्या राजकीय संवेदनशील मतांविषयी सर्वेक्षण करताना मोठे प्रश्न विचारणे उपयोगी ठरते आणि असे प्रश्न अपरिहार्य ठरतात. संवेदनशील विषयांवरील प्रश्न विचारताना संदर्भ परिप्रेक्ष्य/परिस्थितीची चौकट यांचा विचार करावा लागतो त्यातून दीर्घ आकाराचे प्रश्न तयार होतात. हे प्रश्न जर अगदी थोडक्यात विचारले गेले तर ते आगंतुकासारखे वाटू शकतात आणि मतदारास अस्वाभाविक वाटू शकतात. मतदाराच्या अवघडलेपणामुळे योग्य उत्तरं मिळण्याची शक्यता कमी असू शकते. मतदान करण्यासाठी पैसे अथवा दारू स्वीकारली का, हाही असाच संवेदनशील प्रश्न आहे. हा प्रश्न सरळ थेट विचारला गेला तर मतदारांच्या अवघडलेपणातून या प्रश्नास प्रतिसादच मिळणार नाही. अशा वेळी हे प्रश्न संतुलित प्रकारे विचारावे लागतात जेणेकरून उत्तरासोबत असणारा मूल्यनिर्णय चांगला किंवा वाईट नाही, असे मतदारास वाटेल. शिवाय मोठ्या प्रश्नामुळे मतदारास विचार करण्यास, परिस्थिती आठवण्यास वेळ मिळतो आणि त्यातून अधिक चांगला प्रतिसाद मिळण्याची शक्यता असते. उदा.

**अयोग्य प्रश्न**: *आताच पार पडलेल्या विधानसभा निवडणुकांमध्ये तुम्ही कोणाला मतदान केलं? तुम्हाला कुठल्या उमेदवाराकडून भेटवस्तू, पैसे किंवा तत्सम काही वस्तू मिळाली का?*

**योग्य प्रश्न**: *या भागातील अनेकांशी संवाद साधताना आम्हाला असं आढळलं की काही जणांनी मतदान केलं तर काहींना मतदान करताच आलं नाही. तुमच्याबाबत काय घडलं? तुम्हाला मतदान करता आलं का?*

या ठिकाणच्या लोकांशी बोलताना आम्हाला कळालं की काही मतदारांना पैसे, भेटवस्तू उमेदवारांकडून देण्यात आले. काहींना मात्र पैसे मिळाले नाहीत किंवा भेटवस्तू मिळाली नाही. आता झालेल्या विधानसभेत तुमच्याबाबत काय झाले? भेटवस्तू अथवा पैसे तुम्हाला देऊ केले होते का? तुम्ही स्वीकारले का?

त्याचप्रमाणे मतदारांचे सामाजिकदृष्ट्या संवेदनशील, अस्वीकारार्ह मुद्द्यांविषयीचे मत समजून घेण्याकरिता मोठे प्रश्न विचारणे भाग असते. त्यामुळे प्रश्नास उत्तर मिळेल अशा स्वीकारार्ह, योग्य चौकटीत त्याची रचना करावी लागते. जर असे प्रश्न थेट आणि थोडक्यात विचारले गेले तर मतदार चुकीचे उत्तर देण्याची शक्यता असते किंवा मतदारांचा प्रश्न टाळण्याकडे कल असतो, असे दिसते. मतदार निवडणुकीच्या दरम्यान गैरकारभारात सहभागी झालेला असू शकतो मात्र त्याविषयी थेट, सरळ प्रश्न विचारला तर मतदार चुकीचं उत्तर देण्याची शक्यता अधिक असते. त्यामुळे असे प्रश्न विचारताना मूळ मुद्द्याविषयी विचारण्यापूर्वी छोटी प्रस्तावना करत मतदारांचा अवघडलेपणा आणि अनिच्छा दूर करण्याची दक्षता घ्यायला हवी. या प्रकारे प्रश्न विचारल्याने अचूक उत्तर मिळण्याची शक्यता थेट प्रश्न विचारल्यानंतरच्या शक्यतेहून अधिक असते.

## एकाच प्रश्नात दोन प्रश्नं विचारणं टाळा

सर्वेक्षणासाठीचे प्रश्न तयार करताना एकातच दोन प्रश्न विचारणं टाळावं. उदाहरणार्थ तुम्हाला राहुल गांधी आणि सोनिया गांधी आवडतात का? हा प्रश्न नेतृत्वाविषयी विचारला आहे असे दिसते मात्र या प्रश्नात अडचण अशी आहे की इथे एकातच दोन प्रश्न विचारले गेले आहेत. पहिला प्रश्न राहुल गांधी यांच्या निवडीविषयीचा तर दुसरा सोनिया गांधींविषयीचा आहे. काही वेळा अशा प्रश्नांची उत्तरं देणं प्रतिसादकासाठी अवघड असते. एखाद्याला राहुल गांधी नेते म्हणून आवडणार नाहीत पण सोनिया गांधींचं नेतृत्व आवडत असेल. प्रश्न जर या प्रकारे विचारला असेल तर प्रतिसादकाला या प्रश्नाचे ठोस उत्तर देणे अवघड

आहे. प्रतिसादकाला एका प्रश्नाचे उत्तर सकारात्मक व दुसऱ्या प्रश्नाचे उत्तर नकारात्मक देण्याची संधी उपलब्ध नाही. जर या प्रश्नाचे सकारात्मक उत्तर नोंदविले गेले तर त्याचा अर्थ प्रतिसादकास दोन्ही नेते आवडतात, असा होतो. किंवा नकारात्मक उत्तर नोंदविले गेले तर प्रतिसादकास राहुल गांधी, सोनिया गांधी हे दोन्ही नेते आवडत नाहीत, असा अर्थ होईल. प्रत्यक्षात प्रतिसादकास वेगळेच मत नोंदवायचे असतानाही चुकीचा अर्थ प्रतीत होईल. प्रतिसादकास कुणी एक आवडेल, कुणी दुसरा आवडणार नाही; मात्र या प्रकारच्या प्रश्नांमधून प्रतिसादकांकडून ठोस उत्तरं मिळणार नाहीत. त्यामुळे या अस्पष्ट उत्तरांमुळे मतदान वर्तनाचे मापन हे विश्वासार्ह राहणार नाही. यास **दुहेरी बॅरल (Double Barrel)** प्रश्न असे म्हणतात जे कुठल्याही सर्वेक्षणातील प्रश्नांमध्ये टाळलेच पाहिजेत.

## विशिष्ट कालावधीचा स्पष्ट निर्देश करणारे प्रश्न

निवडणूक सर्वेक्षणाच्या प्रश्नावलीतील काही प्रश्न मतदारांच्या मतांचे मापन करण्यासाठी विशिष्ट वेळेचा निर्देश करत विचारले जातात. वेळेबाबत निर्देश करून विचारलेल्या कुठल्याही प्रश्नामध्ये नेमक्या विशिष्ट कालावधीचा संदर्भ द्यायला हवा. दिवस, महिने, वर्षं.. इ मध्ये हा काळ नेमका सांगितला जायला हवा जेणेकरून वेगवेगळे प्रतिसादक काळाचा वेगवेगळा अन्वयार्थ लावणार नाहीत. गेल्या काही वर्षांत याचा अर्थ काही प्रतिसादक एक किंवा दोन वर्षे असा लावतील तर काही जण चार-पाच वर्षे असा अर्थ काढतील. हे प्रमाणीकरणाच्या मूलभूत तत्त्वाच्या विरोधात आहे आणि हे काटेकोर प्रकारे टाळायलाच हवे. प्रश्नामध्ये त्या काळाचा नेमका निर्देश केला जायला हवा आणि त्यासाठी प्रश्नात निर्देशित केलेला कालावधी माहिती असावयास हवा. कालावधीचा संदर्भ हा योग्य, पुरेसा असावा अन्यथा फार मोठा कालावधी अथवा फार पूर्वीचा कालावधी आठवणेही कठीण असते. फार पूर्वी घडलेली घटना असल्यास नि त्या संदर्भातील प्रश्न असल्यास प्रतिसादकाला घटनाच आठवत नसल्याने तो उत्तर देऊ शकत नाही. त्यामुळे अधिक कालावधीचा निर्देश करणारे प्रश्न ही स्मरणशक्तीची चाचणी होते आणि त्यामुळे प्रतिसादकांनी दिलेली उत्तरं ही ढोबळ किंवा चुकीची असतात.

**प्रश्नाची अयोग्य रचना:** *गेल्या काही वर्षांत आपल्या प्रदेशातील आमदार किती वेळा आपल्या गावी/निमशहरी/शहरी येऊन गेले?*

**प्रश्नाची योग्य रचना:** *गेल्या एक वर्षांत आपल्या प्रदेशातील आमदार किती वेळा आपल्या गावी/निमशहरी/शहरी येऊन गेले?*

विशिष्ट कालावधी बाबतचे प्रश्न हे नेमका कालावधी निर्देश करणारे असायला हवेत किंवा त्याविषयीच्या काही ठळक बाबी तर नोंदवायला हव्यात जेणेकरून प्रतिसादक योग्य उत्तर देईल आणि कालावधीचा वेगवेगळा अर्थ लावणार नाही.

## प्रश्नांनुसार उत्तरांचा कोटिक्रम असायला हवा

मतदान वर्तनाचे मापन करताना असे काही प्रश्न विचारले जातात ज्याचे उत्तर मतदार 'हो' अथवा 'नाही', असे देऊ शकत नाही. अशा काही वेळेस मतदार वर्णनात्मक अथवा सविस्तर उत्तर देतात. जिथे प्रश्नांचे उत्तर 'हो' किंवा 'नाही' असे देता येत नाही, तिथे मतदार काय उत्तर देऊ शकतील, याचा अंदाज घेऊन उत्तरांचा कोटिक्रम ठरवायला हवा. जर उत्तरांचा कोटिक्रम प्रश्नासोबत विचारला जाणार असेल तर ते विचारात घेऊन प्रश्न ठरवला जावा. यामध्ये प्रश्नांनुसार उत्तरांचा कोटिक्रम असावा जेणेकरून प्रथम प्रश्न आणि त्यानंतर उत्तरांचा कोटिक्रम पाहिला जावा. या प्रकारच्या क्रमामुळे प्रश्न ऐकून पर्यायी उत्तरांचा कोटिक्रम ऐकून योग्य ते उत्तर देता यावे.

**प्रश्नाची अयोग्य रचना:** *तुम्ही राज्य सरकारच्या कामगिरीविषयी अधिक प्रमाणात समाधानी आहात की काही प्रमाणात की बिलकुल समाधानी नाहीत?*

**प्रश्नाची योग्य रचना:** *तुम्ही सरकारच्या कामगिरीविषयी किती प्रमाणात समाधानी आहात—अधिक प्रमाणात, काही प्रमाणात की बिलकुल समाधानी नाहीत?*

## विशिष्ट प्रश्नांना प्राधान्य द्यायला हवे

मतदान वर्तनाचं मापन करण्यासाठी प्रश्न विचारताना सर्वसाधारण प्रश्नांहून काही विशिष्ट प्रश्नांना प्राधान्य द्यायला हवे. साधारण आणि ढोबळ प्रश्नांमधून चुकीचा अन्वयार्थ निघण्याची शक्यता असते. मतदारांनी प्रश्नांचा वेगळा अर्थ गृहीत धरल्याने वेगळा अन्वयार्थ निघण्याची शक्यता असते. जर मतदार एकाच प्रश्नाला वेगवेगळा अर्थ देत असतील तर हे सर्वेक्षण संशोधनाच्या मूलभूत तत्त्वाच्या विरुद्ध आहे. एकाच प्रश्नाला मतदार वेगवेगळे अर्थ देत असतील तर स्वाभाविकच त्यांच्या प्रतिक्रिया वेगवेगळ्या असणार आहेत. त्यामुळे होणारं विश्लेषण हे अचूक असत नाही. सदोष प्रश्नांच्या आधारावर संकलित केलेल्या माहितीमधून होणाऱ्या विश्लेषणाविषयी प्रश्नचिन्ह उपस्थित होते. प्रश्नामध्ये अन्वयार्थ लावण्याचा अवकाश अधिक असेल तर मतदान वर्तनाच्या मापनामध्ये अधिक फरकाने चुका होण्याचा धोका असतो.

जसं की भारतातील केंद्र सरकारच्या कामगिरीविषयी प्रश्न विचारला असता त्याचा भिन्न अन्वयार्थ वेगवेगळ्या मतदारांकडून लावला जाऊ शकतो. काही जण केंद्र सरकारच्या कामगिरीचा अर्थ पायाभूत सुविधा पुरवठा या प्रकारे लावतील तर काही जण दहशतवादी हल्ले रोखणे आणि कायदा व सुव्यवस्था टिकवणे असाही अर्थ घेतील. एकाच प्रश्नाचे अनेक अन्वयार्थ लावण्याच्या शक्यता कमी करण्यासाठी प्रश्नाचे स्वरूप नेमके आणि आशय स्पष्ट असायला हवा.

**प्रश्नाची अयोग्य रचना**: *केंद्र सरकारच्या कामगिरीचे तुम्ही कसे मूल्यांकन कराल—अतिशय उत्कृष्ट, चांगले, फार काही चांगले नाही, वाईट?*

**प्रश्नाची योग्य रचना**: *बेरोजगारीचा प्रश्न हाताळण्याबाबत केंद्र सरकारच्या कामगिरीचे कसे मूल्यांकन कराल—अतिशय उत्कृष्ट, चांगले, फार काही चांगले नाही, वाईट?*

## प्रश्नांमध्ये दुहेरी नकारात्मकता टाळा

निवडणूक सर्वेक्षणातील प्रश्न ठरवताना नकारात्मक शब्दरचना आणि दुहेरी नकारात्मकता असलेले प्रश्न टाळावेत. त्यातून उत्तर देणाऱ्या मतदाराचा आणि क्षेत्र अभ्यासकाचा दोघांच्याही मनात संभ्रम निर्माण होतो. उदाहरणार्थ *'निवडणुकीतील मतदान सक्तीचे करता कामा नये आणि मतदार नसलेल्यांना शिक्षा करता कामा नये' मला सांगा की या वाक्याशी तुम्ही सहमत आहात की असहमत?* या प्रश्नामधील मेख अशी आहे की नकारात्मक उत्तर हा सकारात्मक प्रतिसाद आहे तर सकारात्मक उत्तर हा नकारात्मक प्रतिसाद आहे.

दुहेरी नकारात्मकता असलेले प्रश्न टाळले जावेत, असं म्हटलं जात असलं तरीही काही सर्वेक्षण तज्ज्ञांच्या मते, असे प्रश्न प्रश्नावलीमध्ये असावेत जेणेकरून प्रतिसादक अधिक सतर्क होतात तसंच मुलाखतीमधील एकसुरीपणाही कमी होतो. दुहेरी नकारात्मक प्रश्न विशेषतः जिथे प्रतिसादकाला एकातून एक असे एकापाठोपाठ प्रश्न विचारायचे असतात तेव्हा उपयुक्त ठरतात. प्रतिसाद सहमत अथवा असहमत या प्रकारे नोंदवले जातात. (सकारात्मक किंवा नकारात्मक) यास **प्रतिसाद संच** असे संबोधले जाते. विधानांच्या शृंखलेत सकारात्मक आणि नकारात्मक वाक्यांचं मिश्रण करून प्रश्न विचारणं उपयोगी ठरतं. यासाठी प्रतिसादकास आणि अन्वेषकास अधिक लक्ष द्यावं लागतं मात्र तरीही या प्रकारचं मिश्रण उपयुक्त ठरतं. मात्र अशा प्रश्नांची संख्या कमीत कमी असावी अन्यथा विचारणाऱ्याच्या नि प्रतिसादकांच्या दोघांच्याही मनात संभ्रम निर्माण होईल.

## सक्तीच्या निवडीच्या प्रश्नांना प्राधान्य द्यावे

निवडणूक सर्वेक्षणांमध्ये अनेकदा असे प्रश्न असतात ज्याचे उत्तर सहमत/असहमत असे असते. प्रश्न विधानांच्या स्वरूपात लोकांच्या समोर ठेवली जातात आणि सहमती/असहमती विचारली जाते. बऱ्याचदा अगदी दोन्ही अंतर्विरोधी विधानांविषयी मतदार सहमती अथवा असहमती नोंदवतात असे सर्वेक्षणात अनुभवास येते. निरक्षर व्यक्तींमध्ये अथवा अल्पशिक्षित व्यक्तींमध्ये या प्रकारे उत्तरं देण्याचं प्रमाण अधिक असल्याचं दिसून येतं. सर्वेक्षणाच्या परिभाषेत यास 'अनुसंमती पूर्वग्रह' असे म्हणतात आणि हा दोष सक्तीच्या निवडीच्या प्रश्नांना प्राधान्य देऊन सोडवता येऊ शकतो.

**अयोग्य प्रश्न रचना:** *भारतामध्ये मतदान सक्तीचे करण्यात यावे. तुम्ही सहमत आहात की असहमत?*

*केवळ सुशिक्षित लोकांनाच निवडणूक लढवण्याचा परवाना असावा. तुम्ही सहमत आहात की असहमत?*

**योग्य प्रश्न रचना:**

मी दोन विधानं वाचून दाखवेन, मला सांगा की तुम्ही पहिल्या विधानाशी सहमत आहात की दुसऱ्या.

विधान १ भारतामध्ये मतदान सक्तीचे करण्यात यावे जेणेकरून मतदानाची टक्केवारी वाढेल.

विधान २ भारतासारख्या लोकशाही देशात मतदान करावं की करू नये, याची निवड करण्याचा अधिकार नागरिकांना असावा. मतदान सक्तीचे करू नये.

विधान १ शिक्षित लोकच भारतात शासन करू शकतात सबब केवळ शिक्षित लोकांनाच निवडणूक लढवण्याचा परवाना असावा.

विधान २ भारतासारख्या लोकशाही देशात प्रत्येकाला निवडणूक लढवण्याचे स्वातंत्र्य असायला हवे आणि त्यासाठी कुठल्याही शैक्षणिक पात्रतेची अट असता कामा नये.

## नावीन्यता (recency) परिणाम टाळावेत.

माहिती संकलनाकरिता प्रश्न विचारताना काही कोटिक्रम असलेले प्रश्न वाचले जातात आणि मग पर्याय वाचले जातात, प्रतिसादकाने त्यातील एक पर्याय निवडावा असे अपेक्षित

असते. प्रतिसाद हे प्रतिसादकास दाखवले जात नाहीत, तर ऐकवले जातात. मतदाराने त्यातील एक पर्याय निवडावे, असे अपेक्षिले जाते. अनेक वर्षांच्या संशोधनातून असे दिसून आले आहे की प्रश्न व पर्याय ऐकताच मतदार अगदी सुरुवातीचा किंवा सर्वांत शेवटचा पर्याय निवडतात. कारण मतदारास हेच दोन पर्याय इतर पर्यायांहून अधिक प्रमाणात आठवतात. सर्वेक्षण संशोधनाच्या परिभाषेत यास प्राथमिकता परिणाम असे संबोधतात. मतदार ऐकलेल्या पर्यायांपैकी पहिलाच पर्याय निवडतो तेव्हा त्यास प्राथमिकता परिणाम म्हटले जाते. जेव्हा ऐकलेल्या पर्यायांपैकी मतदार सर्वांत शेवटचा पर्याय निवडतो तेव्हा त्यास रिसेन्सी परिणाम म्हणतात. ही समस्या कमी करण्यासाठी पर्यायातील अधिक परिचित पर्याय हा सुरुवातीला किंवा शेवटी न ठेवता मध्येच ठेवला जावा. यातून पहिला अथवा शेवटचा पर्याय निवडला जाण्याचा परिणाम कमी करता येऊ शकतो (पहा तक्ता ५. १).

**उदाहरण:** खालीलपैकी भारतातील सर्वांत थोर राजकीय नेता कोण आहे, असे आपणास वाटते?

**तक्ता ५. १:** प्राथम्यता अथवा नावीन्यता परिणाम कमी करण्याबाबतचा तक्ताः मूलभूत नियम

| *(अयोग्य क्रम)* | *(योग्य क्रम)* |
|---|---|
| १. महात्मा गांधी | १. व्ही. पी सिंग |
| २. व्ही. पी. सिंग | २. सरदार पटेल |
| ३. इंदिरा गांधी | ३. महात्मा गांधी |
| ४. सरदार पटेल | ४. जवाहरलाल नेहरू |
| ५. लाल बहादूर शास्त्री | ५. इंदिरा गांधी |
| ६. सुभाष चंद्र बोस | ६. लाल बहादूर शास्त्री |
| ७. जवाहरलाल नेहरू | ७. सुभाष चंद्र बोस |

*स्रोतः लेखक*

पहिल्या क्रमामध्ये प्राथमिकता अथवा नावीन्यता हे दोन्ही परिणाम आढळून येऊ शकतात कारण महात्मा गांधी आणि जवाहरलाल नेहरू हे पर्याय सर्वाधिक लोकप्रिय या क्रमामध्ये सुरुवातीस व शेवटी आहेत. अनेक मतदार नेहरू किंवा गांधी हेच पर्याय निवडतील कारण ते सर्वाधिक लोकप्रिय आहेत. त्यांची नावं सुरुवातीला किंवा शेवटी घेतल्याने मतदारास त्यांची नावं लक्षात ठेवणे सोपे होते. अगदी मोजकेच लोक या प्रश्नाचे उत्तर व्ही. पी. सिंग असे देतील. सर्वांत थोर नेता कुणास मानले जाते याच्या प्रमाणाचा अचूक अंदाज आपणाला यामुळे येणार नाही. अशा प्रकारच्या प्रतिसादांवर आधारित

मतदान वर्तन व निवड यांचे विश्लेषण विश्वासार्ह असणार नाही. त्यामुळे प्राथमिकता अथवा रिसेन्सी परिणाम कमी करण्यासाठी त्यांची नावं सुरुवात किंवा शेवटाच्या ऐवजी मध्ये ठेवावीत. त्यामुळे सुधारित क्रमामध्ये म. गांधी आणि जवाहरलाल नेहरू यांची नावं मध्येच ठेवली गेली आहेत. त्यातून वास्तवाच्या आसपास असलेले प्रतिसाद नोंदवण्यात अधिक मदत होईल.

## इतर बाबीः

चांगली प्रश्नावली आखताना कोणकोणत्या बाबींचा विचार करावा, कोणकोणते मापदंड असावेत याची सर्वंकष यादी इथे दिलेली आहे. मात्र इतर काही बाबी आहेत, ज्यांचा विचार चांगली प्रश्नावली आखताना करायला हवा. महत्त्वाचा मुद्दा आहे तो 'माहीत नाही' किंवा 'कोणतेही मत नाही' या पर्यायांविषयीचा. असे काही प्रश्न असू शकतात ज्याची उत्तरं द्यायची मतदाराची इच्छा नसू शकते. पहिलं कारण म्हणजे प्रतिसादकास प्रश्नच समजला नाही म्हणून त्यामुळे त्याच्याजवळ उत्तर नाही. दुसरं कारण म्हणजे प्रतिसादकास प्रश्न समजला मात्र प्रश्न ज्याविषयी आहे त्यासंदर्भात त्यास फारशी माहिती नाही, जाणीव नाही. शेवटचं कारण म्हणजे प्रतिसादकास प्रश्न समजला त्यास त्याविषयीची माहिती आहे, मत आहे मात्र त्यास ते मत व्यक्त करण्याची इच्छा नाही. या प्रकारच्या परिस्थितींच्या शक्यता गृहीत धरून सर्व प्रश्नांना 'माहीत नाही' अथवा 'कोणतेही मत नाही' असे पर्याय असावेत. जर अन्वेषकास नोंदविण्यासाठी आपण हा पर्याय दिला नाही तर इतर पर्यायांच्या प्रमाणात असमतोल निर्माण होऊन मतदान वर्तनाच्या मापनात चूक होऊ शकते.

प्रश्नावलीच्या रचनेबाबतची आणखी एक महत्त्वाची बाब म्हणजे प्रश्नावलीतील प्रश्नांचा क्रम. प्रश्नावलीच्या सुरुवातीस कोणता प्रश्न विचारावा व सर्वांत शेवटी कोणता प्रश्न विचारावा, ही निवड अत्यंत काळजीपूर्वक केली जावी. साधारणपणे पहिला प्रश्न हा दोन किंवा तीन पर्यायांसह सीमित स्वरूपाचा असावा. अगदी हो/नाही उत्तर असू शकेल असाही प्रश्न विचारला जातो. दुसरा किंवा तिसरा प्रश्न हा खुल्या प्रकारचा असावा (सालंट आणि दिलमॅन, १९९४). सर्वेक्षण करणाऱ्यांमध्ये साधारण सहमती आहे की संवेदनशील प्रश्न हे सुरुवातीस अथवा शेवटी विचारले जाऊ नयेत. असे प्रश्न प्रश्नावलीच्या क्रमात मध्ये विचारले जावेत. जर शक्य झाल्यास प्रश्नावलीतील संवेदनशील प्रश्नांची गुप्त पद्धतीने उत्तर देता यावीत. म्हणजे प्रतिसादकाने दिलेले उत्तर मुलाखतीच्या वेळी

उपस्थित असलेल्या व्यक्तींना कळता कामा नये. निवडणूक सर्वेक्षणांमध्ये मतदान प्रश्न अतिशय संवेदनशील असतो आणि मतदारांना आपल्या मताविषयीची गुप्तता राखायची असते. बऱ्याचदा प्रत्यक्ष मुलाखत घेतली जाते. अशा वेळी ज्याची मुलाखत घेतली जात आहे, अशा मतदारापाशी काही लोक जमा होतात. त्यामुळे त्या मतदाराने कोणास मतदान केले हे इतरांना कळू नये, अशा प्रकारे गुप्तता राखत प्रश्न विचारण्याची दक्षता घ्यावी लागते.

मतदान प्रश्न हा आता बनावट मतपत्रिका आणि बनावट मतपेटी वापरून विचारला जातो. मतदान प्रश्न विचारताना निवडणूक लढणाऱ्या सर्व उमेदवारांच्या नावांची आणि पक्षांच्या चिन्हांची यादी करून मतपत्रिका मतदाराच्या हाती सोपवली जाते. दिलेल्या या बनावट मतपत्रिकेवर खूण करून बनावट मतपेटीत मतपत्रिका टाकण्याची विनंती त्यांना केली जाते जेणेकरून त्यांच्या मतदानाची गुप्तता राखली जाते.

## प्रश्नांची रचना आणि वर्गीकरण

मतदारांचे मत व दृष्टिकोन यांचे मापन करण्यासाठी निर्धारित केलेल्या प्रश्नावलीत विचारलेल्या प्रश्नांचे ढोबळमानाने दोन प्रकारात वर्गीकरण करता येतेः मतांविषयीचे प्रश्न आणि तथ्यात्मक प्रश्न. शीला दीक्षित यांच्या दिल्लीतील सरकारच्या कामगिरीविषयीचा प्रश्न हा मतविषयक प्रश्न आहे कारण त्याचे उत्तर मतदारांच्या सरकारविषयक समाधानाच्या पातळीशी निगडित आहे. दिल्ली सरकारचे मुख्यमंत्री कोण आहे, किती काळ त्या मुख्यमंत्री पदावर आरूढ आहेत, यांसारखे प्रश्न हे तथ्यात्मक प्रश्न आहेत. तथ्यात्मक प्रश्नांची उत्तरं चुकीची अथवा बरोबर असू शकतात; मात्र मतविषयक प्रश्नांची उत्तरं हे दृष्टिकोन असतात आणि त्यांचं वर्गीकरण चूक किंवा बरोबर असे करता येत नाही. या दोन्ही प्रश्नांच्या स्वरूपामध्ये गुणात्मक फरक असला तरीही हे दोन्ही प्रकारचे प्रश्न एकमेकांना पूरक ठरतात. त्यामुळे निवडणूक सर्वेक्षणातून मतदारांचे वय, लिंग, शैक्षणिक पात्रता, आर्थिक वर्ग या आधारे मतदारांच्या पार्श्वभूमीविषयक माहितीचे संकलन केले जाते. तसंच मतदारांचे मत, दृष्टिकोन यांवर आधारित निवडणुकीय राजकारणाची माहितीही संकलित केली जाते. तथ्यात्मक प्रश्नांचे मोजमाप करण्यासाठी हो/नाही/चूक/बरोबर यांसारखे मापदंड वापरले जातात. सर्वसाधारण मतविषयक प्रश्नांना कोणत्या प्रकारचे पर्याय दिले जातात, याचे खाली उदाहरण दिले आहेः

**प्रश्नाची अयोग्य रचना:** *दिल्लीमधील शीला दीक्षितांच्या सरकारविषयी आपण समाधानी आहात का? हो/नाही?*

**प्रश्नाची योग्य रचना:** *दिल्लीमधील शीला दीक्षितांच्या सरकारविषयी आपण किती प्रमाणात समाधानी आहात—मोठ्या प्रमाणावर, काही प्रमाणात, फार समाधानी नाही, अजिबात समाधानी नाही?*

प्रश्नांच्या रचनेनुसार ते खुले अथवा सीमित या प्रकारे ठरवता येतात. गरज आणि यथायोग्यता यावरून प्रश्नांची रचना ठरवली जाते. शब्दातच अर्थ अध्याहृत असल्याप्रमाणे सीमित प्रश्नांमध्ये विशिष्ट पर्यायांसह प्रश्न सीमित असतो. उत्तरांचे पर्याय हे पूर्व-निर्धारित असतात आणि प्रतिसादकाने त्यातील एक अथवा अनेक पर्याय निवडणे अपेक्षित असते. प्रश्नामध्येच दिलेल्या पर्याय यादीमधून प्रतिसादकास निवड करावी लागते, त्या यादीच्या बाहेर जाऊन कुठलाही पर्याय निवडता येत नाही. शब्दशः प्रतिसादकाची निवड ही आधीच सीमित झालेली असते आणि नवा पर्याय जोडण्याची त्यात मुभा नसते. सीमित प्रश्नांची पुन्हा तीन प्रकारे विभागणी केली जातेः क्रमानुसार पर्यायांचा सीमित प्रश्न, कुठलाही विशिष्ट क्रम नसलेल्या पर्यायांचा प्रश्न, अर्ध-सीमित प्रश्न. खुल्या प्रश्नामध्ये मतदाराला हवे ते उत्तर देण्याचे स्वातंत्र्य असते. त्यात विशिष्ट पर्याय दिलेले नसतात. त्यामुळे या प्रश्नाचे टोक खुले असते आणि यामध्ये प्रतिसादकांचे प्रतिसाद हे प्रश्नाखालील मोकळ्या जागेत शब्दांमध्ये नोंदवले जातात. प्रश्नांच्या आखणीचे त्यांच्या फायद्या तोट्यासह तपशीलवार विश्लेषण करणे जरुरीचे आहे. त्यातून निवडणूक सर्वेक्षणातील प्रश्नावलीचा योग्य प्रकार निवडणे सोपे होईल.

## खुले प्रश्नः

खुल्या प्रश्नामध्ये प्रतिसादकास पर्याय दिले जात नाहीत. प्रतिसादकास त्याला हवे ते उत्तर लिहिण्याचे स्वातंत्र्य दिले जाते. निवडणूक सर्वेक्षणातील खुल्या प्रश्नांचे फायदे असे आहेतः

अ) संशोधकास निवडणुकीतील कळीचा मुद्दा कोणता ठरेल, याविषयी जाणून घ्यायचा असेल तर खुला प्रश्न विचारणे अधिक सयुक्तिक ठरेल. त्यातून वेगवेगळे मतदार भिन्न भिन्न प्रतिसाद नोंदवतील. खुल्या प्रश्नांमुळे मतदारास त्याला/तिला जसे हवे तसे उत्तर देता येते आणि त्याची नोंद मतदार ज्या प्रकारे करेल त्याच प्रकारे होईल. शिवाय यासारख्या प्रश्नांच्या पर्यायांचे आधीच अंदाज करणेही अवघड आहे. जर एखाद्या मुद्द्याविषयी प्रथमच सर्वेक्षण होत असेल किंवा नव्याने प्रश्न ठरवला गेला असेल, तर संभाव्य पर्यायांचा अंदाज येण्यासाठी

खुला प्रश्न विचारणे अधिक योग्य राहील कारण सर्व संभाव्य पर्यायांची मोठी यादी आधीच तयार करणं शक्यही नसतं. ज्या विषयावर फारसे संशोधन झालेले नाही अशा संकल्पनांच्या संदर्भात सर्वेक्षण करावयाचे असल्यास खुला प्रश्न अधिक योग्य असतो कारण प्रतिसादकांच्या क्षेत्रातील तपासणीमधून प्रश्नांची पूर्व-चाचणी होते आणि सर्वेक्षण तज्ज्ञांकडून माहितीविषयी अभिप्रायासाठी विनंती करता येते. माहितीविषयीच्या अभिप्रायाच्या आधारे खुल्या प्रश्नाचे बहुपर्यायी सीमित प्रश्नामध्ये रूपांतर करता येते. ब) निवडणूक सर्वेक्षणाचं अभ्यासक्षेत्र मतदारांच्या संस्कृती, भाषा, प्रदेश.. इ. चा समावेश असलेले वैविध्यपूर्ण क्षेत्र असते त्यामुळे माहिती संकलनासाठी खुला प्रश्न विचारणे आवश्यक बनते. उदाहरणार्थ भारतातील लोकशाहीविषयी मतदारांचे मत आणि लोकशाही या संकल्पनेकडे पाहण्याच्या धारणा यांचा संच इतका विस्तृत आहे की हे सारं समजून घेण्यासाठी खुला प्रश्न विचारूनच माहिती संकलित केली जाऊ शकते. क) सामाजिक अथवा राजकीय संवेदनशील मुद्द्यांविषयीचं मत जाणून घेताना किंवा अनेकदा या मतांमधून समाजातील विविध घटकांमध्ये ध्रुवीकरण होतं अशा मुद्द्यांबाबत खुला प्रश्न उपयुक्त ठरतो. या खुल्या प्रश्नाच्या प्रकारामध्ये मतदार मोकळ्या मनाने त्याला काय वाटतं हे लिहू शकतो. आपलं मत असं का आहे, याचं तपशीलवार स्पष्टीकरण, समर्थन तो करू शकतो. जसं की भारतातील इतर मागास वर्गीयांसाठीचे आरक्षण हा राजकीयदृष्ट्या संवेदनशील आणि भावनिक मुद्दा आहे. ज्यांना या सकारात्मक भेदभावाचा लाभ होत नाही त्या समाजघटकातून आरक्षणास विरोध केला जातो. अशा वेळी सीमित प्रश्न विचारण्याऐवजी खुला प्रश्न विचारल्यास मतदार आपल्या मताच्या कारणांसह अभिव्यक्त होऊ शकतो. ड) प्रतिसादकाची वैयक्तिक माहिती संकलित करण्यासाठी खुला प्रश्न उपयोगी ठरतो. ही माहिती प्रतिसादकास आठवत असते आणि अचूक प्रकारे ती त्यास मांडता येते. इ) राष्ट्रीय पातळीवरील सर्वेक्षण करण्यासाठी स्थानिक पातळीवर खुला प्रश्न विचारून विस्तृत यादी करता येते कारण सबंध भारतभर संभाव्य उत्तरांच्या यादीसाठी खुला प्रश्न विचारणे हे कठीण आणि वेळखाऊ काम आहे. उदाहरणार्थ भारतातील सार्वत्रिक निवडणुकांमधील मतदान करण्याबाबत निर्णायक ठरणाऱ्या स्थानिक मुद्द्यांविषयीच्या तपशिलांचे संकलन करण्यासाठी खुला प्रश्न अधिक योग्य ठरतो.

खुला प्रश्न माहिती संकलनामध्ये अगदी उपयुक्त ठरत असला तरीही त्यात काही अंतर्निहीत उणिवा आहेत. उणिवाः पहिली उणीव म्हणजे खुल्या प्रश्नास प्रतिसादकाने उत्तर देणे हे वेळखाऊ आणि कष्टदायक असू शकते कारण इथे प्रतिसादकास प्रश्नाविषयी विचार करून उत्तर द्यावे लागते. केवळ तथ्यात्मक प्रश्न असेल तर आठवून ते उत्तर लिहू शकतात; मात्र प्रश्न जर विशिष्ट मुद्द्याविषयी असेल तर त्यासंबंधीच्या बाबी आठवून त्याविषयीची

काही एक मांडणी करून त्यांना मत तयार करावे लागते. दुसरी उणीव म्हणजे प्रतिसादक खुल्या प्रश्नांना उत्तर देण्यास अनुत्सुक असतात कारण त्यात विचार करण्याच्या प्रक्रियेचा समावेश होतो. त्यामुळे संदर्भमूल्य नसलेली उत्तरं देऊन यातून पळवाट शोधण्याचा प्रयत्नही होताना दिसतो. त्यामुळे खुल्या प्रश्नास दिलेली बरीच उत्तरं ही थेट प्रश्नाला उद्देशून नसतात तर अनेकदा ती ढोबळ स्वरूपाची असतात. तिसरी उणीव म्हणजे खुल्या प्रश्नांना मिळालेल्या प्रतिसादांचे विश्लेषण, वर्गीकरण, सांकेतिक नोंद करण्यासाठी अधिक कष्ट घ्यावे लागतात. याच्या उलट सीमित प्रश्नांबाबत ही प्रक्रिया तत्पर आणि तत्काळ पार पाडली जाते. सर्वांत शेवटची उणीव म्हणजे खुल्या प्रश्नांना मिळालेल्या प्रतिसादामधून मतदारांच्या मतांचे आणि दृष्टिकोनांचे अचूक मापन होत नाही, असे सर्वेक्षणाचा अनुभव सांगतो. खुल्या प्रश्नांमधून मिळालेली माहिती ही बऱ्याचदा अनियमित आणि तुलना करता येणार नाही, अशा स्वरूपाची असते, असे पहायला मिळते.

## सीमित प्रश्नः

भारतातील मतदारांच्या मतदान वर्तनाच्या मापनाचे उद्दिष्ट डोळ्यांसमोर ठेवून बहुतेक सर्वेक्षणांमध्ये क्रमानुसार पर्यायांसह सीमित प्रश्न विचारला जातो. या प्रश्नाच्या रचनेमध्ये सर्व संभाव्य उत्तरांची क्रमानुसार मांडणी केलेली असते. हे सर्व उत्तरांचे बहुपर्याय प्रतिसादकासमोर ठेवले जातात आणि त्यातून प्रतिसादकाने निवड करणे अपेक्षित असते. क्रमानुसार पर्यायांसह सीमित प्रश्न हे अगदी नेमके, प्रतिसादकाकडून किमान अपेक्षा करणारे असतात. खुल्या प्रश्नांहून या सीमित प्रश्नांचे विश्लेषण, वर्गीकरण, सांकेतिक नोंद ही प्रक्रिया सोपी असते व तत्काळ पार पाडता येते (सालंट आणि दिलमन, १९९४). क्रमानुसार पर्याय नसलेल्या सीमित प्रश्नांमध्ये उत्तरांची निवड हे सातत्यपूर्ण क्रमबद्ध नसते. ज्या सर्वेक्षणांमध्ये गुणक्रमांक अथवा प्राधान्य ठरवायचे असते अशा सर्वेक्षणांमध्ये या प्रकारचे प्रश्न विचारले जातात. नेत्यांच्या लोकप्रियतेचा निर्देशांक ठरवताना अथवा मतदारांच्या मतांच्या, अभिप्रायाच्या आधारे सत्तारूढ असलेल्या सरकारच्या यशस्वितेचा निर्देशांक ठरवताना अशा प्रश्नांचा उपयोग होतो. या प्रकारची प्रश्न रचना ही क्रमानुसार बहुपर्यायी सीमित प्रश्नांपेक्षा कठीण असते कारण प्रतिसादकास विचार करून निवड करावी लागते व त्याची क्रमवारी अथवा रॅन्क ठरवावी लागते.

खुला प्रश्न व सीमित प्रश्न या दोहोंचे मिश्रण म्हणजे अंशतः खुला प्रश्न (partially open-ended question) होय. या प्रश्नाच्या प्रकारात दोन्ही प्रश्न-रचनांचे फायदे एकत्रित

आहेत. या प्रश्नाच्या रचनेत संभाव्य उत्तरांच्या पर्यायांसह मतदाराच्या उत्तरासाठी मोकळी जागा सोडलेली असते. या प्रश्नरचनेचा उपयोग निवडणुकीय मुद्द्यांविषयीच्या मतदारांच्या मतांचे मापन करण्यासाठी होतो जसे की मतदानासाठीचे निर्णायक मुद्दे. सर्वेक्षणांमधून असे दिसून आले आहे की अशा प्रश्नांच्या प्रतिसादांमध्ये मतदार दिलेल्या पर्यायातून उत्तर निवडतात. अगदी काही वेळेस नवी माहिती त्यातून समोर येते. पण बहुतेक वेळा अशा प्रश्नांमधून नवी माहिती समोर येत नाही. या प्रकारच्या प्रश्नांचा फायदा हा की मतदारांना दिलेल्या पर्यायातूनच उत्तर निवडण्याची सक्ती केली जात नाही आणि क्वचित त्यातून नवीन माहिती निर्माण होते (सालंट आणि दिलमन, १९९४).

मतदारांच्या मतदान वर्तन व दृष्टिकोन यांच्या मापनाकरिता सीमित प्रश्नांची रचना सर्वाधिक वापरली जाते. सर्व पर्याय उपलब्ध करून सीमित प्रश्नांच्या माध्यमातून सबंध माहिती संकलित करता येतेच असे नाही तरीही मतचाचण्या आणि एक्झिट पोल्समध्येही याच प्रकारची प्रश्नरचना वापरली जाते. सीमित प्रश्नांची रचना वापरण्याचे फायदे खालीलप्रमाणे आहेतः एक म्हणजे ही प्रश्नरचना वापरून संकलित केलेली माहिती ही खुल्या प्रश्नांहून अधिक सातत्यपूर्ण, विश्वसनीय, अधिकृत असते. दुसरा भाग म्हणजे प्रतिसादकांसाठी पर्याय असल्याने उत्तर देणे सोपे होते आणि अन्वेषकांना प्रतिसाद नोंदवून घेणेही सोपे असते. तिसरा मुद्दा म्हणजे अगदी कमी वेळामध्ये प्रश्न विचारणे, प्रतिसाद नोंदवणे या कृती घडतात. शिवाय उपलब्ध झालेल्या माहितीचे संकेतीकरण, विश्लेषण आदी प्रक्रियाही कमी वेळात पार पाडता येतात. शेवटचा मुद्दा म्हणजे एकच प्रश्न समान पर्यायांसह अनेक काळ विचारला असता तुलनात्मक विश्लेषण करता येते आणि कालावधी शृंखला माहिती प्राप्त होते. या प्रकारची तुलना खुल्या प्रश्नांच्या आधारे करता येत नाही नि त्यातून या प्रकारची माहितीही प्राप्त होत नाही.

## सर्वेक्षणाच्या प्रश्नावलीचे मूल्यांकन करताना

मतदारांच्या मतदान वर्तन व दृष्टिकोन यांचे मापन करताना वापरण्यात येणाऱ्या प्रश्नावलीचे मूल्यांकन दोन टप्प्यांमध्ये होते. मूल्यांकनाचा पहिला टप्पा हा प्रश्नावली तयार व विकसित करतानाचा आहे. मूल्यांकनाचा दुसरा टप्पा हा प्रत्यक्ष क्षेत्राच्या ठिकाणी जाऊन प्रश्नावलीच्या परिणामकारकतेचा व संदर्भमूल्यतेच्या तपासणीचा असतो. सर्वेक्षण संशोधनातील प्रश्नावलीची रचना ही सातत्यपूर्ण संशोधनातून काळानुरूप उत्तरोत्तर विकसित झाली आहे. यामधून प्रश्नावलीबाबतची दर्जेदार प्रमाणकं, नियम, अटी निर्धारित झाल्या आहेत ज्यांचा

स्वीकार आणि वापर मतदान उद्योगामध्ये होतो. असं असलं तरीही वर उल्लेखलेल्या बाबी लक्षात घेऊन प्रश्नावलीची रचना केली तरी ती परिपूर्ण असेलच असे नाही. त्यामुळे प्रत्येक टप्प्यावर बारकाईने प्रश्नावली ठरवायला हवी आणि तिचे परीक्षण करायला हवे. प्रश्नावलीचे खालील मापदंडांच्या आधारे परीक्षण केले जायला हवेः पहिली बाब म्हणजे सर्वेक्षणाच्या उद्दिष्टाशी प्रश्नावलीतील प्रश्न हे सुसंगत आणि औचित्यपूर्ण आहेत अथवा नाही. दुसरी बाब म्हणजे मतदारांना समजतील असे प्रश्न आहेत का आणि मतदार उत्तर देण्यास इच्छुक आहेत का. तिसरी बाब-क्षेत्र अभ्यासकांना दिलेल्या वेळेत प्रश्नावलीच्या आधारे सर्वेक्षण पार पाडणे शक्य आहे अथवा नाही, सर्वेक्षणाच्या उद्दिष्टांनुसार तपासणी होते आहे अथवा नाही. प्रश्नावलीमध्ये काळाच्या कसोटीवर तपासलेले काही प्रश्न असतील तर अगदी नव्याने, प्रथमच लिहिलेले प्रश्न अधिक असतात. त्यामुळे नव्याने रचलेली प्रश्नावलीला अंतिम स्वरूप देण्यापूर्वी तिचे मूल्यांकन आणि परीक्षण व्हायला हवे.

## टप्पा १-अन्वेषण आणि विकास

मतदान वर्तन मापनाकरिता प्रश्नावली तयार करतानाचा सुरुवातीचा टप्पा हा अन्वेषक स्वरूपाचा असतो कारण नवे प्रश्न निर्माण होतात, त्यांचा आढावा घेतला जाऊन त्यास विश्वसनीय रूप येण्यासाठी परीक्षण केले जाते. प्रश्न ठरवण्याच्या सुरुवातीच्या टप्प्यात काही मतदारांसोबतची लक्ष्य-केंद्री गट चर्चा उपयुक्त ठरू शकते. लक्ष्य-केंद्री गट चर्चेतून मतदारास सर्वेक्षणातील विशिष्ट बाबींविषयी माहिती आहे अथवा नाही, दैनंदिन वापरातल्या संज्ञा, सर्वेक्षणातील मुद्द्यांविषयीचे त्यांचे एकूण आलकन व परिदृष्टी या बाबी समजून घेता येतात. निवडणुकीय मुद्द्यांविषयी मतदारांनी दिलेल्या अभिप्रायातून प्रश्नांची दिशा कशी असावी हे ठरवता येते. मतदारांचे ज्ञान, अनुभव त्यांच्या धारणा यातून प्रश्नांची रचना आणि संभाव्य पर्याय ठरवता येतात. लक्ष्य-केंद्री गट चर्चा ही गुणात्मक बाब असली तरीही यातून प्रतिसादकाच्या नजरेतून सर्वेक्षण विषयांबाबतची माहिती, तपशील हे घटक प्राप्त होतात. त्यामुळे प्रश्नावलीच्या रचनेबाबतची अधिक स्पष्टता सुरुवातीलाच येते.

बोधात्मक मुलाखतीच्या माध्यमातून प्रश्नावलीचे चांगले मूल्यांकन करता येते. बोधात्मक मुलाखत ही प्रश्नावलीच्या मूल्यांकनाची विशेषीकृत पद्धत आहे. या पद्धतीमध्ये प्रतिसादकाच्या विचार प्रक्रियेचे अंतःस्तर आणि दृश्य प्रक्रिया यांचा विचार करून मूल्यांकन केले जाते. चुकीचा अन्वयार्थ लागू शकेल नि संभ्रम निर्माण होईल, असे वाईट प्रश्न रद्द करणे आणि प्रतिसादातील दोष दूर करणे हा या प्रक्रियेचा उद्देश असतो.

बोधात्मक मुलाखतीचे दोन प्रकार अधिक लोकप्रिय आहेत—प्रकट चिंतन मुलाखत आणि भाषिक तपासणी तंत्र. हे सर्वेक्षण संशोधनासाठी उपयुक्त ठरते कारण मतदार केवळ प्रश्नावलीविषयी सर्वसाधारण अभिप्राय देत नाहीत तर विशिष्ट प्रश्नामधील आशय आणि शब्दरचना याविषयीही सूचना देतात. लक्ष्य-केंद्री गट चर्चा आणि बोधात्मक मुलाखत या दोन्ही पद्धती प्रश्नावलीचा खर्डा तयार करण्यात साहाय्यभूत ठरतात.

प्रश्नावलीच्या विकसनाचा पुढचा टप्पा म्हणजे सर्वेक्षण तज्ज्ञांमार्फत साधनांचा आढावा घेणे होय. प्रश्नावलीच्या रचनेविषयी तिच्या दोन्ही अंगांनी तांत्रिक आणि गुणवत्तेच्या संदर्भाने सर्वेक्षण तज्ज्ञांचे मत विचारात घेणे जरुरीचे ठरते. सर्वेक्षण तज्ज्ञांकडून प्रश्नावलीचे अत्यंत बारकाईने परीक्षण होते. प्रश्नावलीचा आकार, प्रश्नांची शब्दरचना आणि क्रम, प्रश्नांची स्पष्टता आणि नेमकेपणा, प्रश्नांच्या रचनेची यथायोग्यता, प्रश्नांसाठीची बहुपर्याय निवड, क्षेत्र अन्वेषकासाठीच्या सूचना, वगळण्याचा प्रवाह, प्रश्न आणि उत्तर यातील विजोडता या सर्व बाबींचे मूल्यांकन सर्वेक्षण तज्ज्ञ करतात. वर दिलेली यादी ही केवळ सूचक आहे, प्रत्यक्षात सर्वेक्षण तज्ज्ञ याहून अधिक मुद्द्यांची तपासणी करतात.

## टप्पा २-पूर्व चाचणी

अन्वेषण आणि मूल्यांकन या प्रक्रियांमधून प्रश्नावली निर्धारित झाल्यानंतर प्रत्यक्ष क्षेत्राच्या ठिकाणी जाऊन तिची तपासणी केली जाते. प्रश्नावलीच्या पूर्व-चाचणीचा उद्देश तिची परिणामकारकता ठरवणे, प्रश्नांची वैधता निर्धारित करणे, प्रश्नावलीतील प्रश्नांचा प्रवाह, सातत्य या बाबी ठरवणे असा असतो. मोठ्या सर्वेक्षणात ज्या प्रकारे क्षेत्रकार्य होते तदवत काही मोजक्या मतदारांसोबत पथदर्शी सर्वेक्षण केले जाते आणि पूर्व-चाचणी पार पाडली जाते. प्रश्नांची पूर्व-चाचणी खालील बाबींसाठी पार पाडली जातेः पहिली बाब म्हणजे प्रश्नामधील विविधता तपासली जाते. एकच प्रश्न किती वेगवेगळ्या प्रकारे विचारला जाऊ शकतो, याची चाचपणी होते. दुसरी बाब म्हणजे प्रश्नात अभिप्रेत असलेला अर्थच ध्वनित होत आहे ना की प्रश्नातून वेगवेगळ्या मतदारांना त्यातून वेगवेगळा अर्थबोध होईल, हे तपासले जाते. प्रत्येक प्रश्नामध्ये एक आशय असतो आणि प्रतिसादक त्याचा अर्थ अन्वय एकाच प्रकारे लावतात की भिन्न भिन्न पद्धतीने हे समजून घेणे गरजेचे असते. तिसरी बाब म्हणजे प्रतिसादकास प्रश्न समजून घेण्यास सोपा वाटू शकतो; मात्र प्रतिसादकास उत्तर देणे सोपे असेलच असे नाही. उत्तर देण्याच्या कार्यामध्ये काठिण्य पातळी अधिक असू शकते. त्यामुळे 'कार्य काठिण्य' दूर करण्यासाठी काय केले जाऊ शकते, हे पूर्व-चाचणीमधून स्पष्ट

होते. अखेरची बाब म्हणजे प्रतिसादकास प्रश्नांविषयी उत्सुकता निर्माण होते का, त्याची रोचकता वाढते का, हेही तपासले जाते.

या प्रश्नांशिवाय पथदर्शी सर्वेक्षणातून खालील मापदंडांच्या आधारे प्रश्नावलीची पूर्व-चाचणी पार पाडली जातेः प्रथमतः प्रश्नावली नियमन करत असताना मुलाखत शांत, सलग पार पडत आहे ना याची तपासणी केली जाते. दुसरी बाब म्हणजे प्रश्नांचा क्रम विषयवार आहे का आणि त्यांचे एकत्रीकरण योग्य प्रकारे केले आहे काय, हे जाणून घेतले जाते. तिसरी बाब म्हणजे वगळण्याच्या प्रवाहाबाबतच्या सूचनांविषयीची स्पष्टता आणि प्रश्नावलीच्या आधारे मुलाखत पार पाडतानाची समाधानाची पातळी यांच्याविषयी जाणून घेतले जाते. चौथी बाब म्हणजे मुलाखत पार पाडण्यासाठीची वेळेची चौकट ही वाजवी आहे ना; ती अतिदीर्घ किंवा अगदी कमी तर नाही ना हेही तपासले जाते. पाचवी बाब म्हणजे सारी दक्षता, काळजी घेऊनही प्रश्नावलीतील कुठल्याही भागावर क्षेत्र अन्वेषकाच्या पूर्वग्रहाचा परिणाम होतोच. अखेरीस प्रश्नावली आणि प्रतिसादक यांच्यातील संवादाची पातळी आणि किती चांगल्या प्रकारे प्रश्नावली प्रतिसादकांसोबत नाते निर्माण करते नि त्यांना सर्वेक्षणात सहभागी होण्याची प्रेरणा निर्माण होते, यावरही बरंचसं अवलंबून असतं.

प्रश्नावलीची पूर्व-चाचणी ही दोन पद्धतींनी केली जातेः

१. **पूर्व-चाचणीमध्ये सहभागी होऊनः** या पद्धतीमध्ये प्रतिसादकास हे खरेखुरे सर्वेक्षण नसून मुलाखत ही चाचणी घेण्यासाठी घेतली जात आहे, असे सांगितले जाते. पूर्व-चाचणीमध्ये सहभागी होण्याचा फायदा हा असतो की अन्वेषक प्रश्नावलीमधील प्रश्न वाचून झाल्यावर पुढील तपासणी करू शकतो. प्रतिसादकांनी प्रश्नांचा अर्थ कसा समजून घेतला व काय अन्वयार्थ लावला हे कळून घेण्यासाठी अनेक प्रकारे प्रश्न विचारता येतो. प्रश्नात अभिप्रेत असल्यापेक्षा वेगळा अर्थबोध प्रतिसादकाला झाल्यास तो प्रश्न निवडून त्यात दुरुस्ती केली जाते. असं असलं तरीही पूर्व-चाचणीच्या या पद्धतीत काही प्रमुख तोटे आहेत. तपासणीसाठीचे सर्वच प्रश्न प्रतिसादकास विचारता येत नाहीत कारण ती सारी प्रक्रिया वेळखाऊ होते व प्रतिसादक एवढा वेळ देईलच असे खात्रीने सांगता येत नाही. शिवाय प्रतिसादकास हे खरेखुरे सर्वेक्षण नाही याची कल्पना असल्याने ती योग्य उत्तर देतेच असे नाही.

२. **अघोषित पूर्व-चाचणीः** या पद्धतीमध्ये प्रतिसादकास पूर्वचाचणीची कल्पना दिली जात नाही. ही पूर्वचाचणी प्रायोगिक पातळीवर प्रश्नावलीच्या मूल्यांकनासाठी घेतली जात आहे, याची तिला कल्पना नसते. त्यामुळे या पद्धतीमध्ये खरोखरच्या सर्वेक्षणाप्रमाणे औपचारिक आणि संपूर्ण मुलाखत घेतली जाते. या पद्धतीचा

फायदा असा की मिळालेली माहिती इलेक्ट्रॉनिक पद्धतीने साठवता येते आणि विश्लेषित माहितीच्या आधारे प्रश्नावलीतील समस्या शोधता येतात. प्रतिसादामध्ये अनियमितता आणि असंतुलन आढळल्यास प्रश्नांमधील विसंगती माहितीमधून समोर येतात. अघोषित पूर्व-चाचणीचा सर्वांत मोठा तोटा हा असतो की अन्वेषक प्रश्नावलीच्या व्यतिरिक्त प्रश्न विचारू शकत नाही. सहभागी होऊन पूर्वचाचणी घेण्याच्या पद्धतीमध्ये मात्र प्रश्नावलीबाहेरचे प्रश्न विचारून अन्वेषकास तपासणी करता येते.

# ६

# क्षेत्रकार्य आणि माहिती संकलन

सर्वेक्षण संशोधनामधील किंवा मतदान वर्तनाचे मापन करू इच्छिणाऱ्या सर्वेक्षणात क्षेत्रकार्य आणि माहिती संकलन या बाबी महत्त्वाच्या आहेत. जोपर्यंत पद्धतशीररित्या माहिती संकलन केले जात नाही तोवर प्रातिनिधिक नमुना किंवा चांगली सर्वेक्षण प्रश्नावली यांच्या आधारे मतदान वर्तनाच्या मापनाची खात्री देता येत नाही. नमुना निवड, प्रश्नावली रचना, माहिती संकलन, माहिती विश्लेषण आणि पार पडलेल्या सर्वेक्षणातून समोर आलेल्या तथ्यांचा, निरीक्षणांचा अहवाल अशा अनेक प्रक्रिया सर्वेक्षणामध्ये समाविष्ट असतात. मतदान वर्तनासाठी केल्या जाणाऱ्या अनेक बाबींपैकी माहिती संकलन ही एक महत्त्वाची कृती आहे. मतदान वर्तन किती अचूक आहे हे माहिती संकलन किती पद्धतशीर आणि काळजीपूर्वक केले यावर अवलंबून असते. मतदान वर्तन मापनाविषयीच्या प्रश्नावली रचना आणि नमुना निवड या दोन्ही बाबी कार्यालयात पार पाडल्या जाऊ शकतात, त्यामुळे तुलनेने त्या पार पाडणे सोपे आहे आणि त्या दोन्ही बाबींवर नियंत्रण ठेवता येते. मात्र मुलाखतींच्या माध्यमातून माहिती संकलन करण्याची कृती ही अनेक ठिकाणी वेगवेगळ्या क्षेत्र अन्वेषकांच्या मार्फत पार पाडली जात असते त्यामुळे त्यावर नियंत्रण ठेवणे कठीण असते. माहिती संकलनाच्या सर्वोत्कृष्ट पद्धतीचा अवलंब करून च माहिती प्राप्त केली आहे, याची खात्रीही देता येत नाही. मतदान वर्तनाच्या मापनाचे उद्दिष्ट समोर ठेवून घेतलेल्या मुलाखती इतर पूर्वग्रहांचा प्रभाव कमीत कमी व्हावा यासाठी प्रत्यक्ष व्हायला हव्यात आणि आखीव मुलाखत योजनेचा अवलंब करून पार पाडल्या जायला हव्यात. प्रत्यक्ष मुलाखतीकरिता, क्षेत्र अन्वेषक नमुन्यामध्ये निवडलेल्या मतदारांशी त्यांच्या घरी अथवा कार्यालयीन ठिकाणी संपर्क साधतात. प्रमाण प्रश्नावलीसह त्यांची मुलाखत पार पाडली जाते. माहिती संकलनाकरिता घेतलेल्या या मुलाखती म्हणजे एक प्रकारचा मतदारांसोबतचा सहज

साधा संवाद असतो, अशी लोकांमध्ये धारणा आहे. ही धारणा काही सर्वेक्षणांबाबत खरी असू शकते मात्र मतदान वर्तनाच्या मापनाचा गंभीर प्रयत्न करणाऱ्या मुलाखती घेण्यास प्रशिक्षित क्षेत्र अन्वेषकाची आवश्यकता असते आणि स्वीकारार्ह क्षेत्र पद्धतींचा अवलंब करणे जरुरीचे असते.

मतदान निवडणूक संस्था अथवा मतदान वर्तनाचा अभ्यास करू इच्छिणारे प्रश्नावली व नमुना निवड या दोन्ही बाबींचे महत्त्व जाणतात मात्र मुलाखती कशा पार पाडाव्यात अथवा माहिती संकलित कशी करावी, याकरिता प्रशिक्षित क्षेत्र अन्वेषकांच्या आवश्यकतेचे महत्त्व ध्यानात घेतले जात नाही. निवडणूक सर्वेक्षणाच्या विविध टप्प्यांवर दक्षतेसह प्रक्रिया पार पाडणे अपेक्षित असते. यामध्ये अनेक सर्वेक्षण संस्थांसाठी क्षेत्र अन्वेषकांचे प्रशिक्षण प्राधान्यक्रमाच्या यादीत सर्वांत शेवटच्या पातळीवर असते. बहुतेक मतदान संस्था क्षेत्र अन्वेषकांसाठी माहिती संकलन पद्धतीविषयी एक छोटेसे सत्र घेतात ज्यात प्रश्नावली व प्रतिसादांचे सांख्यिकीय संकेतीकरण यांवर भर दिलेला असतो. या संस्था क्षेत्र अन्वेषकांसाठीच्या दीर्घ मार्गदर्शक सूचना लिखित स्वरूपात देतात; मात्र प्रत्यक्ष क्षेत्रावर काम करताना कोणत्या बाबी तपासावयाच्या आहेत यासाठी प्रात्यक्षिक सत्र घेण्यात अपुऱ्या पडतात. क्षेत्र अन्वेषकांना मुलाखत घेण्याकरिता प्रशिक्षण देणाऱ्या आणि सर्वेक्षण साधनांच्या वापरासाठी प्रात्यक्षिकासह पूर्ण वेळाच्या कार्यशाळा क्वचितच पार पाडल्या जातात. काही संस्था खर्च कमी करण्यासाठी प्रश्नावली सरळ मतदारांच्या हाती देऊन त्यांनाच भरायला सांगतात आणि त्यांचे लिहून पूर्ण झाले की त्या संकलित करतात. भारतातील मतदान वर्तन व दृष्टिकोन यांच्या मापनासाठीची सर्वेक्षण खराब असण्याच्या अनेक कारणांपैकी एक कारण माहिती संकलन व क्षेत्रकार्य याविषयीचं अपुरं प्रशिक्षण हे आहे.

त्यामुळेच निवडणूक सर्वेक्षणांमध्ये माहिती संकलनाकरिता क्षेत्र अन्वेषकांना दिले जाणारे प्रशिक्षण कळीचे असून त्याची तपासणी करणे जरुरीचे आहे. एकूणात सर्व गोष्टींचा विचार करून या प्रशिक्षणात सक्तीने काय गोष्टी सांगितल्या गेल्या पाहिजेत, हे शोधणेही महत्त्वाचे आहे. हे प्रकरण दोन विभागात आहे, क्षेत्रकार्यासंबंधीचे प्रशिक्षण आणि माहिती संकलनाबाबतचे प्रशिक्षण. काही ठिकाणी या दोन्हींचा एकत्र उल्लेख केला आहे. *पहिल्या* भागामध्ये माहिती संकलनावर भर दिला आहे. माहिती संकलनाचे काम हे पद्धतशीर व शास्त्रीयदृष्ट्या केले जाते. त्यासाठी प्रशिक्षित क्षेत्र अन्वेषक निवडणुकीसंदर्भातील माहिती संकलित करतात. या भागात आवश्यक सविस्तर प्रशिक्षणाच्या व क्षेत्र अन्वेषकांच्या कौशल्य विकासाच्या कारणांची तपासणी केली आहे.

तसंच क्षेत्र अन्वेषकांना दिल्या जाणाऱ्या प्रशिक्षणाचंही मूल्यांकन होण्याची आवश्यकता आहे. या भागात प्रशिक्षण सत्रांच्या योजनेची चर्चा केली आहे. शिवाय अन्वेषकांसाठी अभिमुखता (Orientation) कार्यक्रम, मुलाखत-तंत्र पद्धती, सर्वेक्षण साधनांच्या विविध पद्धती यांसारख्या रचनापरिमाणांची चर्चा केली आहे. भारतात माहिती संकलित करताना क्षेत्रकार्याच्या मुलाखती कशा पार पाडाव्यात, यासंबंधी या प्रकरणाचा दुसरा भाग आहे. निवडणूक सर्वेक्षण पार पाडतानाचे प्राथमिक नियम, अटी यात सांगितल्या आहेत. या नियम, अटी निवडणूक सर्वेक्षण पार पाडतानाच्या आजवरच्या कार्य व्यवहारावर आधारित आहेत. या प्रकरणाच्या *तिसऱ्या* भागात देशातील भौगोलिक विविधता, अनेक भाषा, समाज-सांस्कृतिक भेद यांमुळे क्षेत्रकार्यातील गुंतागुंत स्पष्ट केली आहे. भारतातील राज्याराज्यांमधील विविधता, भारतातील क्षेत्रकार्य पार पाडण्यासाठीची संसाधनं आणि आव्हानं यांची ओझरती झलक दाखवण्याचा प्रयत्नही या भागात केला आहे.

## निवडणूक सर्वेक्षणात प्रशिक्षणाची गरज

मुलाखत घेण्याच्या तंत्राकरिता आणि क्षेत्रकार्य करताना सर्वेक्षण साधनं वापरण्याबाबत क्षेत्र अन्वेषकांचे प्रशिक्षण ही बाब सर्वेक्षणाच्या दृष्टीने कळीची असते. मुलाखत तंत्र व माहिती संकलन याकरिता प्रशिक्षण आवश्यक असते कारण हे कार्य करण्यासाठी नेमलेल्या व्यक्तींकडे पुरेसे ज्ञान व सर्वेक्षण पार पाडण्याचा अनुभव नसतो. काही क्षेत्र अन्वेषकांना निवडणूक सर्वेक्षण पार पाडण्याचा अनुभव असू शकतो; पण तो प्राथमिक आणि सैद्धान्तिक पातळीवर असतो. प्रात्यक्षिक आणि व्यावसायिक प्रकारचा अनुभव नसतो. तसंच काहींना बाजार संशोधन सर्वेक्षणाचा अनुभव असू शकतो; मात्र हे सर्वेक्षण हे निवडणूक सर्वेक्षणापेक्षा साधे, अल्प आणि कमी तांत्रिक असते. उलटपक्षी भारतातील मतदारांच्या मतदान वर्तनाकरिता होणाऱ्या सर्वेक्षणांमध्ये सविस्तर दीर्घ प्रश्नावली वापरली जाते व इतर सर्वेक्षण साधनांचाही वापर होतो. निवडणूक सर्वेक्षणातील मुलाखत पार पाडण्यासाठी मतदारांची नमुना निवड पद्धत, प्रश्न टाळणे, दुहेरी पातळीवरील तपासणी, बनावट मतपेटीचा वापर, मतदानाच्या प्राधान्यासंदर्भातील महत्त्वाचे प्रश्न विचारणं, क्रमवारीसाठीच्या चिठ्ठ्या दाखवणे…अशा अनेक बाबी माहीत असाव्या लागतात. पर्यायाने क्षेत्र अन्वेषकांसाठी सर्वेक्षणात मुलाखत कशी पार पाडावी याबातचे प्रशिक्षण बंधनकारक ठरते.

भारतीय विद्यापीठ व्यवस्थेतील रचनात्मक समस्या आणि मर्यादा यातून संशोधन पद्धतीशास्त्र पुरेसे शिकवले जात नाही. सर्वेक्षण पद्धतीचा अभ्यास करण्याचा अवकाश विद्यार्थ्यांना मिळत नाही. स्वाभाविकच त्यामुळे क्षेत्र अन्वेषकांना या प्रकारचे प्रशिक्षण देण्याची गरज भासते. सर्वेक्षण संशोधन आणि क्षेत्रकार्य याबाबतचे ज्ञान अपुरे असण्याचे कारण म्हणजे भारतातील सामाजिक शास्त्रांमध्ये संशोधन पद्धतींचे प्राथमिक आणि सैद्धान्तिक पातळीवरील शिक्षण होय. अर्थशास्त्राचा अपवाद वगळता, इतर सर्व सामाजिक शास्त्रांमधील सर्वेक्षण संशोधन हे वर्गातील अध्यापनापुरते सीमित असते. त्यामुळे विद्यार्थी नमुना निवड पद्धत, नमुना, माहिती संकलन, माहिती विश्लेषण आदी पद्धतीशास्त्रीय बाबी पुस्तकी पातळीवर शिकतात; मात्र प्रत्यक्ष क्षेत्रकार्य संशोधन करून प्रात्यक्षिक ज्ञान प्राप्त करण्याची संधी त्यांना मिळत नाही. त्यामुळे सर्वेक्षण संशोधनासाठी नियुक्त केलेल्या बहुतेक विद्यार्थ्यांना आवश्यक ज्ञान आणि प्रशिक्षण नसते.

सीएसडीएस सारख्या अकादमीक संस्थांच्या निवडणूक सर्वेक्षणाचा उद्देश हा भारतीय मतदारांच्या मतदान वर्तन व दृष्टिकोन यांचे अनुभवजन्य पातळीवरील मापन करणे आणि भारतीय लोकशाहीच्या वैशिष्ट्यांचे निर्धारण करणे असा असतो. क्षेत्र अन्वेषकांच्या प्रशिक्षणाचे दोन उद्देश असतातः माहिती संकलनासाठी निवडणूक सर्वेक्षणादरम्यान मुलाखत कशी घ्यावी याचे प्रशिक्षण देणे आणि सर्वेक्षणावर आधारित सामाजिक शास्त्रातील संशोधन करण्यासाठी प्रशिक्षण देणे. मतदारांच्या मतदान वर्तन व दृष्टिकोन यांचे मापन करण्यासाठी संकलित करावयाच्या माहितीसाठीची आखीव प्रश्नावली आणि प्रत्यक्ष क्षेत्रकार्य करून माहिती संकलित करणारे क्षेत्र अन्वेषक यांच्यातील संबंधांना संबोधित करण्याचा प्रयत्न प्रशिक्षण कार्यशाळांमधून होतो. मतदान वर्तन व दृष्टिकोन यांचे मापन करण्यासाठी माहिती संकलनाचा उद्देश हा पारंपरिक सर्वेक्षण संशोधनापेक्षा वेगळा असतो त्यामुळे क्षेत्र अन्वेषकांचे प्रशिक्षण केवळ मुलाखत तंत्रापुरते मर्यादित नसते तर एकूण संशोधन प्रक्रिया समजावी, यासाठी असते. वस्तुतः प्रशिक्षणार्थींना सर्वेक्षण संशोधनाचे सराव करणाऱ्या कौशल्यपूर्ण व्यक्ती असे मानले जाते जे खरोखर ‘लोकशाही आणि निवडणुका’ यांचा अभ्यास करतात. त्यामुळेच क्षेत्र अन्वेषक ज्या पद्धतीशास्त्राद्वारे भारतीय मतदान वर्तनाचा अभ्यास करतात ते पद्धतीशास्त्र विकसित झाले आहे आणि त्याचा अवलंब भारतीय राजकीय संस्कृतीच्या संदर्भ परिप्रेक्ष्यानुसार वैशिष्ट्यांनुसार केला गेला आहे.

सीएसडीएस सारख्या संशोधन संस्था क्षेत्र अन्वेषकांसाठी तपशीलवार प्रशिक्षण कार्यशाळा घेतात. अगदी दोन-तीन दिवसही या प्रशिक्षण कार्यशाळा सुरू असतात.

२००९ लोकसभा निवडणुकांच्या वेळी पंजाबमधील पटियाला लोकसभा मतदारसंघामध्ये क्षेत्रकार्य करणाऱ्या क्षेत्र अन्वेषक ज्योती हिने आपला अनुभव व्यक्त केला आहेः

> राष्ट्रीय निवडणूक अभ्यास २००९ कार्यशाळेने आम्हा सर्वांना क्षेत्रकार्यात प्रत्यक्ष मुलाखत घेण्यापूर्वी संपूर्ण प्रशिक्षण दिले गेले. मुलाखत सुरू करण्याचे तंत्र, प्रतिसादकाची उत्सुकता, रस टिकवून ठेवत मुलाखत सुरू ठेवणं, प्रतिसादकांच्या उत्तरांची सांकेतिक नोंद करणं... जे जे क्षेत्रकार्यासाठी आवश्यक होतं ते ते सारं आम्हाला शिकवण्यात आलं. आम्हाला प्रतिरूप मुलाखती घेण्यास सांगितले गेले. त्यानंतर चर्चा झाली जेणेकरून प्रत्यक्ष क्षेत्रकार्य करताना मुलाखत घेताना होणाऱ्या संभाव्य चुका टाळल्या गेल्या.

राष्ट्रीय निवडणूक अभ्यास २००९ च्या वेळी दिल्लीतील चांदणी चौक मतदारसंघातील संकलित माहितीची तपासणी करणाऱ्या आशिष रंजनने सांगितले की प्रतिसादकांना विचारलेल्या प्रश्नांचा सूर कळीचा, महत्त्वाचा होता. एकतर प्रतिसादक अत्यंत उत्साहाने सर्व प्रश्नांची उत्तर सहजरित्या बरोबर देईल किंवा कुठल्याच प्रश्नाचं उत्तर नीट न देता, सामाजिकदृष्ट्या अस्वीकारार्ह उत्तरं देऊन मुलाखत पूर्ण करेल. मतदारांना उत्तरं देताना सहजता वाटेल, अवघडलेपण जाणवणार नाही, शिवाय ते कामात मदत करतील हे सारं करण्यात आपल्याला प्रशिक्षण कार्यशाळेमुळे मदत झाली, असं तो सांगतो. त्यातूनच संकलित माहितीचीही नीट तपासणी करता आली, असे तो म्हणतो.

लोकसभा निवडणुकीच्या राष्ट्रीय पातळीवरील राष्ट्रीय सर्वेक्षणासाठी मोठ्या प्रमाणावर विविध राज्यांमधून क्षेत्र अन्वेषकांची नेमणूक करावी लागते. प्रमाणीकरणाच्या दृष्टिकोनातून राज्य पातळीवरच्या टीमचे प्रशिक्षण आणि विद्यार्थ्यांकरिता सर्वेक्षण-आधारित संशोधनाची ओळख, सुरुवात आवश्यक ठरते. प्रशिक्षणाच्या कार्यशाळेत प्रशिक्षण संबंधी खालील घटक संबोधित केले जातातः

## क्षेत्रकार्य प्रशिक्षणातील आवश्यक घटक

### क्षेत्र अन्वेषकांची प्रेरणा आणि कल (orientation)

मतदान वर्तनाचे अचूक मापन अनेक घटकांवर अवलंबून असते; मात्र मतदान वर्तनाच्या मापनाची विश्वसनीयता ही किती काळजीपूर्वक पद्धतशीररित्या क्षेत्रकार्य केले आहे अथवा किती चांगल्या पद्धतीने मुलाखती पार पडल्या आहेत यावर अवलंबून असते. प्रातिनिधिक नमुना निवडणे आणि चांगल्या दर्जाचे मुलाखत सत्र ठरवणे या बाबी तुलनेने

सोप्या आहेत; मात्र क्षेत्रकार्य काटेकोर काळजी घेऊन करणे/करवून घेणे अवघड आहे. कुठल्याही निवडणूक सर्वेक्षणामध्ये मुलाखत घेणे/माहिती संकलन करणे या बाबी व्यापक प्रमाणावर केल्या जातात त्यामुळे या सर्व क्षेत्रकार्यातील काटेकोर बाबींचे पालन, दक्षता या बाबी प्रमाणीकरणासाठी आवश्यक असतात आणि हे प्रमाणीकरण असणे मोठे आव्हानात्मक असते. क्षेत्र अन्वेषक घेत असलेल्या मुलाखतीचे पर्यवेक्षण करणे शक्य नसते. त्यामुळेच मतदारांची मुलाखत घेणाऱ्या नि माहिती संकलित करणाऱ्या सर्वांचे प्रमाणित प्रशिक्षण या तंत्राद्वारे ही दक्षता घेतली जाईल अशी व्यवस्था केली जाते. इतर अनेक तांत्रिक बाबींसह महत्त्वाची एक बाब आहे ज्यावर भर दिला पाहिजे ती म्हणजे क्षेत्र अन्वेषकांना क्षेत्रकार्यासाठी प्रेरित करणं, त्यांना क्षेत्रकार्याचे अभ्यासातील महत्त्व समजावून सांगणं. या क्षेत्रकार्यात सहभागी असल्याचा क्षेत्र अन्वेषकास अभिमान वाटायला हवा. पैसा प्राप्त करण्यासाठीचे काम म्हणून त्याने याकडे पाहू नये. सर्वेक्षणाचे ते अभिन्न अंग असून निवडणूक सर्वेक्षणाचे उद्दिष्ट साध्य करण्याकरिताच आपण दुवा आहोत, ही भावना त्यांच्यात निर्माण होईल, या प्रकारे त्यांना प्रेरित करायला हवे. प्रशिक्षणाच्या दरम्यान मिळणाऱ्या पैशाच्या पलीकडे क्षेत्र अन्वेषकास सर्वेक्षणामध्ये सहभागी होण्याची प्रेरणा निर्माण झाली पाहिजे. क्षेत्रकार्याचा अनुभव इतर कुठेही मिळू न शकणारा मौल्यवान अनुभव आहे, याची जाणीव त्यांना व्हायला हवी. क्षेत्र अन्वेषक जर पुरेसे प्रेरित झाले तर अर्धे काम इथेच पूर्ण होते. अन्वेषक मुलाखत घेणार नाहीत, ही चिंताच बव्हंशी कमी होते. अर्धी दक्षता/काळजी ही क्षेत्र पर्यवेक्षकांच्या मार्फत घेता येते. क्षेत्र पर्यवेक्षकांचे कामच पर्यवेक्षण आणि नियंत्रण, नियमनाचे असते.

या प्रशिक्षण कार्यशाळेत क्षेत्र अन्वेषकांना प्रेरित करणे हा भाग अत्यंत महत्त्वाचा असतो जेणेकरून क्षेत्रकार्य करताना, तपासणी करताना येणाऱ्या समस्यांना ते तोंड देऊ शकतील. उदाहरणार्थ उत्तराखंडमधील एका क्षेत्र अन्वेषकाने स्वतःचे नाव जाहीर न करण्याच्या अटीवर आपला उत्तराखंडमधील २०१२ च्या विधानसभा निवडणुकीच्या वेळचा अनुभव व्यक्त केला आहे. राज्यामध्ये मोठ्या प्रमाणावर गारपीट सुरू होती आणि तशा अवस्थेतही अडचणींचा सामना करत त्याने मुलाखती पूर्ण केल्या. २०१२ मध्ये उत्तर प्रदेशमध्ये क्षेत्रकार्य करत असताना त्याला कशी अटक झाली, याचा अनुभव आणखी एका क्षेत्र अन्वेषकाने सांगितला होता. निवडणूक सर्वेक्षण पार पाडण्यात अवैध असे काहीच नाही; मात्र पोलिसांनी चुकून त्याला अटक केली. राज्यातील समन्वयकाने हस्तक्षेप केल्यावर त्याची नंतर सुटकाही झाली. २००९ च्या लोकसभा निवडणुकांच्या वेळी क्षेत्र अन्वेषक असलेली विभा सांगते:

आमच्यासारख्या क्षेत्र अन्वेषकांना सर्वेक्षणाचे महत्त्व समजणे अत्यंत महत्त्वाचे आहे. दर दिवशी नवनव्या आव्हानांना क्षेत्र अन्वेषकाला सामोरे जावे लागते. त्या आव्हानांसमोर टिकून राहत क्षेत्रकार्य पूर्ण करावे लागते. अशा वेळी प्रेरणा हीच बाब अन्वेषकास अडथळ्यांना सामोरे जाण्यासाठी जरुरीची असते.

## मुलाखतीचे आणि संवादाचे तंत्र

साधारणपणे मतदान वर्तनाचे मापन करण्यासाठी घेण्यात येणाऱ्या प्रत्यक्ष मुलाखतींसाठी आखीव प्रश्नावल्यांचा वापर होतो. मात्र सर्वेक्षणाचा खर्च आणि वेळ वाचवण्याकरिता काही संस्था या प्रश्नावल्यांचा उपयोग करतात. या संस्थामार्फत प्रत्यक्ष मुलाखत घेण्याऐवजी त्या प्रश्नावल्या मतदारांमध्ये वितरित केल्या जातात. या तंत्रामार्फत संकलित होणारी माहिती वापरली जात असली तरी मतदान वर्तन व दृष्टिकोन मापनाकरिता मुलाखत तंत्राची प्रमाण पद्धत ही प्रश्नावलीसह प्रत्यक्ष मुलाखत अशीच आहे. मुलाखत घेण्याच्या अनेक पद्धती आहेत. प्रत्येक पद्धत दुसरीपेक्षा वेगळी आहे. मुलाखतीतून काय साध्य करायचे आहे, यावरून मुलाखतीची पद्धत ठरते. एखाद्या नेत्याची पत्रकाराने मुलाखत घेणं आणि वेगवेगळ्या मतदारांच्या मतदान वर्तन मापनासाठी मुलाखती घेणं यात फरक आहे. राजकीय नेत्याची मुलाखत घेताना अवघड आणि गैरसोयीचे प्रश्न विचारून नेत्याची राजकीय मानसिकता स्पष्ट करणे असा उद्देश पत्रकाराचा असतो. इथे मतदारांना विचारलेले प्रश्न हे साध्या सोप्या भाषेत असतात. त्यातून मतदाराकडून माहिती मिळवणे हा उद्देश असतो. त्यातून त्यांचे मत समजून घेता येईल, असाही उद्देश असतो. मतदारांचं विशिष्ट मुद्द्याविषयी मत नसेल अथवा त्याला माहिती नसेल तर त्याच्यामध्ये जाणीव जागृती निर्माण करणं हाही या प्रश्नांचा उद्देश नसतो. मतदान वर्तन व दृष्टिकोन यांचे मापन करतानाच्या प्रश्नावलीमधील बहुतेक साध्या सोप्या प्रश्नांचा उद्देश तर माहिती संकलनाचा असतो. हा यातील आवश्यक भाग आहे जो प्रशिक्षणाच्या कार्यशाळेमध्ये क्षेत्र अन्वेषकांना शिकवला जातो.

राष्ट्रीय निवडणूक अभ्यास २००९ च्या वेळी पंजाबमधील क्षेत्र अन्वेषन करतानाचा अनुभव विभा यांनी व्यक्त केला आहे. एका गावामध्ये मुलाखत पार पाडत असताना एक वयस्कर गृहस्थ कसे अवघडले याचा अनुभव ती सांगतेः

मी गावातल्या एका झोपडीचा दरवाजा ठोठावला तेव्हा आतमधील वृद्ध गृहस्थ व्यस्त असल्याचे सांगत मला निघून जा असं म्हणाले. माझ्यासोबत बोलण्यात त्यांना

अवघडलेपणा वाटत असावा असं मला वाटलं म्हणून मी त्यांना एक ग्लास पाणी मागितलं. माझ्या या विनंतीनं त्यांना आश्चर्य वाटलं. त्यांनी मला विचारलं की तुला इथलं या घरचं पाणी चालेल ना, बहुधा त्यांना माझ्या पेहरावावरून उच्चवर्णीय वाटली असणार. जेव्हा मी त्यांना सांगितलं की मी या प्रकारचा जातिभेद मानत नाही आणि, त्यांनी माझ्या प्रश्नांची उत्तरं दिली नाही तरी आत येऊन त्यांच्यासोबत बोलायला मला आवडेल तेव्हा त्यांनी सहमती दर्शवली. प्रश्नावलीतील सर्व प्रश्नांची त्यांनी उत्तरं दिली.

त्याचप्रमाणे महागनरांमधील क्षेत्रकार्याच्या काही वेगळ्या समस्या आहेत. ग्रामीण आणि दुर्गम भागांपेक्षा वेगळ्या प्रकारच्या समस्या महानगरांमध्ये असल्याचे दिसते. सीएसडीएस च्या २००९ सालच्या राष्ट्रीय निवडणूक अभ्यासामध्ये सहभागी असलेल्या आणि दिल्लीतील ग्रेटर कैलाशमध्ये क्षेत्रकार्य केलेल्या बानस्मिता हिने बऱ्याच सोसायट्यांचे सुरक्षारक्षक अनोळखी लोकांना आत प्रवेश देत नसत नि त्यामुळे कशा समस्या निर्माण होत याविषयी सांगितले.

मला त्यातील बहुतेकांना पटवून द्यावे लागत असे की मी कोणत्याही राजकीय पक्षाची सदस्य नाही आणि एका तटस्थ सामाजिक शास्त्र संशोधन संस्थेसाठी काम करते आहे. एवढं म्हणणं पुरेसं नसायचं. ज्या क्षणी मी सांगत असे की सर्वेक्षणातील तथ्यांना माध्यमांमध्ये प्रसिद्धी मिळणार आहे तत्क्षणी ते उत्तर द्यायला उत्सुक असत.

क्षेत्र अन्वेषकांना प्रश्नावलीतील प्रश्न विचारताना प्रतिसादकावर कुठलाही बाह्य दबाव नाही ना, हे तपासून घेण्याबाबत दक्षता घेण्याबाबत सांगावे लागते. २००९ मध्ये राष्ट्रीय निवडणूक अभ्यासात पंजाबमधील पटियाला लोकसभा मतदारसंघात सहभागी असलेल्या ज्योती यांनी आपला अनुभव व्यक्त केला. नमुन्यातील मतदार महिलांपैकी काही महिला या घरातील पुरुष मतदाराच्या आत्यंतिक प्रभावाखाली असल्याचे ज्योती यांनी आठवते. जेव्हा जेव्हा त्यांना थेट राजकीय प्रश्न विचारला जाई, तेव्हा तो प्रभाव स्पष्टपणे दिसत असे. त्यांचा हा अनुभव प्रशिक्षण कार्यशाळेत महत्त्वाचा ठरला आणि त्यातून या आव्हानाला कसं सामोरं जायचं, याचा विचार झाला. त्यांनी व्यक्त केले:

सुरुवातीला पुरुष मतदार एकट्या महिलांना प्रश्न विचारण्यास परवानगी देत नव्हते. मी त्यांना महिलांचं कोणत्याही दबावाविना मत मांडलं जाण्याचं सर्वेक्षणाच्या दृष्टीने महत्त्व स्पष्ट केलं. खूप वेळ त्यांना स्पष्टीकरण देऊन आणि पटवून दिल्यावर त्यांनी माझी विनंती मान्य केली.

काही वेळेस पुरुष क्षेत्र अन्वेषकाला महिलांना त्यांच्या जात-वर्ग.. आदी बाबीविषयी प्रश्न विचारणं कठीण असतं. अशा वेळेस संयम, चिकाटी आणि नम्रता यांच्या आधारे सर्वेक्षणाच्या उद्देशाचं स्पष्टीकरण देत त्यांचा विश्वास संपादन करणं हे मोठं कौशल्याचं काम असतं. त्यासाठी वेळ लागतो.

## प्रश्नावलीचा अवलंब आणि हस्तपुस्तिकेचा वापर

प्रशिक्षण कार्यशाळेचा मुख्य भर हा निवडणूक सर्वेक्षणात मतदारांकडून उत्तरं मिळवताना प्रश्नावलीचा अवलंब कसा करावा यावर असतो. क्षेत्र अन्वेषकांना प्रश्नावली समजावून सांगितली जाते, चर्चा केली जाते आणि प्रशिक्षकांमार्फत सदृशीकरण (Simulation) तंत्राचा वापर करत प्रश्नावलीविषयी चर्चा केली जाते. प्रतिरूप मुलाखतींमुळे क्षेत्र अन्वेषकांना प्रत्यक्ष मुलाखतीचा अंदाज येतो आणि प्रश्नावलीचा अर्थ व त्यात दिलेल्या पर्यायांच आकलन त्यांना होतं. चर्चा अशा प्रकारे पार पाडली जाते जेणेकरून क्षेत्र अन्वेषकांना प्रश्नांच्या हेतूबाबत स्पष्टता येईल. क्षेत्र अन्वेषकांच्या मनातील शंका संभ्रम दूर करण्याचं काम या प्रशिक्षण कार्यशाळेमधून केलं जातं.

बहुतांश प्रश्नांसाठी पर्याय वाचून दाखवण्याची आवश्यकता नसते. प्रतिसादक ज्या प्रकारे उत्तर देतात त्यानुसार प्रश्नावलीतील संबंधित पर्यायाची खूण नोंदवली जाते. प्रश्नावलीतील प्रश्नांचे पर्याय वाचून दाखवायचे असल्यास तशा सूचना दिल्या जातात मात्र त्याचे नीट स्पष्टीकरण प्रशिक्षण कार्यशाळेत द्यायला हवे. प्रश्नावलीतील लंघनांतर आणि दुहेरी पातळीवरी तपासणी प्रश्न असे प्रवाह असलेल्या प्रश्नांचा समावेश असतो. दुहेरी पातळीवरी तपासणी प्रश्नांमध्ये प्रतिसादकांना एखाद्या बाबीविषयीचे मत विचारले जाते आणि दुसऱ्या पातळीवरील संबंधित पुढील प्रश्न विचारून त्याच्या सहमत/असहमत पातळीविषयी विचारले जाते. या प्रकारचे विशेष प्रश्न हे प्रशिक्षण कार्यशाळेत पुरेसे स्पष्ट करून त्याचे प्रात्यक्षिकही करून दाखवले पाहिजे. प्रत्येक सर्वेक्षणासाठी अन्वेषकांसाठी एक हस्तपुस्तिका असते जिच्यात मुलाखत कशी पार पाडायची व प्रश्नांचा अर्थ व त्यांच्या उत्तरांच्या नोंदीविषयीच्या मार्गदर्शक सूचना दिलेल्या असतात. ही हस्तपुस्तिका वापरकर्त्याची नियम पुस्तिका असते. या नियम पुस्तिकेत खुल्या प्रश्नांचीही पूर्व-निर्धारित उत्तरं आणि ज्या प्रश्नांना अनेक उत्तरं आहेत अशा प्रश्नांची यादी या साऱ्याचा समावेश असतो. प्रशिक्षण कार्यशाळेत प्रशिक्षणार्थींसोबत हस्तपुस्तिकेच्या संदर्भात सविस्तर चर्चा विमर्श व्हायला हवा जेणेकरून त्या हस्तपुस्तिकेचा सर्व प्रशिक्षणार्थी समान प्रकारे वापर करतील.

राष्ट्रीय निवडनूक अभ्यास २००९ प्रकल्पात क्षेत्र अन्वेषक असलेला पवन सांगतो- "क्षेत्र अन्वेषकांसाठीची हस्तपुस्तिकेत साऱ्या बाबी विस्ताराने स्पष्टीकरणासह विशद केलेल्या होत्या. क्षेत्रकार्य सर्वेक्षण करताना आम्हाला त्याची मदत झाली. प्रश्नांच्या संभाव्य आवश्यक उत्तरांची नोंद ही आधीच हस्तपुस्तिकेत होती."

## बनावट मतपत्रिकेचा (Dummy Ballot Paper) व आलोकपत्राचा (show card) वापर

निवडणूक सर्वेक्षणातील मतदानविषयक प्रश्न हा गाभाभूत भाग असतो आणि तो प्रश्न विचारताना आत्यंतिक दक्षता घ्यायला हवी. जर मतदानविषयक प्रश्नाचं उत्तर सर्वेक्षणातून मिळवता आलं नाही तर सबंध सर्वेक्षणाचा हेतूच असफल होतो. सुरुवातीच्या काळातील सर्वेक्षणांमध्ये मतदानविषयक प्रश्न विचारताना फारशी काळजी घेतली गेली नाही. मतदानविषयक प्रश्नाच्या उत्तराची गुप्तताही राखली गेली नाही. इतर प्रश्नांप्रमाणेच मतदानविषयक प्रश्न असे मानले गेले. त्यामुळे मतदानविषयक अंदाजात मोठ्या त्रुटी निर्माण झाल्या कारण प्रतिसादकाला ज्या परिस्थितीत व ज्या प्रकारे प्रश्न विचारला जात असे त्यात त्याला खरोखर उत्तर द्यावे, अशी इच्छा नसू शकते. आपले मत नक्की कोणाला आहे, हे सांगण्यात एक प्रकारचा अवघडलेपणा त्याला वाटत असे. ही चूक लक्षात घेऊन मतदानविषयक प्रश्न विचारताना काही नावीन्यपूर्ण गोष्टींचा अंतर्भाव केला गेला.

मतदाराला मतदानविषयक प्रश्नाचे उत्तर देताना आत्मविश्वास वाटेल, अवघडलेपणा येणार नाही, या प्रकारे हा प्रश्न विचारला जायला हवा. मतदानविषयय प्रश्न विचारताना मतदाराच्या मताबाबत गुप्तता राखली जाईल, याबाबत त्यास आश्वस्त करायला हवे. किमान ज्या ठिकाणी प्रश्न विचारला जातो आहे, तिथे तरी ही गुप्तता राखली जाईल, अशी व्यवस्था करायला हवी. असं असूनही आजही काही संस्था इतर अनेक प्रश्नांप्रमाणेच मतदानविषयक प्रश्नाबाबतची संवेदनशीलता ध्यानात न घेता प्रश्न विचारतात. मतदान वर्तनाचे मापन करण्याच्या हेतूने होणाऱ्या योग्य निवडणूक सर्वेक्षणामध्ये मतदानविषयक प्रश्न हा गुप्त पद्धतीने विचारला जाणे अपेक्षित आहे.

मागील दशकभरात किंवा थोडंस त्या आधीही निवडणूक सर्वेक्षणांमध्ये बनावट मतपत्रिकेचा वापर करण्याचा प्रयोग सुरू झाला. बनावट मतपेटी आणि बनावट मतपत्रिका वापरून मतदानविषयक प्रश्न विचारला जाऊ लागला. साधारणपणे मतदारसंघातील उमेदवारांची नावं आणि पक्षांची चिन्हं असलेली बनावट मतपत्रिका

मतदाराच्या हाती सोपवली जाते, त्यावर आपण कोणत्या पक्षाला, उमेदवाराला मतदान केले किंवा करावयाची इच्छा आहे, याबाबत मतदाराने खूण करावी, अशी अपेक्षा असते. मतदार आपला पसंतीक्रम, प्राधान्यक्रम नोंदवून ती मतपत्रिका अगदी अन्वेषकालाही न दाखवता बनावट मतपेटीत टाकतो. मतदारांनी कोणत्या उमेदवाराला वा पक्षाला मतदान केले/करणार आहेत, हे शोधणे हा याचा उद्देश असतो. पहिला प्रश्न हा विद्यमान निवडणुकीविषयी कोणाला मतदान केले किंवा करणार आहात, असा प्रश्न निवडणूक सर्वेक्षण कधी घेतले जाते त्यानुसार विचारला जातो. दुसरा प्रश्न हा या आधीच्या निवडणुकीतील मतदानाच्या प्राधान्याविषयी विचारला जातो-'आठवणीचा प्रश्न'. त्यामुळेच कार्यशाळेमध्ये क्षेत्र अन्वेषकांना मतदानविषयक प्रश्न कसा विचारावा, याचे प्रशिक्षण देण्याची आवश्यकता असते. हा प्रश्न अत्यंत संवेदनशील असतो आणि सर्वेक्षणाचा गाभा असतो. बनावट मतपत्रिका आणि बनावट मतपेटी यांचा वापर कसा करायचा, यावरही कार्यशाळेत भर देणे गरजेचे असते.

समजा काही प्रश्नांना दृश्य प्रतिमा दाखवण्याची आवश्यकता भासली तर त्याच दृश्य प्रतिमा सर्व क्षेत्र अन्वेषकांनी दाखवायला हव्यात, जेणेकरून त्यात प्रमाणीकरण राहील. काही वेळेस आलोकपत्र अथा फूटपट्टी वापरली जाते ज्यावर १ ते १० असे अंक असतात आणि राजकीय नेत्यांच्या कामगिरीचे मूल्यांकन यावरून केले जाते. १ म्हणजे सर्वोत्तम कामगिरी तर १० सर्वांत वाईट. या प्रकारे मतदारांनी मूल्यांकन करावे म्हणून त्यांना ही कार्डस दाखवली जातात आणि त्यांच्याकडून नेत्यांच्या कामगिरीचे मूल्यांकन करवून घेतले जाते. कार्ड्स दाखवून मतदारांना समजावून सांगण्याची पद्धत पहिल्यांदा क्षेत्र अन्वेषकांना समजून सांगावी लागते जेणेकरून ते मुलाखती दरम्यान त्याचा वापर करू शकतात. काही वेळा राजकीय नेत्यांची छायाचित्रं वा राजकीय घटनांची छायाचित्रं दाखवली जातात त्यामुळे मतदाराच्या जागरूकतेची पातळी समजते आणि प्रश्न विचारण्याचा संदर्भ परिप्रेक्ष्य तयार करता येतो.

## अन्वेषकांद्वारे प्रतिरूप मुलाखती (Mock Interviews) आणि क्षेत्र चाचणी

मॉक मुलाखती आणि क्षेत्र चाचणी हा प्रशिक्षणाच्या कार्यक्रमातील महत्त्वाचा भाग असतो. क्षेत्र अन्वेषकांनी या मुलाखती प्रशिक्षण पूर्ण होताच घ्यायच्या असतात. प्रत्यक्ष मुलाखती घेऊन माहिती संकलनाचे कार्य सुरू करण्याआधी प्रशिक्षण संपल्याबरोबर सराव म्हणून ढोबळ पद्धतीने काही मॉक मुलाखती क्षेत्र अन्वेषकाने घ्याव्यात, असे

अपेक्षित असते. मॉक मुलाखतीमधून प्रशिक्षण किती परिणामकारक झाले हे समजते. अन्वेषकांची तयारी कितपत झाली याचाची अंदाज त्यातून येतो. अन्वेषकांनी प्रश्नावलीनुसार लोक निवडून अंकगणितीय पद्धतीने त्यांचे संकेत क्रमांक नोंदवणे अपेक्षित असते. पूर्व क्षेत्र चाचणीमधील प्रश्नावल्या या प्रशिक्षकांच्या टीमने प्रत्यक्ष तिथे जाऊन तपासणे गरजेचे असते जेणेकरून क्षेत्र अन्वेषकाने दिलेल्या सूचनाचे पालन केले आहे अथवा नाही हे स्पष्ट होते. लंघनांतर ठेवणे, पर्याय उत्तरं देणे, प्रश्नांचं संकेतीकरण, मुलाखतीसाठीच्या सूचना.. आदी गोष्टींचा काटेकोर अवलंब केला आहे किंवा नाही, हे तपासणे गरजेचे असते. क्षेत्र अन्वेषकांचे आकलन व क्षेत्रकार्याचा अवलंब याचे मूल्यांकन करण्यास मदत होते. एकूणात क्षेत्रकार्य करताना मुलाखत कशी पार पाडली गेली, याचाही अंदाज येतो.

सीएसडीएस तर्फे पार पाडलेल्या २००९ च्या राष्ट्रीय निवडणूक अभ्यासात सहभागी असलेले आशिष आणि ज्योती हे दोघेही प्रतिरूप मुलाखती (Mock Interviews) घ्यायला कशा सांगितल्या व त्यानंतर त्यांच्या अनुभवांविषयी आणि प्रश्नावल्यांविषयी कशी सविस्तर चर्चा झाली, हे सांगतात. या सारख्या कृती-कार्यक्रमातून क्षेत्र अन्वेषणामध्ये प्रत्यक्षात कोणत्या समस्या उद्भवू शकतात याचा अंदाज त्यांना आला आणि त्यांच्या मनातील शंका दूर होण्यासही मदत झाली.

## माहिती संकलनाच्या व क्षेत्र मुलाखतीच्या सर्वोत्तम पद्धती:

सर्वेक्षणामध्ये मुलाखती पार पाडण्याची विविध तंत्रं आहेत. प्रत्यक्ष मुलाखती, स्वयंशासित इमेलद्वारे मुलाखती, टेलिफोन मुलाखत, कॉम्प्युटर सहाय्य घेऊन इंटरनेटद्वारे.. अशा अनेक मुलाखत तंत्रांचा वापर होतो. भारतातील सर्वेक्षण संशोधनामध्ये अशा अनेक तंत्रांचा विविध कारणांसाठी वापर होतो; मात्र मतदान वर्तन व दृष्टिकोन यांचे मापन करण्याच्या हेतूने केलेल्या सर्वेक्षणात मुख्यतः प्रत्यक्ष मुलाखत तंत्रांचा वापर केला जातो. या प्रकारे मुलाखत घेण्याचे कारण म्हणजे भारतीय समाजातील बराचसा वर्ग हा अशिक्षित आहे (लिहू, वाचू न शकणारा) त्यामुळे स्वयंशासित लिखित प्रश्नावलीच्या माध्यमातून मुलाखत तंत्र वापरण्याचा प्रश्नच उद्भवत नाही. टेलिफोनवरून मुलाखत घेण्याचे तंत्र पहिल्या जगातील देशांमध्ये लोकप्रिय आहे. भारतामध्ये मात्र हे व्यावहारिकदृष्ट्या शक्य नाही कारण १० मतदारांपैकी ६ जणांकडे फोनची सुविधा उपलब्ध नाही. त्यामुळे सर्व मतदारांना प्रश्नावली पाठवून अथवा फोनवरून मुलाखत घेऊन सकल मतदारांच्या मताचे मापन करणे अशक्य आहे. म्हणून भारतातील सर्वेक्षणासाठी नमुना निवड केलेल्या मतदारांशी संपर्क

करून त्यांची प्रशिक्षक अन्वेषकांमार्फत प्रत्यक्ष मुलाखत घेणे हाच व्यावहारिकदृष्ट्या सर्वोत्तम मार्ग ठरतो.

प्रत्यक्ष मुलाखत घेताना भारतातील मतदान संस्था काही मूलभूत नियम आणि सर्वोत्तम पद्धतींचा अवलंबतात, त्या पुढीलप्रमाणेः

## प्रश्नावली व स्थळ यांच्यासोबत परिचय करून घेणे

प्रत्यक्ष मुलाखत तंत्र हे संवादाचं तंत्र आहे. यामध्ये क्षेत्र अन्वेषकांना नमुन्यात निवडलेल्या मतदारांना थेट प्रश्न विचारले जातात आणि प्रतिसाद नोंदवले जातात. क्षेत्र अन्वेषकांद्वारे प्रश्नावलीतील प्रश्न शब्दशब्द वाचून दाखवले जातात. प्रश्न वाचत असतानाच क्षेत्र अन्वेषकाची प्रतिसादकाकडेही नजर हवी. यासाठी जरा सरावाची आवश्यकता असते आणि हे तेव्हाच शक्य होतं जेव्हा क्षेत्र अन्वेषक प्रत्यक्ष क्षेत्रकार्य करण्यापूर्वी क्षेत्र अन्वेषक प्रश्नावलीचा पूर्णपणे परिचय करून घेतात. प्रश्नांचा पूर्णपणे परिचय आवश्यक असतो कारण त्यामुळे प्रश्न न अडखळता, प्रवाहीपणे विचारता येतो व प्रतिसादकावर सकारात्मक प्रभाव निर्माण होतो. उलटपक्षी जर अन्वेषकास प्रश्नांचा परिचय नसेल तर प्रश्न वाचताना चुका होण्याची शक्यता अधिक असते. त्यामुळे अन्वेषकाला मध्येच हस्तक्षेप करावा लागतो आणि अचानक, कशाबशा मुलाखती पार पाडाव्या लागतात. त्याचा प्रतिसादकांवर विपरित परिणाम होतो. सहज प्रवाही मुलाखतीमुळे प्रतिसादकाच्या मनात अधिक रस निर्माण होतो. त्यामुळे मुलाखतीतून संकलित माहिती अधिकृत आणि खरी असते.

तसंच अन्वेषकाने ज्या नमुना निवड ठिकाणी क्षेत्रकार्य करायचं आहे त्या ठिकाणास भेट दिलीच पाहिजे जेणेकरून तिथल्या लोकांचं जगणं त्याला/तिला समजू शकेल. ठिकाणासोबत चिरपरिचित असण्यातून त्या परिसरातील लोकांसोबत एक प्रकारचा बंध तयार होतो. हे ठिकाण गाव, छोटं शहर, शहर काहीही असू शकतं. त्या परिसरातील परिचयामुळे नमुन्यातील निवडलेल्या मतदारांना शोधण्यात लोक मदत करू शकतात त्यामुळे वेळ आणि ऊर्जा वाचते.

## सर्वेक्षणाचा उद्देश आणि विश्वसनीयता स्थापित करणे

प्रत्यक्ष मुलाखतकार्य सुरू करण्यापूर्वी पुढील पायरी म्हणजे लोकांसोबत बंध तयार करणं आणि मतदारांमध्ये आपली विश्वसनीयता निर्माण करणं ही होय. जेव्हा अन्वेषक क्षेत्रकार्याच्या ठिकाणी जातो व मतदाराच्या निवासस्थानाविषयी विचारतो तेव्हा लोक

त्याला सर्वेक्षणाचा उद्देश आणि त्यासंबंधांने प्रश्न विचारतात. अशा वेळी अन्वेषकास नमुना निवड केलेल्या मतदारांना सर्वेक्षणाचा उद्देश स्पष्ट करावा लागतो आणि सर्वेक्षणातील मुलाखतीचा हेतू स्पष्ट करावा लागतो. याशिवाय अन्वेषकाने लोकांना भेटून त्याची स्वतःची ओळख सांगायला हवी. गरज भासल्यास अन्वेषक त्यांचं ओळखपत्र किंवा अधिकृत पत्र दाखवून लोकांमध्ये विश्वसनीयता निर्माण करू शकतात. लोकांना सांगितलेली माहिती ही खरी आणि बरोबर असायला हवी; अन्यथा लोकांच्या मनात जरा जरी संशय निर्माण झाला तर नमुन्यामध्ये निवडलेल्या मतदारांच्या मुलाखतीमधून माहिती संकलित करणं अवघड काम होतं. नमुन्यातील मतदारांच्या मनात संशय निर्माण झाला की ते मनातल्या गोष्टी बोलत नाहीत किंवा खरी माहिती देत नाहीत. त्यामुळे मुलाखत सुरू करण्यापूर्वी क्षेत्र अन्वेषकाने आपली स्वतःची, सर्वेक्षण करणाऱ्या संस्थेची ओळख, विश्वसनीयता निर्माण करणं गरजेचं आहे (पहा चौकट ६.१).

**चौकट ६.१ क्षेत्र अन्वेषकाची ओळख आणि सर्वेक्षणाचा उद्देश**

*माझं नाव ____________________ आहे आणि मी ____________________ (मतदान संस्थेचे नाव/संशोधन संस्थेचे नाव) या दिल्लीस्थित संस्थेकडून आलो आहे. लोकांचं निवडणुकांविषयी आणि राजकारणाविषयी मत जाणून घेण्याकरिता आम्ही एक राष्ट्रीय सर्वेक्षण करत आहोत. त्यासाठी देशातील विविध राज्यांमधील हजारो मतदारांच्या आम्ही मुलाखती घेत आहोत. या सर्वेक्षणातून समोर येणाऱ्या तथ्यांचा उपयोग टीव्ही कार्यक्रमात होईल तसंच वर्तमानपत्रातील आणि मासिकातील लेख लिहिताना त्याचा उपयोग केला जाईल.*

*हे सर्वेक्षण स्वतंत्र आहे आणि कुठल्याही राजकीय पक्षाशी अथवा सरकारच्या संस्थेशी निगडित नाही. तुम्ही जी माहिती द्याल त्याबाबतची गुप्तता राखली जाईल.*

*स्रोतः लेखक*

## प्रतिसादकांना पटवून देणे आणि माहिती देऊन संमती मिळवणे

काही निवडणूक सर्वेक्षणं हेतुपूर्वक नमुना निवड करतात. या हेतुपूर्वक नमुना निवड करताना हिश्शानुसार मतदार निवडण्याचं क्षेत्र अन्वेषकांना स्वातंत्र्य असतं. या परिस्थितीमध्ये क्षेत्र अन्वेषकांना ज्यांची मुलाखत देण्याची इच्छा नाही त्यांची मुलाखत न घेण्याचं स्वातंत्र्य असतं. पण संस्था जेव्हा ढोबळ नमुना निवड पद्धत वापरते तेव्हा मतदारयादीतून नमुना आधीच ढोबळ पद्धतीने निवडलेला असतो. अशा वेळी अन्वेषकाचे काम कठीण होते कारण त्या मतदाराची नमुना निवडीमध्ये निवड का केली गेली, याचे स्पष्टीकरण द्यावे

लागते. क्षेत्र अन्वेषकास नमुना निवड पद्धतीने मतदाराची निवड केली आहे, हे पटवून द्यावे लागते आणि मतदाराचा विश्वास संपादन करावा लागतो. भारतामध्ये मतदारांना स्पष्टीकरण देऊन पटवण्याचा मार्ग म्हणजे साध्या ढोबळ नमुना निवड पद्धतीने त्यांची निवड केली आहे, असे सांगणे होय किंवा सर्वसामान्य माणसाच्या भाषेत लॉटरी पद्धतीने निवड झाली असे सांगणे होय. मतदाराने मुलाखत देण्याची संमती दिली तर मुलाखत घेतली जाते.

एकदा मतदाराची खात्री पटली आणि तो सर्वेक्षणासाठी तयार आहे, असे लक्षात आल्यावर त्याला माहिती देऊन त्याची संमती घेण्यात येते. माहिती देऊन संमती देण्याचा विहित नमुना खालीलप्रमाणेः (पहा चौकट ६. २)

**चौकट ६.२ माहितीसह संमतीचे विधान**

*या सर्वेक्षणातील सहभाग ऐच्छिक आहे आणि मी विचारलेल्या प्रश्नाचं उत्तर देणं किंवा न देणं हे पूर्णपणे तुमच्यावर अवलंबून आहे. मला आशा आहे की तुम्ही या सर्वेक्षणामध्ये सहभागी व्हाल कारण तुमचा सहभाग सर्वेक्षणासाठी महत्त्वाचा आहे. साधारणपणे ३० ते ४० मिनिटांचा अवधी मुलाखतीसाठी लागतो. कृपया एवढा वेळ मुलाखतीसाठी राखून ठेवावा आणि मला यशस्वीपणे मुलाखत पूर्ण करण्यासाठी मदत करावी.*

मी मुलाखतीस सुरुवात करू काय ?

१. प्रतिसादक मुलाखतीस परवानगी देतो. २. प्रतिसादक मुलाखत देण्यास परवानगी देत नाही.

*स्रोतः लेखक*

## उत्स्फूर्त मुलाखती आणि पूर्ण करण्यासाठी वेळ

प्रत्यक्ष मुलाखती दरम्यान प्रश्नावलीतील एकानंतर एक असे प्रश्न विचारले जायला हवे. प्रश्नावली ही प्रतिसादकाच्या किंवा त्या ठिकाणच्या कुणाच्याही हाती देता कामा नये. औपचारिक चौकटीत मुलाखत घेतली जात असली तरी मुलाखत ही संवादी आणि लाघवी स्वरूपाची असायला हवी. साधारणपणे निवडणूक-पूर्व आणि निवडणुकोत्तर सर्वेक्षणांमध्ये मुलाखत मतदाराच्या निवासस्थानी जाऊन घेतली जाते आणि प्रश्नावलीची उत्तरं देण्याची तयारी करण्यास वेळ दिला जात नाही. उत्स्फूर्तपणे उत्तरं काय येतात, हे जाणून घेतले जाते. प्रश्नावली प्रतिसादकर्त्यांच्या हाती न देण्याचं कारण हेच असतं. त्यांच्या हाती प्रश्नावली देताच ते विविध प्रश्नांची आधीच ठरवून उत्तरं देऊ शकतात. त्यातून त्यातली उत्स्फूर्तता हरवते आणि राजकीयदृष्ट्या योग्य किंवा सामाजिकदृष्ट्या स्वीकारार्ह अशी उत्तरं दिली जाण्याची शक्यता असते. त्यामुळे मतदाराची परवानगी घेताना मतदाराने प्रश्नावली मागितली तरीही त्यांना नम्रपणे प्रश्नावली हातात देता येऊ शकत नाही, हे सांगणे गरजेचे

ठरते. कुठल्याही परिस्थितीत अन्वेषकांनी स्वतः मुलाखत पार पाडणे आणि प्रश्नावलीची उत्तरं स्वतः लिहिणे याविषयी काटेकोर सूचना दिल्या जातात.

मुलाखत पूर्ण करण्यासाठीचा वेळ हा प्रश्नावलीच्या आकारावर अवलंबून असतो. क्षेत्र अन्वेषकाने मुलाखतीसाठी अंदाजे किती वेळ लागेल याविषयी मतदारास पूर्वकल्पना द्यायला हवी. प्रश्नावली लहान असेल तर फार अडचण येत नाही. मात्र दीर्घ प्रश्नावली असल्यास समस्या येऊ शकतात. त्यामुळे अशा वेळी अन्वेषकाने मतदारास मुलाखत पूर्ण करण्यास अंदाजे किती वेळ लागेल, हे आधीच सांगायला हवे. अन्वेषकाने खोटं सांगून मतदारास आश्वस्त करू नये. अगदी लगेच तत्काळ अगदी थोड्या वेळात होईल मुलाखत असे सांगून त्याला/तिला मुलाखतीसाठी तयार करू नये कारण तेवढा आधी म्हटल्या गेलेल्या वेळेपेक्षा अधिक वेळ झाला की मतदार अस्वस्थ होतात. त्याच्यातून मुलाखती अपुऱ्या राहतात किंवा असमाधानकारक उत्तरांसह मुलाखती पूर्ण होतात. अपुऱ्या मुलाखतीतून प्रतिसादशून्यतेतून येणाऱ्या त्रुटीची शक्यता तर वाढतेच शिवाय नमुना यशस्वितेचा दर कमी होतो व माहिती संकलनही अपुरे होते. त्यातून माहितीचा अभाव निर्माण होतो.

## प्रश्नावलीतील प्रश्न त्याच शब्दरचनेसह व त्याच क्रमाने वाचले जावेत

मतदारांचे मतदान वर्तन व दृष्टिकोन यांचे विश्लेषण हा उद्देश डोळ्यांसमोर ठेवून केल्या जाणाऱ्या सर्वेक्षणात हजारो व्यक्तींच्या मुलाखती घेतल्या जातात यासाठी ती माहिती ही विश्वासार्ह आणि अधिकृत असावी, असे पाहिले जाते. या सर्वेक्षणाच्या माहिती संकलनातील प्रमाणीकरण टिकवण्यासाठी आखीव प्रश्नावलीसह मुलाखती घेतल्या जातात. प्रश्नावलीतील सर्व प्रश्न हे नमुन्यातील मतदारांना कमी-अधिक सारख्याच प्रकारे विचारले जावेत जेणेकरून त्यातून एकच अर्थ ध्वनित होईल. क्षेत्र अन्वेषक शब्द न शब्द प्रश्न वाचतो आणि क्षेत्र अन्वेषकास प्रश्नाची शब्दरचना बदलण्याची किंवा क्रम बदलण्याची मुभा नसते. प्रश्नावलीतील प्रश्नांचा क्रम प्रश्नांचे गांभीर्य, संक्रमण, इतर मापदंड यांच्या आधारे ठरवला जातो आणि क्षेत्र अन्वेषणात त्याचे काटेकोर पालन केले जाते. प्रश्नावलीतील सुरुवात प्रश्नावलीतील पहिल्या प्रश्नापासून होते आणि एकामागोमाग एक प्रश्न विचारत प्रश्नावलीतील शेवटच्या प्रश्नाने मुलाखत समाप्त होते.

प्रत्येक निवडणुक सर्वेक्षणात एकसारखे प्रश्न आहेत, असे वाटते; मात्र प्रत्यक्षात ते वेगवेगळे असतात. त्यामुळे असे प्रश्न काळजीपूर्वक वाचले जायला हवेत जेणेकरून

त्यातला सूक्ष्म फरक मतदारास समजेल. शिवाय सर्वेक्षणामध्ये काही प्रश्न परस्परविरोधी वाटू शकतात. असे प्रश्न हे जाणीवपूर्वक विचारलेले असतात. मतदाराच्या मतामधील ठामपणा, स्थिरता तपासण्यासाठी असे प्रश्न विचारले जातात.

सीएसडीएस तर्फे घेण्यात आलेल्या राष्ट्रीय निवडणूक अभ्यास २००९ मध्ये क्षेत्र अन्वेषक असलेला सोहम सांगतो की काही वेळा अपवाद समजून घ्यावे लागतात जेव्हा मतदार प्रश्नास चुकीचं उत्तर देऊ लागतो कारण त्याला प्रश्नाचा नेमका अर्थच समजलेला नसतो. अशा वेळी तो प्रश्न बाजूला ठेवून मुलाखतीच्या शेवटी पुन्हा प्रश्न विचारून त्याने प्रश्नाचा वेगळाच अन्वय लावलेला नाही ना, हे तपासावे लागते. असं करावं लागत असलं तरी एकूणात प्रश्नांचा क्रम आणि प्रश्नामधील शब्दरचना, क्रम अतिशय महत्त्वाचे असते कारण वेगळया प्रकारे विचारून त्याचा अर्थ बदलला गेल्यास अन्वेषकामार्फत दोषपूर्ण माहिती संकलन होते.

## मुलाखतीद्वारे हळुवार, मृदू तपासणी व्हावी व मुलाखत वस्तुनिष्ठ असावी

निवडणुकीय सर्वेक्षणांमध्ये माध्यमांद्वारे पार पाडल्या जाणाऱ्या सर्वेक्षणात आणि इतर संशोधन प्रकारांमध्ये मुलाखतीची पद्धत भिन्न असते. निवडणुकीय वर्तन व तत्संबंधी प्रश्न, मतदारांचं वर्तन, दृष्टिकोन या साऱ्याची तपासणी करणं हा मुलाखतीचा उद्देश असतो. मतदारासोबत प्रश्नोत्तराचे सत्र म्हणजे खरं तर मुलाखत नव्हे. हे प्रश्न अन्वेषण करण्याच्या शैलीत न विचारता मृदू, हळुवार तपासणीद्वारे मतदारांकडून उत्तरं काढून घ्यावीत. मतदाराने उत्तर देणं हे त्याच्यावरती बंधनकारक नसल्याने तो देत असलेली उत्तरं ही आपल्यासाठी मदत आहे, असा भाव हवा. अन्वेषकाने वस्तुनिष्ठ दृष्टिकोनाचा अवलंब करावा आणि कुठल्याही प्रकारे मतदाराने अमुक पद्धतीने उत्तर द्यावे, असे संकेत देता कामा नये. क्षेत्र अन्वेषकाने आपल्या देहबोलीतून असे काहीही करू नये ज्याचा मतदाराच्या उत्तरावर अनुकूल अथवा प्रतिकूल परिणाम होईल, असे सांगितले जाते.

मुलाखतीमध्ये मतदारांनी दिलेल्या उत्तरांवर अगदी ती उत्तरं वादग्रस्त किंवा राजकीयदृष्ट्या संवेदनशील असली तरीही आपलं मत अन्वेषकाने व्यक्त करू नये. अन्वेषकाने मत व्यक्त केल्यास त्याच्या पूर्वग्रहाचा परिणाम मतदारावर होतो आणि मतदार अन्वेषकाच्या मतांनुसार आपली उत्तरं देतो. त्यासोबतच अन्वेषकास त्या परिसरातील बहुसंख्य लोकांच्या मतांच्या विरोधी असलेले मत व्यक्त करू नये, असे

सांगितले जाते. या प्रकारचं मत अन्वेषकाने व्यक्त केल्यास तणावग्रस्त परिस्थिती निर्माण होऊन अन्वेषकाला त्या परिसरातून काढता पाय घ्यावा लागू शकतो. त्यामुळे एक सर्वसाधारण नियम ध्यानात घ्यावा लागतो की मतदाराने अगदी वादग्रस्त अथवा राजकीयदृष्ट्या संवेदनशील मत व्यक्त केले तर कुठलीही टिप्पणी, प्रतिक्रिया न देता शांतपणे, संयमाने ते ऐकायला हवे.

## इतर पद्धती आणि नियम

निवडणूक सर्वेक्षणाच्या दरम्यान मतदारास मतदानविषयक प्रश्न व इतर संवेदनशील प्रश्नांची उत्तरं इतर लोकांच्या उपस्थितीत उत्तर देण्याची इच्छा नसते. मुलाखत घेत असलेल्या ठिकाणी इतर लोक उपस्थित असतील तर प्रतिसादक बहुतेक वेळा खरी उत्तरं देत नाही. त्यामुळे सहसा जिथे इतरांचा हस्तक्षेप होणार नाही, अशा ठिकाणी मुलाखत घेणे योग्य ठरते. प्रतिसादकाच्या भोवती गर्दी जमू नये आणि त्यांनी विचारलेल्या प्रश्नांची उत्तरं देऊ नयेत असा प्रयत्न अन्वेषकाने करायला हवा जेणेकरून प्रतिसादकास उत्तर देण्याची संधी मिळेल. अनेकदा मतदाराने मुलाखतीसाठी वेळ द्यावी यासाठी अन्वेषक खोटे दावे करतात. लोकांचा विश्वास या प्रकारे तोडू नये आणि खोटे दावे करणं हे सर्वेक्षण नैतिकतेच्या विरोधी आहे, हे ध्यानात ठेवावं. तसंच या प्रकारे वागल्यास भविष्यात करावयाच्या सर्वेक्षणांच्या वेळेस अडचणी येतात.

भारतामध्ये नमुन्यामध्ये निवडलेल्या मतदारांमध्ये मोठ्या प्रमाणावर विविधता असते. अगदी उच्चशिक्षित व्यक्तीपासून ते निरक्षर व्यक्तीपर्यंत ती विविधता असू शकते. सुशिक्षित व्यक्तीची मुलाखत घेणं हे सोपं आहे कारण त्या व्यक्तीला प्रश्न उच्चारताच समजतात आणि स्पष्टतेसह ती व्यक्ती उत्तर देते. मात्र गावातील अथवा झोपडपट्टीतील अनेक जण हे अर्धशिक्षित किंवा निरक्षर असतात त्यांना प्रश्नाचे लगेच आकलन होत नाही. अशा वेळी अन्वेषकाने ते प्रश्न सावकाश आणि मोठ्या आवाजात पुन्हा विचारावेत. पुन्हा विचारूनही प्रतिसादकास प्रश्न न समजल्यास तो प्रश्न टाळून त्याच्या पुढचा प्रश्न विचारावा. तसंच मतदारांनी सांगितलेले उत्तर अन्वेषकाला समजले नाही, असेही होऊ शकते अशा वेळेस नम्रपणे पुन्हा विचारायला हवे. जर उत्तर ढोबळ असेल तर नेमके उत्तर देण्यास मतदारास प्रोत्साहित करावे. मतदारास उत्तर देण्यासाठी पुरेसा वेळ द्यावा मात्र त्याने विशिष्ट प्रकारचे उत्तर द्यावे, असे संकेत देऊ नयेत.

## भारतात क्षेत्रकार्य करतानाच्या अडचणी

भारत हा जगातील सर्वांत मोठा संसदीय लोकशाही देश आहे आणि त्यामुळे इथे निवडणुका आणि निवडणूक सर्वेक्षण पार पाडणे हे आव्हानात्मक आणि कठीण काम आहे. प्रचंड मोठं भौगोलिक क्षेत्र आणि आणि बेसुमार लोकसंख्या यांमुळे हे आव्हानात्मक काम आहे. त्यात भारतात सर्वाधिक भाषा, बोली, सांस्कृतिक विविधता, टोकाच्या हवामानाच्या अवस्था, समाज-आर्थिक बदल या साऱ्यामुळं सर्वेक्षण उत्साहवर्धक काम तर असतंच पण यामुळे ते अवघड आणि आव्हानात्मक काम होते. याशिवाय आंतरराज्यीय विविधता असते ज्याला अन्वेषकाला सामोरे जावे लागते तसंच काही राज्यांमध्ये अलगतावादी चळवळीही सुरू असतात. संसदीय/विधानसभेचा मतदारसंघ हा ढोबळमानाने निवडलेला असल्याने अन्वेषकास आत्यंतिक नैसर्गिक सौंदर्य असलेल्या ठिकाणीही प्रवास करावा लागतो किंवा अगदी वैरान वाळवंट असलेल्या, मनुष्यवस्ती विरळ असलेल्या ठिकाणाहूनही जावे लागते. भारत हे एक अतिशय सुंदर ठिकाण आहे आणि पर्यटकांसाठी नंदनवन मानलं जातं. याचा अनुभव तुम्हाला क्षेत्र अन्वेषणासाठी केरळमधील बॅकवाटरमधून प्रवास करत असाल किंवा गोव्यातील समुद्रकिनारी जात असाल तर किंवा हिमालयात बर्फ पडणाऱ्या लेह-लडाखसारख्या ठिकाणी जात असाल, तर येईल. असं असलं तरीही हे लक्षात ठेवलं पाहिजे की अशीही काही ठिकाणं आहेत की जिथं जाणं हे हवामानातील आत्यंतिक टोकाच्या अवस्था आणि भौगोलिक विविधतेमुळे अत्यंत जिकिरीचं असू शकतं. उदाहरणार्थ काही डोंगराळ राज्यांमध्ये विरळ लोकवस्ती आहे आणि एक मनुष्यवस्ती दुसऱ्यापासून बऱ्यापैकी दूर असते. त्यामुळे या संवादातील अडचणींशिवाय अशा अनेक बाबी आहेत की ज्यामुळे हे काम पार पाडण्यासाठी वेळ, ऊर्जा, खर्च यांची आवश्यकता भासते.

ही बाब विशेषतः ईशान्येकडील भागांमध्ये आणि डोंगराळ राज्यांमध्ये दिसून येते. अंतर आणि दळवळण साधनांचा अभाव यातून कुमाऊं, गारवाल, हिमाचल प्रदेश किंवा सिक्कीमसारख्या ठिकाणी कार्य करणं आव्हानात्मक ठरतं. सुव्यवस्थित रस्ते नसल्याने कुठलंही वाहन भाड्यानं घेऊन प्रवास करणं कठीण आहे. त्यामुळे पायी चालत जाऊन प्रश्नावलीतील प्रश्नांची उत्तरं लिहून पूर्ण करणं यात बराच वेळ जातो. या अडचणीविषयी रौनक स्पष्ट करतोः

> २०१२ मधील विधानसभा निवडणुकांच्या वेळी, ढोबळमानाने निवड झाल्यानंतर मला उत्तराखंडमध्ये क्षेत्र अन्वेषण कार्य दिले गेले तर पवन या माझ्या मित्रास उत्तर प्रदेशमधील

> क्षेत्र अन्वेषण कार्य दिले गेले. समान संख्या असलेल्या प्रश्नांची प्रश्नावली पूर्ण करायला मला पवनहून ७ दिवस अधिक लागले कारण माझ्याकडे वाहतूक व्यवस्थेचं कुठलंही साधन नव्हतं. डोंगराळ भागातलं अधिक अंतर मला चालतच पार करावं लागत असे.

त्याच वेळी हेही लक्षात ठेवलं पाहिजे की केवळ डोंगराळ भागात अंतर पार करणे ही समस्या नाही तर मैदानी भागातही वाहतूक व्यवस्थेचा पुरेसा विकास न झाल्यानं अडचणी आहेत. उदाहरणार्थ छत्तीसगडमधील बस्तरमध्ये २००९ साली काम करणारा पंकज सांगतो की वाहतूक व्यवस्था नसल्याने दूरचं अंतर त्याला पायी जावं लागत असे. काही वेळा तिथल्या लोकांनी सायकल किंवा बाइकचा वापर केला. २०१२ विधानसभा निवडणुकांच्या वेळी पुलकितने क्षेत्रकार्य भाड्याने बाइकवर प्रवास करून पूर्ण केले. उदयने याच प्रकारे २००९ साली लोकसभा निवडणुकाच्या वेळी छत्तीसगडच्या जंगलात भाड्याने सायकल घेऊन प्रवास करून क्षेत्रकार्य पूर्ण केलं. पुलकित कारण सांगतो:

> मी कोणत्याही दिवशी सार्वजनिक वाहतूक व्यवस्थेचा उपयोग करण्याऐवजी भाड्याने वाहन घेऊन प्रवास करायचो. कारण मला माझ्या गरजेनुसार प्रवास करता यायचा. सार्वजनिक वाहतूक व्यवस्थेवर अवलंबून राहण्याची आवश्यकता नसे. गोव्यामध्ये भाड्याने बाइक सहज मिळतात. मी गोव्याचाच रहिवासी असल्याने बाइक्स कुठे भाड्याने मिळतात याची मला कल्पना होती. त्याच्यामुळे मी माझ्याच क्षेत्रामध्ये फिरता आलं आणि क्षेत्रकार्याचा आनंद घेता आला. मला मध्येच हवं तेव्हा थांबून भवताली फिरता आलं. सार्वजनिक वाहतूक व्यवस्था अधिक वेळखाऊ आणि कंटाळवाणी आहे.

त्याच वेळी हे लक्षात ठेवलं पाहिजे की प्रवासाची योजना क्षेत्र अन्वेषकाला हवी तशी आखता यायला हवी. त्याची रुची, प्राधान्यक्रम यांनुसार सर्वेक्षणाला काय अधिक हितावह ठरेल याचा निर्णय अन्वेषकाने घ्यायचा असतो. चालत जाणे किंवा सार्वजनिक वाहतूक व्यवस्थेचा वापर करणे त्याला सोयीचे वाटत असेल तर त्याने तसे करावे.

तसंच डोंगराळ भागातील क्षेत्रकार्य टोकाच्या हवामान परिस्थितीमुळे अधिक आव्हानात्मक असते, याची नोंद घ्यायला हवी. जम्मू-काश्मीरमधील लेह-लडाख भागात अगदी न्यूनतम तापमान नोंदवले जाते आणि बहुतांश काळ हिमवृष्टीमुळे रस्ते बंद होतात. याच प्रकारची अवस्था ही उत्तराखंडमधील केदारनाथ-बद्रीनाथ इथे होते. दरड कोसळल्यास डोंगराळ भागाचा मैदानी भागापासूनचा पूर्णपणे संपर्क तुटतो आणि त्यातून मोठा अडथळा निर्माण होऊ शकतो. या भागात गारपीटीचा तडाखा आणि प्रचंड थंडी या

दोन्ही बाबींविषयीची काळजी ही नित्याचीच बाब आहे. प्रचंड उष्णता ही बाब देखील क्षेत्रकार्यासाठी अडचणीची ठरू शकते. उदाहरणार्थ राजस्थानमधील जैसलमेर भागात मे-जूनमध्ये ४५ डिग्रीच्या आसपास तापमान असते त्यामुळे थरच्या वाळवंटातून प्रवास करणे मुश्कील असते. त्याचप्रमाणे बिहार, आसाम, मेघालय ही भारतातील पूरग्रस्त राज्यं म्हणून ओळखली जातात जिथे जोराच्या पावसामुळे दरवर्षी पूर येतो. २००९ लोकसभा निवडणुकीच्या वेळी मेघालयात जिथे सर्वाधिक पाऊस पडतो तिथे क्षेत्रकार्य करणारी अनुरिमा सांगतेः

> जेव्हा मी चेरापुंजी इथे क्षेत्रकार्य केलं तेव्हा तिथं काही दिवस मुसळधार पावसासह वादळ आलेले होते. ते पूर्ण ठिकाणच पाण्याखाली बुडालेले होते. माझ्यासाठी आश्चर्याचा भाग म्हणजे पक्क्या रस्त्यावर साचलेल्या पाण्यातून बोट्सने वाहतूक सुरू झाली. इप्सित स्थळी पोहोचण्यासाठी आम्ही अशीच एक बोट भाड्याने ठरवली. हा माझ्या आयुष्यातील एक अत्यंत रोमांचकारी आणि उत्साहवर्धक अनुभव होता आणि इथून पुढेही माझ्या लक्षात राहील.

काही वेळेस क्षेत्र अन्वेषणासाठी नदी पार करावी लागत असे जिथे बोटी किंवा होडी नव्हत्या. या प्रकारचा अनुभव घेणारी क्षेत्र अन्वेषक निधी सांगतेः

> २००९ लोकसभेच्या वेळी मी माझ्या सर्वेक्षणाचा भाग पूर्ण करत असताना अशी एक वेळ आली की पुढ्यामध्ये नदी होती आणि पार करण्यासाठी बोटीची व्यवस्था नव्हती. पाणी गुडघ्यापर्यंत होतं म्हणून मी पाण्यातून चालत जात नदी पार केली.

या प्रकारचे अनुभव हे उत्कंठापूर्ण तेव्हाच असू शकतात जेव्हा अन्वेषक स्वतः क्षेत्रकार्यासाठी प्रेरित असेल. काही वेळेस जसं की आसामध्ये क्षेत्र अन्वेषकांना इप्सित स्थळी पोहोचण्यासाठी हत्तीच्या पाठीवर बसून प्रवास करावा लागला आहे. आसामधील दुर्गम भागात काम करणारा मोहित सांगतो, हत्तीवरून प्रवास करणं खर्चीक आहे; पण अत्यंत रोमांचकारी आहे. आसामध्ये क्षेत्र संशोधन करण्यासाठी इतर कुठलीही वाहतूक व्यवस्था नसल्याने हत्तीच्या पाठीवर बसून मी प्रवास केला.

देशातील सांस्कृतिक विविधता मोठ्या प्रमाणावर दिसून येते. बहुभाषिक, बहुजातीय, बहुवर्गीय, बहु-पाकशैली, बहुपोषाख या प्रकारची विविधता असलेले विविध धर्मीय लोक एकत्र राहतात. काही वेळेस निवडलेल्या नमुना मतदारांच्या सांस्कृतिक, धार्मिक, वांशिक

विविधतेसोबत जुळवून घेणे जिकिरीचे ठरते. निवडणूक सर्वेक्षणातील क्षेत्र अन्वेषक सुधी सांगतेः

> मी एकदा छत्तीसगडमधील आदिवासी भागात क्षेत्र अन्वेषणाचे काम केलं. आदिवासी भागात क्षेत्राभ्यास करण्याबाबत लोकांच्या मनात एक प्रकारची भीती असते. मलाही त्यांच्यासोबत मैत्री करताना थोडंस अवघड वाटलं कारण आदिवासींची अगदी वेगळ्या पद्धतीची जीवनशैली आहे. मात्र एकदा ही पहिली पायरी पार केल्यावर आदिवासी अत्यंत आतिथ्यशील, स्वागतशील असल्याचे माझ्या अनुभवास आलं.

भारतात काही राज्यं आणि भाग हा राजकीयदृष्ट्या अस्थिर आहे आणि सुरक्षिततेसंदर्भात सर्वाधिक धोका आहे, असे मनाले जाते असं क्षेत्र आहे. अशा अडचणींनी ग्रस्त असलेल्या भागात काम करणं उत्कंठावर्धक असू शकतं पण त्याच वेळी अत्यंत आव्हानात्मक आणि धोक्याचंही असू शकते. क्षेत्र अन्वेषण करताना प्रश्नावलीतील प्रश्नही तिथल्या राजकीय संवेदनशीलतेशी संबंधित असल्याने धोका असतोच; पण त्याच वेळेस प्रश्नावली पूर्ण करण्यात यश मिळाले तर तो अनुभव अत्यंत उत्कंठावर्धक आणि समाधानकारक असू शकतो. भारतात अशी तीन क्षेत्रं आहेतः अ) अलगतावादी चळवळींमुळे जम्मू आणि काश्मीर ब) झारखंड, बिहार, छत्तीसगडमधील माओवादग्रस्त भाग क) आंध्र प्रदेश जिथे तेलंगणा चळवळीने जोर पकडला आहे.

माओवादाच्या समस्येने ग्रस्त असलेल्या भागात क्षेत्र अन्वेषणाचे काम करणे ही मोठी धोक्याची बाब असते. झारखंडमधील भागात क्षेत्रकार्य करणाऱ्या रोहितने आपलं मत व्यक्त केलं:

> साधारणपणे झारखंड, छत्तीसगड आणि ओरिसा ही सबंध राज्यं माओवादाने ग्रस्त आहेत, असे मानले जाते. ही धारणा वास्तवापासून कितीतरी दूर असल्याचे दिसून येते. यातील बहुसंख्य भागात क्षेत्रकार्य करता येते. केवळ ४-५ गावं अशी आहेत जिथून प्रवास करणं धोकादायक ठरतं.

या भागात काम करतानाच आव्हान हे या माओवादग्रस्त भागात क्षेत्रकार्य शक्य नाही, या धारणेपासून सुरू होतं. ढोबळमानाने क्षेत्र अन्वेषणासाठी वेगवेगळ्या भागात निवड झाल्यानंतर ज्या अन्वेषकास माओवादग्रस्त भाग अन्वेषणाकरिता येतो त्याच्या

कुटुंबातील व्यक्ती व मित्रपरिवार अन्वेषकाच्या सुरक्षिततेच्या मुद्द्याबाबत चिंताक्रांत होतात. एक प्रकारची भीतीची भावना त्यांच्या मनात असते आणि संशोधकाच्या मनातच क्षेत्रकार्य पूर्ण करता येईल की नाही, याविषयी साशंकता असते. त्याच वेळेस या क्षेत्रात अनेक अशी सर्वेक्षणं यशस्वीरित्या पार पाडली आहेत, याची नोंद मनात असायला हवी. त्यामुळे या भागाविषयी जी भीतीची धारणा आहे ती मोडीत काढली गेल्याचा अनुभव अन्वेषकांनी मांडला आहे. क्षेत्र अन्वेषण करतानाचा अनुभव अमितने नोंदवला आहे:

> प्रश्नावली दाखवल्यानंतरच या भागात काम करण्याची परवानगी मला मिळाली. अशा परिस्थितीत तटस्थ वृत्तीने काम करणं ही बाब महत्त्वाची असते. कुठलीच बाजू किंवा कुठलाच पक्ष यांच्याकडे झुकता कामा नये. आमच्या प्रश्नावलीत माओवाद्यांविषयी आणि राज्यसंस्थेने केलेल्या अन्यायाविषयी दोहोंविषयी प्रश्न होते. त्यातूनच तटस्थता दिसून आली आणि सर्वेक्षण करताना त्याची मदत झाली.

असं असलं तरीही काही कारणानं अन्वेषकाला मुलाखत घेण्याची परवानगी नाकारली गेल्यास सुरक्षिततेचा धोका लक्षात घेऊन सर्वेक्षण थांबवणे हितावह असल्याचा सल्ला दिला जातो.

दुसरा भाग जिथे मोठं आव्हान तिथल्या खोऱ्यातील अलगतावादी चळवळीमुळे आणि दहशतवादी कारवायांमुळे निर्माण होते तो भाग म्हणजे जम्मू आणि काश्मीर. सीएसडीएस ने सर्वप्रथम २००२ साली जम्मू आणि काश्मीरमध्ये लेह लडाखसह सकल मतदारांचं सर्वेक्षण केलं. सर्वेक्षणातून क्षेत्रकार्यातील विविध अडचणी ध्यानात आल्या. सुरक्षिततेच्या कारणामुळे अनेक समस्या भेडसावल्या. दोन क्षेत्र अन्वेषकांपैकी राकेश हा एक अन्वेषक होता ज्याने इथे जाऊन क्षेत्रकार्य केले. राकेश त्याचा अनुभव सांगतोः

> अलगतावादी चळवळ व काश्मीरचं स्वातंत्र्य याबाबतची जनभावना समजून घेण्याच्या दृष्टीने प्रश्नावली आखली गेलेली होती. अलगतवादी चळवळीच्या समर्थकांच्या मनात मात्र सर्वेक्षणाच्या हेतूविषयी शंका होती. त्यामुळे त्यांनी आम्हाला अज्ञात स्थळी दोन दिवस थांबवून ठेवलं. या काळात आम्ही आमच्या प्रश्नावलीतील प्रत्येक प्रश्नाबाबत गांभीर्याने विचार केला, चर्चा केली. तसंच या काळात आम्ही काम करत असलेल्या संस्थेची अधिकारपत्रंही तपासता आली. आमच्या सर्वेक्षणाच्या मागे कोणताही अंतस्थ राजकीय हेतू नसून केवळ जनसामान्यांच्या भावना समजून घेण्याचा प्रयत्न करणं हे उद्दिष्ट आहे, हे समजल्यावर त्यांनी आम्हाला परवानगी दिली आणि सहकार्य केलं.

तिसरा भाग/राज्य म्हणजे आंध्र प्रदेश. अलीकडे च तिथे सर्वेक्षण पार पाडताना अनेक समस्यांना तोंड द्यावं लागलं. सीएसडीएस ने अलीकडेच स्वतंत्र तेलंगणाच्या मुद्द्यावर पार पाडलेलं सर्वेक्षण आव्हानात्मक आणि खडतर होतं. तेलंगणा भागातील बहुसंख्य वर्ग हा स्वतंत्र तेलंगणाच्या निर्मितीविषयी अनुकूल होता आणि गेल्या काही वर्षांपासून त्यासाठीच्या आंदोलनांनी जोर धरला होता. स्वतंत्र तेलंगण निर्मितीच्या कट्टर समर्थकांना हे सर्वेक्षण म्हणजे तेलंगणास विरोध आहे असे वाटले म्हणून त्यांनी सर्वेक्षणास विरोध केला आणि केवळ एकाच छोट्या शहरात हे सर्वेक्षण करा असा आग्रह धरला. क्षेत्र अन्वेषकांनी त्यांच्या मनातील शंका दूर करण्याचा प्रयत्न केला; पण तेलंगण समर्थकांनी काही ऐकलं नाही आणि पुढच्या ट्रेननं निघून जायला सांगितलं. तेलंगणा भागात भेट दिलेला रौनक सांगतोः

> दिवसभर आम्ही त्यांना आमच्या परीने हे समजावून सांगण्याचा प्रयत्न करत होतो की हे सर्वेक्षण कुठल्याही राजकीय पक्षासाठी नाही. दिल्लीस्थित सामाजिक शास्त्र संशोधन संस्थेसाठीचे हे स्वतंत्र संशोधन सर्वेक्षण आहे. पण तरीही त्यांनी आमचं ऐकलं नाही. त्यांनी आम्हाला परवानगी दिली नाही आणि आम्हाला पुढच्या ट्रेननं निघून जायला सांगितलं. त्यांचा धमकावण्याचा शत्रुत्वाचा भाव पाहून आम्ही क्षेत्रकार्य थांबवून परतलोत.

७

# माहितीचे विश्लेषण आणि सर्वेक्षणातील तथ्यांचा अहवाल

मतदान वर्तन मापनाचा शेवटचा टप्पा माहितीवर प्रक्रिया करणे आणि सर्वेक्षणातून समोर आलेल्या तथ्यांची नोंद घेऊन अहवाल सार्वजनिक करणे हा असतो. क्षेत्रकार्य संपल्याबरोबर पूर्ण केलेल्या प्रश्नावल्या प्रत्यक्ष हातात घेऊन तपासल्या जातात. तपासणीच्या पहिल्या टप्प्यावर प्रश्नावल्या हातात घेऊन तपासल्या जातात जेणेकरून काही मानवी दोष आणि चुका त्यात राहिल्या नाहीत ना, हे पाहता येते. तपासणीची पहिली पातळी ही क्षेत्रकार्याच्या ठिकाणी अथवा स्थानिक कार्यालयात पर्यवेक्षक अथवा स्थानिक पातळीवरील समन्वयकामार्फत पार पाडली जाते. कुठल्याही राष्ट्रीय सर्वेक्षणात प्रश्नावली तपासणीची पहिली पातळी स्थानिक पातळीवर पार पडणे जरुरीचे असते कारण तिथल्या स्थानिक व्यक्तींना त्या प्रदेशातील भाषा चांगल्या प्रकारे अवगत असते. प्रश्नावलीतील बहुतांश प्रश्न सीमित स्वरूपाचे असतात मात्र काही खुल्या प्रश्नांची उत्तरं ही स्थानिक भाषेत लिहिलेली असतात. स्थानिक भाषेतला लिखित मजकूर स्थानिक पातळीवर वाचणे, तपासणे आणि त्याचे संकेतीकरण करणे चांगल्या प्रकारे होते. म्हणजे राष्ट्रीय सर्वेक्षणात राज्य-पातळीवर ही प्रक्रिया पार पाडली जाणे. माहिती तपासणीचा दुसरा टप्पा हा मध्यवर्ती टीमकडून केला जातो. ही मध्यवर्ती टीम संपूर्ण निवडणूक सर्वेक्षणाचे समन्वय करत असते. सर्वेक्षण अधिक प्रतिसादकांशी संबंधित असल्याने माहिती विश्लेषणासाठी संगणकाचा वापर अत्यावश्यक ठरतो. प्रत्यक्ष हाती घेऊन प्रश्नावल्या तपासल्यानंतर माहिती इलेक्ट्रॉनिक स्वरूपात साठवली जाते. पुढे तिचे संकेतीकरण आणि त्यावरील नियंत्रण प्रक्रिया पार पाडली जाते. ही माहिती इलेक्ट्रॉनिकरित्या पात्रतेचे निकष, व्याप्ती, तार्किक चुका यासंदर्भाने तपासली जाते

आणि विशेष संपादन साधनांच्या साहाय्याने संपादितही केली जाते. काही चुका ज्या सॉफ्टवेअर प्रोग्रॅम वापरूनही दुरुस्त होत नाहीत त्यावर 'ढीग' (Dump) असे वर्गीकरण करून तपशील प्रत्यक्ष हातात घेऊन तपासले जातात. त्यांची स्रोत प्रश्नावली शोधून त्यात दुरुस्त्या केल्या जातात. संपूर्ण माहिती नोंदवून त्यावर प्रक्रिया करून इलेक्ट्रॉनिक माहिती फाइल तयार होते. माहिती विश्लेषणाचा हा पाया असतो आणि यातूनच सर्वेक्षणाची तथ्यं समोर येतात.

निवडणूक सर्वेक्षण पार पाडत असताना भारतातील मतदान संस्था अथवा संशोधन संस्था माहितीवरील प्रक्रिया ही माहिती तपासणी, संपादन, रद्द करणे आदी बाबींच्या प्रमाणित पद्धतीचा अवलंब करतात. याच्या तुलनेत मतदान संस्थांनी मतदान वर्तनाबाबत माहितीचा अहवाल प्रसिद्ध करण्याची प्रमाण पद्धत/ निकष यांचे निर्धारण झालेले दिसत नाही. भारतामध्ये सतत निवडणुका होत असतात. अगदी दरवर्षी कोणत्या ना कोणत्या राज्याची निवडणूक असते तर पाच वर्षातून एकदा लोकसभा निवडणूक असते. मतदान वर्तनाच्या मापनासाठीच्या मतदान चाचण्या, सर्वेक्षणं आता लोकप्रिय झालेली आहेत. निवडणूक सर्वेक्षणातून समोर येणारी तथ्यं आणि त्या संदर्भाने वृत्तांकनही मोठ्या प्रमाणावर भारतीय माध्यमात होत असल्याचं दिसून येतं. कोणता पक्ष जिंकेल, कोणाला किती जागा मिळतील व मतदानाची टक्केवारी काय असेल, या साऱ्या अंदाजांच्या संदर्भात वृत्तांकन होते. निवडणूक अंदाजाव्यतिरिक्त, सर्वेक्षणातील प्रमुख तथ्यांसह सर्वेक्षण कसे पार पाडले गेले, नमुना निवड पद्धत काय स्वरूपाची होती, किती मतदारांच्या मुलाखती घेतल्या गेल्या आणि वेळेची चौकट काय होती या संदर्भाने एक छोटे टिपणही प्रसिद्ध केले जाते. पण बहुतेक मतदान संस्था सर्वेक्षणाच्या बाबतचे नमुना निवड पद्धत, सबंध नमुना दस्तावेज, सर्वेक्षणातील संभाव्य चुकांचे प्रमाण, प्रतिसाद न दिलेल्या मतदारांचा तपशील, मतांचे जागांमध्ये रूपांतर करण्यासाठी वापरलेले सांख्यिकीय तंत्र...इ तपशील देत नाहीत. सर्वेक्षणातून समोर येणाऱ्या तथ्यांइतकेच सर्वेक्षणाच्या बाबतची प्राथमिक माहिती आणि तांत्रिक तपशील महत्त्वाचे असतात कारण त्यातूनच सर्वेक्षण अधिक पारदर्शक, विश्वसनीय होते. त्यामुळेच सर्वेक्षणाचा अहवाल सार्वजनिकरित्या उपलब्ध करून देत असताना, तो कसा प्रसिद्ध करावा याबाबतची तपशीलवार चर्चा करणे अनिवार्य आहे.

हे प्रकरण दोन भागात विभागले आहे. *पहिला* भाग समोर आलेल्या तथ्यांसह नमूद करावयाची निवडणूक सर्वेक्षणाबाबतची आवश्यक माहिती यासंदर्भात आहे. समोर आलेली तथ्यं ही मुख्यतः सांख्यिकीय स्वरूपाची असतात. त्या माहितीचे विश्लेषण

केले जाते आणि ती माहिती सर्वसामान्यांना स्पष्ट करून सांगितली जाते. विश्लेषणाच्या भाषेत काळजीपूर्वक शब्दरचना करायला हवी; अन्यथा समोर आलेली तथ्यं योग्य प्रकारे मांडली गेली नाहीत तर सर्वेक्षणाविषयी प्रश्नचिन्ह निर्माण होऊन ते वादग्रस्त होऊ शकते. निवडणुकीच्या काळातील सर्वेक्षणातून समोर आलेल्या माहितीचा अहवाल कशा प्रकारे लिहावा याचे निकष आणि मापदंड निर्धारित केलेले असतात. सर्वेक्षणातून समोर आलेली तथ्यं म्हणजे मतदारांच्या मतांचे सर्वसामान्यीकरण असते. शिवाय ही तथ्यं मतदारांच्या मतदान वर्तनाच्या स्पष्टीकरणाच्या संदर्भात सूचक प्रकारची असतात. ही तथ्यं वाचून वाचकांना आपण एखादी निष्कर्षाप्रत आलेली वस्तुस्थिती वाचत असल्याची जाणीव होता कामा नये किंवा एखादा मुद्दा सिद्ध करण्यासाठी विशिष्ट प्रकारचे विश्लेषण केले आहे, असे वाटता कामा नये. सर्वेक्षणामध्ये मतदान संस्थेचे नाव, सर्वेक्षण करण्याचा हेतू, सर्वेक्षणाचे पद्धतीशास्त्र, सर्वेक्षण पार पडले तो काळ आदी बाबींचा उल्लेख करायला हवा. हे सारे तपशील नोंदवण्यामागचं कारण, सर्वेक्षण पार पाडताना घ्यावयाची दक्षता, खबरदारी याविषयी तपशीलवार विवरण या भागात दिले आहे. या प्रकरणाचा *दुसरा* भाग हा सर्वेक्षणाच्या प्रमुख तथ्यांसह नोंदवायच्या तपशिलांच्या तांत्रिक बाबींविषयीचा आहे. यामध्ये त्रुटींचे प्रमाण किती असू शकते हे ठरवणं आणि विविध पक्षांसाठीच्या मताचा हिस्सा ठरवणं या बाबींचा समावेश होतो. तसंच जी सर्वेक्षणं विविध पक्षांना मिळू शकणाऱ्या जागांचे अंदाज वर्तवतात त्यांनी मतांच्या टक्केवारीतून जागांच्या अंदाजामध्ये रूपांतर करण्यासाठी वापरलेली सांख्यिकीय पद्धत स्पष्ट करायला हवी. या भागात निवडणूक सर्वेक्षणात मतांच्या टक्केवारीतून जागांचे अंदाज व्यक्त करण्यासाठीच्या पद्धतींच्या अचूकतेबाबत चर्चा केलेली आहे आणि भारतातील मतदान संस्थांच्या हे अंदाज व्यक्त करण्याच्या पद्धतीमधील मर्यादाही स्पष्ट केल्या आहेत.

## सर्वेक्षण अहवालातील आवश्यक माहिती

अलीकडच्या काळात माध्यमांमध्ये आणि सामाजिक शास्त्रातील संशोधनांमध्ये सद्यस्थितीतील किंवा विशिष्ट विषयावरील मतदारांच्या मतांचे मापन करण्यासाठी नमुना सर्वेक्षणाची पद्धत ही विशेष लोकप्रिय झाली आहे. निवडणुकांविषयीच्या राजकारणाचं संशोधन हे मतदारांच्या मतदान वर्तन व दृष्टिकोन यांचं मापन करण्यासाठी सर्वेक्षण पद्धती व तंत्रं यांवर अवलंबून असतं. असं असलं तरीही वृत्तपत्रात, मासिकांमध्ये आणि संशोधन पत्रिकांमध्ये प्रसिद्ध होणाऱ्या सर्वेक्षणांमधून एक स्पष्ट भेदरेषा तयार झाली आहे–काही

जण या सर्वेक्षणातून समोर आलेल्या तथ्यांवर पूर्णपणे विश्वास ठेवतात तर काही जण ही तथ्यं पूर्णतः नाकारतात. काही जण सर्वेक्षणांवरती विश्वास ठेवत नाहीत कारण सर्वेक्षणविषयक सर्व तपशील त्यात जाहीर केलेले नसतात. त्यातून सर्वेक्षणाच्या आणि माहितीच्या अचूकतेविषयी लोकांच्या मनात संशय निर्माण होतो. त्यामुळे अहवाल लिहिताना काही बाबी नोंदवणे, त्याची माहिती जाहीर करणे आत्यंतिक जरुरीचे असते. खालील बाबी या लोकांसमोर मांडल्या जायला हव्यात.

## नमुना निवड पद्धत आणि मतदारांची रूपरेखा

सर्वेक्षणातून समोर आलेल्या तथ्यांसह नमुना मतदारसंघ निवडताना कोणते नमुना निवड तंत्र वापरले, मतदारसंघातील ठिकाणं निवडताना वापरलेले तंत्र आणि निवडलेल्या ठिकाणाहून मतदारांची निवड कशा प्रकारे केली, या साऱ्याचा अहवालात उल्लेख असणे जरुरीचे असते. लोकांचं उत्तरदायित्व व सर्वेक्षणाची विश्वसनीयता राखण्यासाठी नमुना निवड पद्धत पूर्ण पारदर्शकरित्या जाहीर करणे गरजेचे असते. गेल्या दशकभरातील सर्वेक्षण अहवाल चाळले असता असे दिसून येते की बहुतेक मतदान संस्था आपल्या सर्वेक्षण अहवालात या बाबींचा उल्लेख करत नाहीत. मतदान वर्तनाबाबत संशोधन करणाऱ्या सामाजिक शास्त्रं संशोधन संस्थांपैकी सीएसडीएस ही संस्था अपवाद आहे. सीएसडीएस संस्थेच्या मतदान वर्तन अभ्यासाच्या अहवालांमध्ये छापील आणि इलेक्ट्रॉनिक माध्यमात तपशीलवार पद्धतीशास्त्रीय टिपण प्रसिद्ध केलेले असते. त्यात नमुना निवड पद्धतीवर भर दिलेलला असतो. मतदान वर्तन अभ्यासाकरिता बहुस्तरीय पद्धतशीर ढोबळ नमुना निवड तंत्र वापरले जाते. प्रत्येक टप्प्यावर ढोबळ पद्धतीने नमुना निवडला जातो. उलटपक्षी, मतदान वर्तन अभ्यास करणाऱ्या व्यावसायिक संस्था आपण ठिकाण व मतदार निवडण्यासाठी शास्त्रीय पद्धतीचा अवलंब केला, असे नोंदवतात; पण हा दावा सखोल अभ्यासून तपासताना ध्यानात येते की विधानसभा/लोकसभा क्षेत्र निवडण्याच्या टप्प्यावरच ढोबळ नमुना निवड पद्धत वापरली गेली आहे. मतदारांची आणि ठिकाणांची निवड ही क्षेत्र अन्वेषकाच्या सोयीनुसार केलेली आहे. त्यातून निवड प्रक्रियेत अन्वेषकाचा पूर्वग्रह आणि चूक या दोन्ही बाबींचा शिरकाव होतो. त्यामुळे वापरलेली पद्धत ही काटेकोर अर्थाने ढोबळ नमुना निवड पद्धत असत नाही. सर्वेक्षणाच्या नैतिकतेनुसार या पद्धतीस शास्त्रीय, ढोबळ पद्धत म्हणणे अयोग्य ठरते.

## सर्वेक्षणाचा हेतू आणि इतर तपशील

सर्वेक्षण ज्यासाठी केले गेले तो हेतू, उद्देश स्पष्ट करायला हवा जेणेकरून ते वाचणारी व्यक्ती समोर आलेल्या तथ्यांना उद्देशांच्या संदर्भाने समजून घेऊ शकेल. प्रत्येक निवडणूक सर्वेक्षणाचा उद्देश हा मतदान वर्तनाचा अभ्यास करणे हा असतो; पण ज्या कारणाकरता तथ्यांचा उपयोग होतो ते हेतू वेगवेगळे, भिन्न असू शकतात. माध्यमातील सार्वजनिक चर्चांकरिता किंवा निवडणुकांचे अंदाज व्यक्त करण्याकरिता मतदारांचे मत दृष्टिकोन अभ्यासणे असा उद्देश सर्वेक्षणाचा असू शकतो. सीएसडीएस सारख्या संशोधन संस्थेचा मतदारांच्या मतदान वर्तनाचे व दृष्टिकोनाचे मापन करणे असा संशोधनपर सर्वेक्षणाचा उद्देश असतो. सर्वेक्षणातून समोर आलेल्या तथ्यांचा उपयोग मतदारांच्या पसंती व प्राधान्य यांनुसार निवडणुकीय निकालाच्या उत्तरीय विश्लेषणाकरिता (post-mortem analysis) केला जातो. संशोधन संस्था आणि माध्यम संस्था यांच्याव्यतिरिक्त काही सर्वेक्षणं राजकीय पक्षांमार्फत सर्वेक्षणं पार पाडली जातात. काही खाजगी सर्वेक्षणं राजकीय पक्ष पार पाडतात. अशी सर्वेक्षणं ही केवळ पक्षाचे, उमेदवाराचे निवडणुकीय स्थान ओळखून राजकीय संप्रेषणासाठी केली जातात. या सर्वेक्षणांच्या सार्वजनिक अहवालांकडे संशयाने पाहिलं जातं कारण धोरणी पद्धतीने अहवाल सादर करून आणखी मतं मिळवण्याचा प्रयत्न दिसून येतो. या सर्वेक्षणाचे खरे उद्देश आणि सर्वेक्षण पार पाडणारी मतदान संस्था यांची ओळख ही कधीच सार्वजनिकरित्या जाहीर केली जात नाही. अशा संस्था या भारतातील निवडणुकीय सर्वेक्षणास बदनाम करण्यास जबाबदार आहेत.

निवडणूक सर्वेक्षणाच्या उद्देशासह सर्वेक्षण अहवालात ते पार पाडण्यासाठी आर्थिक साहाय्य करणाऱ्या स्रोताचा उल्लेख करायला हवा. निवडणुकीय सर्वेक्षणांच्या तुलनेत सामाजिक, आर्थिक विषयांवरील सर्वेक्षणांच्या बाबत आर्थिक स्रोत हा तितकासा महत्त्वाचा मुद्दा नाही. याच्या मागचं कारण त्यातून थेट सार्वजनिक विश्वात गैरवापर केला जाऊ शकेल, अशी संवेदनशील तथ्यं समोर येत नाहीत. निवडणुकीय सर्वेक्षणात मात्र निधी पुरवठा करणाऱ्या आर्थिक स्रोताचा उल्लेख महत्त्वाचा ठरतो. त्यातून सर्वेक्षणाची विश्वसनीयता आणि अधिकृतता निर्धारित होते. माध्यम-प्रायोजित, प्रतिष्ठित निधी संस्था, सार्वजनिक निधी संस्था आदींकडून प्रायोजित झालेली सर्वेक्षणं अधिक विश्वसनीय, अधिकृत मानली जातात. अशी सर्वेक्षणं मुक्त आणि खुल्या निवडणुकांच्या तत्त्वांच्या विरोधी कार्य करत नाहीत. याच्या तुलनेत राजकीय पक्षांनी प्रायोजित केलेल्या निवडणुकीय सर्वेक्षणांकडे संशयी नजरेने पाहिले जाते. ही सर्वेक्षणं चलाखीने पार पाडली

असावीत आणि पूर्वग्रहदूषित असावीत, असेही मानले जाते. त्यामुळे अशा सर्वेक्षणांचा आर्थिक स्रोत जाहीर केला जात नाही. तसंच सर्वेक्षण पार पाडणाऱ्या संस्थेबाबत किंवा मतदान संस्थेबाबत मूलभूत माहिती जाहीर केली पाहिजे. सर्वेक्षण तथ्यांसोबत मतदान संस्थेचे नाव, पत्ता या बाबी नमूद केल्या पाहिजेत. यातून वाचकाला सर्वेक्षणाची विश्वसनीयता, अधिकृतता पडताळता येते. मतदान संस्थांच्या संपर्क तपशिलांमध्ये वाचकांना स्पष्टीकरण मागण्यासाठीचा अवकाश हवा.

निवडलेल्या नमुन्यातील मतदारांच्या मुलाखती घेण्याचे अनेक प्रकार आहेत. मात्र मतदारांच्या वर्तन व दृष्टिकोन यांच्या मापनाकरिता मतदान संस्था प्रत्यक्ष मुलाखतीचा उपयोग करतात. असं असलं तरी आता तांत्रिक प्रगतीमुळे टेलिफोन, वेब मेल, एसएमएस यांचाही वापर केला जातो. सर्वेक्षण अहवालात मुलाखतीच्या कोणत्या तंत्राचा उपयोग केला, याचा स्पष्ट उल्लेख केलेला असावा. सर्वेक्षण अहवालात मतदारांना कुठे संपर्क साधला त्या ठिकाणांची नोंदही केलेली असावी. मतदाराच्या घरी अथवा कार्यालयीन स्थळी घेतलेली प्रत्यक्ष मुलाखत आणि एखाद्या रस्त्याच्या कोपऱ्यावर घेतलेली मुलाखत या दोन्हींमध्ये गुणात्मक फरक असल्याचे दिसून येते. सर्वेक्षणाचा काळ नमूद करायला हवा. सर्वेक्षण निवडणूक-पूर्व आहे, मतदानाच्या दिवशी केलेले आहे की निवडणूक पार पडल्यावर केलेले आहे, हे त्यातून स्पष्ट होते. निकालाच्या अंदाजाकरिता केलेल्या सर्वेक्षणात माहिती संकलनाच्या काळाचा उल्लेख करणे महत्त्वाचे ठरते. निवडणुकीय सर्वेक्षणात माहिती संकलनाची नोंदवलेली वेळेनुसार निवडणुकीय निकालांच्या अंदाजाकरिता त्यांचा वापर होऊ शकतो की नाही, हे ठरवता येते. निवडणुकांचा अंदाज व्यक्त करण्याकरिता निवडणुकीच्या अनेक महिन्यांपूर्वी केलेले सर्वेक्षण हे मतदानाच्या काही दिवस आधी केलेल्या सर्वेक्षणाइतके अचूक असणार नाही.

## नमुना निवडीतील दोष आणि सर्वेक्षणातील भार (weightings)

प्रत्येक निवडणूक सर्वेक्षणातील तथ्यांसह एक पुस्ती जोडलेली असते-सर्वेक्षणाच्या दोषाचे प्रमाण ३ ते ५ टक्के एवढे आहे. कारण अगदी निवडीचा मुद्दा. एकाच लोकसंख्येतून सांख्यिकीय पद्धतीने निवडलेल्या नमुन्यातील मतदार एकमेकांपासून वेगळे असू शकतात आणि खऱ्याखुऱ्या लोकसंख्येहून त्यांची रूपरेखा वेगळी असू शकते. नमुन्याची वैशिष्ट्यं ही प्रत्यक्ष लोकसंख्येच्या वैशिष्ट्यांहून भिन्न असतात. ही भिन्नता म्हणजे नमुना निवडीतील दोषांचे प्रमाण. याच्या आधारे प्रमाण दोष ठरतला

जातो. प्रमाण दोष म्हणजे प्रत्यक्ष लोकसंख्येच्या वैशिष्ट्यांपासून नमुना किती अचूक आहे हे स्पष्ट करणारे सांख्यिकीय विश्लेषण होय. नमुना निवडीतील दोष हे नमुन्याच्या आकारावर अवलंबून असतात आणि एखाद्या सर्वेक्षणात किती चूक स्वीकारार्ह असू शकते यावर अवलंबून असतात (सालंट आणि दिलमन, १९९४). भारतीय १०, ००० मतदारांच्या शास्त्रीयदृष्ट्या निवडलेल्या नमुन्याच्या आधारे भारतातील मतदारांच्या मतदान वर्तन दृष्टिकोन यांच्या अचूक मापनाचा अभ्यास होऊ शकतो. याचा अर्थ असा की १०, ००० नमुना मतदारांचे सर्वेक्षण करणे आणि सर्व लोकसंख्येचे सर्वेक्षण करणे यात अगदी किंचित दोषांचे प्रमाण असू शकते. तसंच सबंध भारतीय लोकसंख्येतून १०, ००० नमुन्याच्या आकाराचे दोन नमुने निवडले असता त्यातून समोर येणाऱ्या परिणामांमध्ये किंचित फरक असेल. या दोन सर्वेक्षणातील किंचित फरकाचा अर्थ म्हणजे एक सर्वेक्षण बरोबर आणि दुसरे चूक, असा होत नाही. हा किंचित फरक हा नमुना निवडीतील दोषांमुळे होऊ शकतो त्यामुळेच दोषांचे प्रमाण सांगितले जाते. प्रमाण दोष म्हणजे कोणत्या चुकीतून निर्माण झालेला दोष नव्हे; तर सर्वेक्षण पार पाडताना दोषांचे संभाव्य प्रमाण काय असू शकते, याचा निर्देश होय. नमुना निवडीतील दोष हे नेहमी अहवालात लिहिले जातात त्यातून परिणामांची अचूकता आणि मतदान सर्वेक्षणातून समोर आलेल्या तथ्यांबाबतचा विश्वास या बाबी स्पष्ट होतात.

विश्वास पातळीसह दोषांचे प्रमाण सांख्यिकीयदृष्ट्या वापरून सर्वेक्षणाच्या अचूकतेचे आणि नेमकेपणाचे प्रमाण तपासले जाते. भारतातील निवडणूक सर्वेक्षणं ही ३ ते ५ टक्के प्रमाण दोषांसह सर्वेक्षणाविषयीची विश्वास पातळी व्यक्त करतात. ९५ टक्के विश्वास पातळीचा अर्थ जर १०० सर्वेक्षण पार पाडली गेली असतील १०० पैकी ९५ वेळा सर्वेक्षणाच्या तथ्यांची अचूकता ३ ते ५ टक्क्याच्या आसपास असेल. जर सर्वेक्षण हे निवडणुकांच्या निकालांच्या अंदाजाकरिता केलेलं असेल तर नमुना निवडीतील दोष जाहीर करणे ही बाब फसवी आणि आव्हानात्मक असू शकते. उदाहरणार्थ जर दोन राजकीय पक्ष रिंगणात असतील आणि त्यांच्या मतांच्या टक्केवारीतील फरक हा दोषांच्या प्रमाणाहून कमी असेल तर अंदाज चुकण्याची शक्यता अधिक असते. अशा वेळी सर्वोत्तम मार्ग हा असतो की दोन पक्षांच्या मतांच्या टक्केवारीत अगदीच कमी फरक असल्याने अंदाज चुकू शकतात, अंतिम आकडे येतील त्यानुसार निवडणुकांनंतरचे आकडे हे वेगळे असू शकतात, अशी दक्षतेची सूचना वाचकास देणं. जर निवडणुकीय सर्वेक्षणातील दोन पक्षांच्या मतांच्या टक्केवारीतील फरक हा चुकांच्या प्रमाणाइतका असेल तर अंदाज निश्चितपणे सांगता येऊ शकतात.

तसंच अहवालात बहुतांश निवडणुकातील सर्वेक्षणाच्या माहिती विश्लेषणाकरिता भारांचा (weightages) उल्लेख केलेला असतो. निवडणूक सर्वेक्षणातील तथ्यांसह याचा उल्लेख केला जातो. माहितीचे संतुलन साधणे आणि राजकीय पक्षांच्या मतांच्या टक्केवारीचे समायोजन करणे यासाठी भार ही सांख्यिकीय पद्धत वापरली जाते. संभाव्य नमुना निवड पद्धत वापरणाऱ्या मतदान सर्वेक्षणात एकूण सर्व मतदारांमधून प्रत्येक मतदाराची निवडली जाण्याची शक्यता समान असते. संशोधक जेव्हा विविध उपगटातील पुरेसे नमुने यावेत म्हणून असंतुलित पद्धतीने नमुना निवडतो तेव्हा प्रत्येक मतदाराची निवड होण्याची शक्यता असमान स्वरूपाची होते. उदाहरणार्थ एका गावात ४००० हिंदू आहेत, १००० मुस्लीम आहेत आणि मतदान संस्था या दोहोंच्या मतदान वर्तनाचा तुलनात्मक अभ्यास करत असताना समान प्रकारे ढोबळ निवड करत असेल तर असंतुलित नमुना प्राप्त होण्याची शक्यता असते. त्यामुळे समजा १० टक्के मतदार हे दोन्ही उपगटांमधून असले पाहिजेत, असे ठरवले तर नमुन्यामध्ये ४०० हिंदू आणि १०० मुस्लीम मतदार निवडावेच लागतील. तुलनात्मक विश्लेषणाकरिता १०० मुस्लिमांचा नमुना हा लहान आणि असंतुलित होईल. नमुना निवडीतील दोष अधिक वाढतील आणि जात, जमात, शिक्षण, वर्ग आदी आधारे आणखी वर्गवारी केल्यास त्यानुसार घ्यावयाच्या मुलाखती गौण ठरतील.

ही समस्या टाळण्यासाठी १० टक्के हिंदू आणि ४० टक्के मुस्लीम निवडावे लागतील. जर एकूणात संपूर्ण पातळीवर अंदाज व्यक्त करायचे असतील तर मतदार भार (electorate weights) निवडीच्या असमान संधी दूर करण्यासाठी वापरावे लागतील. काही उपगटांचे अधिक प्रतिनिधित्व किंवा कमी प्रतिनिधित्व झाले तरीही भार वापरून सर्वसामान्यीकरण करता येते.

## निवडणूक अंदाज आणि जागांचे अनुमान

आगामी निवडणुकीत राजकीय पक्षांना किती मतांचा वाटा लाभेल हे अचूकरित्या मोजणे हे कोणत्याही निवडणूक-पूर्व सर्वेक्षणासमोरील मोठे आव्हान असते. मतांच्या टक्केवारीचा अचूक अंदाज करणे कळीचे ठरते कारण त्या आधारेच रिंगणात असलेल्या राजकीय पक्षांना मिळणाऱ्या जागा ठरवल्या जातात आणि पर्यायाने निवडणुकीच्या निकालाचा अंदाज वर्तवला जातो. मतांच्या टक्केवारीच्या अंदाजातून मतदारांच्या मतदान वर्तन व दृष्टिकोन यांचे मापन करणाऱ्या सर्वेक्षणाच्या अचूकतेची पातळी ध्यानात येते. मात्र वेगवेगळ्या पक्षांना मतदानाच्या टक्केवारीनुसार किती जागा मिळतील याचा अंदाज व्यक्त करणं ही बाब सर्वांत

कठीण असते. मतांच्या टक्केवारीचे जागांमध्ये निवडणूक अंदाज पारूपाद्वारे रूपांतर केले जाते. ही पद्धत तांत्रिक आणि अवघड असते. गेल्या दोन दशकातील भारतातील मतदान संस्थांच्या निवडणूक अंदाजांच्या यशस्वितेच्या असंतुलित प्रमाणातून मतांचं जागांमध्ये रूपांतर करणं ही प्रक्रिया क्लिष्ट आणि आव्हानात्मक असल्याचे दिसून येते. १९९० च्या दशकात लोकसभा निवडणुकांच्या जागांबाबतचे मतदान उद्योग संस्थांचे अंदाज अधिक अचूक असत. मात्र मागील दोन लोकसभा निवडणुकांमध्ये २००४ आणि २००९ मध्ये जागांचे अंदाज फारसे बरोबर आले नाहीत. त्यातून मतदान संस्थांविषयीचा संशय गडद झाला. सर्वेक्षण संस्थांच्या विश्वसनीयतेबाबत, अधिकृततेबाबत शंका निर्माण झाली. त्यामुळे भारतातील मतदान संस्थांनी विकसित केलेली जागांची अंदाज प्रारूपं तपासायला हवीत आणि भारतातील जागांचे अंदाज व्यक्त करतानाच्या मर्यादा, अडचणी, आव्हानं समजून घ्यायला हवीत.

निवडणूक अंदाजांच्या जागांचे सांख्यिकीय प्रारूप तयार करण्याचे श्रेय मतदान उद्योगाचे जनक इंडियन इन्स्टीट्यूट ऑफ पब्लिक ओपिनियन, दिल्ली (आयआयपीओ) या संस्थेचे प्रमुख, इरिक दा कोस्टा यांना जाते. आयआयपीओ ने पार पाडलेल्या १९५७ सालच्या पहिल्या सर्वेक्षणात अचूक जागांसह काँग्रेसचा विजय वर्तवला गेला होता. दा कोस्टा यांनी विविध पक्षांच्या मतांच्या टक्केवारीचा अंदाज घेतला आणि गुणक परिणाम पद्धतीशास्त्र (Multiplier Effect Methodology) वापरून निवडणुकीय स्पर्धेत पक्ष किती जागा जिंकेल याचा अंदाज व्यक्त केला. पक्षांच्या जागांची टक्केवारी भागिले मागील लोकसभेत पक्षास मिळालेल्या मतांच्या जागांची टक्केवारी यातून गुणक ठरवला गेला. हा गुणक १९५७ च्या लोकसभा निवडणुकीस उपयुक्त ठरला मात्र त्यापुढच्या निवडणुकीत गुणक बदलत गेला आणि अचूक अंदाज व्यक्त करण्यात अपयश आले. गुणक परिणाम पद्धत ही द्विपक्षीय निवडणूक लढाई असल्यास वापरली जाऊ शकते मात्र अधिक पक्ष स्पर्धेत आल्यास ही पद्धत गैरलागू बनते.

डॉ. प्रणय रॉय यांनी याच्या पुढचे भारतातील निवडणुकीय अंदाजांचे सांख्यिकीय तंत्र विकसित केले. डॉ. रॉय यांनी मतांच्या विभाजनावर आधारित विरोधक एकता निर्देशांक (Index of Opposition Unity) असे अंदाजाचे प्रारूप विकसित केले. या पारूपाचा उपयोग मतांचे विभाजन हे पक्ष लोकप्रियता मतदानात होणाऱ्या सामान्य बदलांहून वेगळे करण्यासाठी केला गेला आणि त्याला मतांमधील लक्षणीय बदल (vote swing) असे म्हटले गेले. या पारूपाचा उपयोग प्रबळ पक्ष व विरोधी पक्ष यांना मिळणाऱ्या जागांसाठी मतांमधील लक्षणीय बदल आणि मतांचं विभाजन यांचे मापन करण्यासाठी केला गेला. विरोधक एकता

निर्देशांक मोजण्यासाठी सर्वांत मोठ्या विरोधी पक्षाच्या मतांना इतर विरोधी पक्षांच्या मतांनी भागून आलेल्या उत्तरास १०० ने गुणले जाते. हा निर्देशांक सत्तारूढ पक्षाच्या विरोधात किती पक्ष आहेत त्यानुसार ० ते १०० या दरम्यान येतो. निर्देशांक अधिक असल्यास विरोधकांची एकजूट बळकट असल्याचे दिसते. या पारूपानुसार, वास्तविक विरोधक एकता निर्देशांक मतांमधील लक्षणीय बदल अथवा मतांचे विभाजन यांचे मापन करण्यासाठी वापरला जातो. त्याचे तीन घटक आहेतः अ) विरोधकांची एकजूट आणि निवडणूक लढवण्याची इच्छाशक्ती ब) निर्देशांकातील थोडासा बदल याचा अर्थ मतांमधील फरक आणि विजयाच्या फरकामध्ये बदल क) हा निर्देशांक साधा सरळ असावा की ज्याचा उपयोग मतदारसंघ, प्रदेश किंवा देश अशा अनेक स्तरांवर करता येईल (बटलर, १९९५). ही पद्धतही द्विपक्षीय लढाईत जागांचे अंदाज व्यक्त करण्यात यशस्वी ठरली मात्र बहुपक्षीय लढाईत, बहुजिनसी मतदान असलेल्या निवडणुकीय लढाईत या पद्धतीच्या मर्यादा स्पष्ट झाल्या.

निवडणुकीय अंदाजांचे नवे प्रारूप APT संशोधन गटाने २००१ साली तमिळनाडूमधील विधानसभा निवडणुकीच्या वेळी विकसित केले. या गटाने निवडणूक सर्वेक्षण पार पाडले आणि याचा अहवाल फ्रंटलाइन पाक्षिकात प्रसिद्ध झाला. या अहवालात प्रबळ पक्षांच्या मतांच्या टक्केवारीचे जागांमध्ये रूपांतर करण्याच्या सांख्यिकीय सूत्राचा वापर केलेला होता. हे प्रारूप घन नियमाच्या (Cube Law) सुधारित आवृत्तीवर आधारित होते ज्याचा उपयोग द्विपक्षीय लढाईत होऊ शकत होता. घन नियम असे सांगतो की जर बहुलता निवडणूक पद्धतीमध्ये प्रमुख राजकीय पक्षांची मतं 'अ' आणि 'ब' असतील तर त्यांना मिळणाऱ्या जागा त्यांच्या घनांच्या प्रमाणात असतात. ($a^3/b^3$) बहुरंगी लढत असल्यास घन नियमावर आधारित असलेल्या या पारूपामध्ये बदल करून जागांचे अंदाज व्यक्त केले जातात. मात्र इतर प्रारूपांप्रमाणेच घन नियमावर आधारित प्रारूप दोन पक्षांहून अधिक पक्ष रिंगणात असताना उपयोगी ठरत नाही.

ख्यातनाम सांख्यिकीशास्त्रज्ञ आणि संभाव्यता सिद्धान्तक डॉ. राजीव करंदीकर यांनी मतांच्या टक्केवारीचे जागांमध्ये रूपांतर करण्याचे तंत्र विकसित केले. हे प्रारूप राजकीय वास्तव आणि गणितातील संभाव्यता प्रारूप या दोन्हींच्या आकलनावर आधारलेले आहे. हे तंत्र मतदारांच्या मागील निवडणुकांमधील मतदान वर्तनावर आधारलेले आहे. मतदारांच्या मतदान वर्तनावर आधारित अंदाज पारूपातून विविध पक्षांच्या मतदानाची टक्केवारी ठरते. मागील निवडणुकीत विशिष्ट पक्षाला मिळालेल्या मतांमध्ये सध्याच्या निवडणुकीपर्यंत झालेला बदल हा सबंध राज्यभर स्थिर असल्याच्या गृहीतकावर हे प्रारूप आधारलेले आहे. त्यातून साकार होणारं प्रारूप हे अगदी अचूक नसलं तरी याच्या आधारे राष्ट्रीय

पातळीवरील पक्षांच्या जागांबाबात स्थूलमानाने वाजवी अंदाज व्यक्त करता येतो. या पारूपाच्या माध्यमातून पक्षांच्या मतांच्या टक्केवारीमधील बदलांचा अभ्यास केला जातो ज्याला सर्वसाधारणपणे मतांमधील लक्षणीय बदल (vote swing) म्हणतात. त्यानुसार राज्याराज्यात प्रत्येक पक्षागणिक मतांमधील आंदोलन मोजले जाते. मागील निवडणुकीतील मतदानाच्या आधारे मतांच्या आंदोलनाचे मापन केले जाते आणि त्यानुसार पक्षासाठीच्या मतदानाची टक्केवारी निर्धारित केली जाते. मोठमोठ्या राज्यांसाठी प्रत्येक जागेच्या ठिकाणचा मतांमधील लक्षणीय बदल अभ्यासला जातो. प्रदेशानुसार आणि राज्यानुसार हे मतांमधील आंदोलन समजून घेतले जाते. प्रत्येक मतदारसंघातून उमेदवार जिंकण्याची संभाव्यता मोजली जाते आणि त्या सर्वांची ५४३ लोकसभा मतदारसंघांसाठी बेरीज केली जाते. प्रत्येक पक्षासाठीच्या अपेक्षित जागांचा आकडा हा राष्ट्रीय पातळीवरील अंदाज असतो. या अंदाज पारूपानुसार अलीकडील काळातील बऱ्याच निवडणुकांचे अंदाज बरोबर आलेले आहेत. या पारूपानुसार दोन चुकीच्या अंदाजांमधून हे दिसून येतं की ही पद्धतही परिपूर्णतेस जाण्यास अजून बराच पल्ला गाठायचा आहे.

हरियाणातील कुरुक्षेत्र विद्यापीठातील इन्स्टीट्यूट ऑफ इन्स्ट्रुमेन्टेशन इंजिनियरींग येथील व्याख्याते जी. एस. गिल यांनी निवडणुकांचे अंदाज व्यक्त करण्यासाठी एक कृत्रिम चेतना संरचना विकसित केली. गिल म्हणतात की चेतना संरचना या प्रशिक्षित केल्या जाऊ शकतात जेणेकरून त्या माहितीचा प्रवाह ओळखू शकतील. हा माहितीचा प्रवाह ओळखण्यात कदाचित इतर सांख्यिकीय तंत्रं अपयशी ठरतील मात्र माहितीचा प्रवाह ओळखू शकणाऱ्या चेतना संरचना एकदा प्रशिक्षित झाल्या की पुढे त्या सातत्याने 'अंदाज' व्यक्त करण्यासाठी वापरल्या जाऊ शकतात. हे प्रारूप लोकसभेच्या निकालाचा अंदाज वर्तवण्याच्या हेतूने विकसित करण्याचा प्रयत्न होता; मात्र अजूनही हे प्रारूप विकसनाच्याच प्राथमिक टप्प्यावर आहे. प्राथमिक तपासणी केली असता अजूनही ते टिकाऊ आणि यशस्वी प्रारूप होईल, असे अजून सिद्ध होऊ शकलेले नाही, असे दिसते. या पारूपाने भारतीय मतदान व्यवस्थेतील वैशिष्ट्यपूर्ण बाबी लक्षात घेतल्या नाहीत. मतांमधील आंदोलन, मत विभाजन यांचा विचार केला नाही. हे प्रारूप अजून प्रायोगिक पातळीवर आणि संशोधनाच्या टप्प्यावर आहे (गिल, २००५).

## निवडणुकांचे अंदाज व्यक्त करतानाची आव्हानं

गेल्या काही दशकांत निवडणुकांचे अंदाज व्यक्त करण्यासाठी विविध प्रारूपं विकसित केली गेली. आपण पाहिलं की विविध सांख्यिकीय प्रारूप तयार करण्याचा झालेला

प्रयत्न हा परिपूर्ण नसून भारतातील निवडणूक व्यवस्थेतील विशिष्ट्यता समजावून घेण्यात ती अपुरी पडली आहेत शिवाय या प्रारूपांमध्ये काही अंतर्निहीत मर्यादा आहेत. मात्र भारतातील निवडणूक अंदाज व्यक्त करण्यात मोठी आव्हानं आहेत कारण राज्याराज्यानुसार परिस्थिती बदलते, अगदी राज्यातच विविध निवडणुकांमध्ये परिस्थिती बदलते. अस्तित्वात असलेल्या पक्षातील दुफळी, दोन पक्षांचं एकत्रीकरण आणि सतत बदलणाऱ्या आघाड्या यांमुळे हे आव्हान आणखी वाढते. या सर्वांमधून निवडणुकांच्या अंदाजाकरिता मागील निवडणुकीच्या आधारे पायाभूत माहितीचा अहवाल तयार करणे हेच मोठे आव्हान निर्माण होते. दोन निवडणुकांच्या मध्ये जेव्हा पक्षामध्ये फूट पडते तेव्हा कृत्रिमरित्या ढोबळमानाने पक्षासाठीचे मतदान मागील निवडणुकीच्या आधारे मोजले जाते. या आव्हानांव्यतिरिक्त निवडणुकांचा अंदाज व्यक्त करण्यात आणखी काही आव्हानं आहेत.

जागांचे अंदाज हे चुकू शकतात कारण काही वेळेस निवडलेल्या नमुना मतदारसंघांमधील भौगोलिक क्षेत्रातील राजकीय पक्षांसाठीच्या मतदानाचे केंद्रीकरण समजून घेण्यात सर्वेक्षण अपुरे पडते. बहुध्रुवीय स्पर्धेमुळे समीकरणं बदलतात. भारतीय मतदाराची राजकीय अस्थिरता यांमुळेही मतदान सर्वेक्षणाचे अंदाज चुकू शकतात. योगेंद्र यादव यांनी जागांचे चुकीचे अंदाज व्यक्त करण्याची कारणं किंवा आव्हानं नेमक्या प्रकारे मांडली आहेत-'विविधता, प्रादेशिक भेद आणि आत्यंतिक अस्थिरता' भारतामध्ये दोन निवडणुकांच्या दरम्यान आपली मतं बदलणाऱ्या लोकांची संख्या ही अतिशय जास्त आहे (द इंडियन एक्सप्रेस, जानेवारी २७, २००८). जागांचा अंदाज व्यक्त करण्यातील दुसरी एक प्रमुख मर्यादा म्हणजे सर्वेक्षणातून येणारी मतांची टक्केवारी आणि ज्या पद्धतीने मतांच्या टक्केवारीचे अंतिम मतांची टक्केवारी ठरवली जाते त्यात ज्ञानक्षेत्राचा घटक आणि सापेक्ष मूल्यमापन यांचा समावेश होतो. ज्या सांख्यिकीय साधनांच्या आणि प्रारूपांच्या आधारे मतांचे रूपांतर संभाव्य विजयी जागांमध्ये केले जाते ती पक्षांसाठीची मतं ही समायोजित केलेली असतात. त्यामुळे मानवी धारणेवर आधारित अंदाज व्यक्त केले जात असतील तर ते चुकण्याची शक्यताच अधिक असते. वेगवेगळ्या मतदान संस्था आपली स्वतःची अशी पद्धत मतांचं रूपांतर जागांमध्ये करण्यासाठी अवलंबतात. मतांच्या टक्केवारीतून जागांच्या अंदाजाच्या रूपांतराच्या पद्धतीशास्त्रात यादृच्छिकतेचा घटक (Arbitrariness) असलेला दिसतो ज्याच्या आधारे लोकसभेच्या जागांचा अंदाज व्यक्त केला जातो (अत्रेय, १९९८).

प्रत्येक राज्यातील वेगवेगळ्या परिस्थितीनुसार राजकीय स्पर्धेचे स्वरूप बदलते आणि लोकमततज्ज्ञास जागांचा अचूक अंदाज व्यक्त करणे आणि निवडणुकीय अनुमान काढणे

आव्हानात्मक ठरते. तुलनेने ज्या ज्या राज्यात दुरंगी लढत आहे तिथे जागांचा अंदाज व्यक्त करणे सोपे असते. जसे की छत्तीसगड, दिल्ली, गुजरात, हिमाचल प्रदेश, मध्य प्रदेश, राजस्थान आणि उत्तराखंड. या राज्यांमध्ये काँग्रेस, भाजपमध्ये फूट पडून नवं राजकारण उदयाला आलं नाही किंवा कुठल्या पक्षासोबत एकत्रीकरण झाले, असेही झाले नाही. अशा राज्यांमध्ये जागांचे अंदाज व्यक्त करणं हे तुलनेने सोपं आहे त्यामुळे या राज्यामध्ये प्रत्यक्ष मतांच्या प्रमाणाच्या एक दोन टक्के आसपास अचूक अंदाज व्यक्त केले जाण्याची अपेक्षा असू शकते.

ज्या राज्यांमध्ये स्पर्धा दोन आघाड्यांमध्ये आहे अशा राज्यांमध्ये जागांचा अंदाज व्यक्त करणं आव्हानात्मक असतं. उदाहरणार्थ बिहार, केरळ, महाराष्ट्र, पंजाब, ओरिसा (२००९ ची लोकसभा निवडणूक होईपर्यंत), तमिळनाडू, पश्चिम बंगाल अशा राज्यांमध्ये हे काम अधिक अवघड असतं. बहुपक्षीय निवडणुकांच्या तुलनेत इथे कमी पक्ष असले तरीही आघाड्यांच्या स्पर्धेत अचूक अंदाज व्यक्त करणे कठीण असते. कारण अखेरीस लढत ही दुरंगी प्रकारे निर्धारित होते (तमिळनाडू हे याचे योग्य उदाहरण आहे) आणि पक्ष या किंवा त्या आघाडीच्या बाजूला झुकतात. या निवडणुकीय स्पर्धेत जागांचे अंदाज व्यक्त करणं हे सोपं असू शकतं; मात्र प्रत्येक पक्षासाठीचे स्वतंत्र अंदाज करणं तितकंसं सोपं नसतं.

हे केवळ द्विध्रुवात्मक आघाडी स्पर्धेतील अंदाज व्यक्त करतानाचे आव्हान नाही. या आघाड्यांच्या स्पर्धांमधील कोणता पक्ष कधी दुसऱ्या आघाडीकडे जाईल किंवा आघाडीतून बाहेर पडेल, याचीही खात्री नसल्याने अंदाज करणे अधिक आव्हानात्मक होते. तमिळनाडूमध्ये राजकीय पक्षांनी या आघाडीकडून दुसऱ्या आघाडीकडे उडी मारणे, हे नेहमीचं झालं आहे आणि त्यामुळे जागांचे अंदाज व्यक्त करताना आव्हान उभे राहते. तसंच आघाड्या तुटणं आणि त्यांनी स्वतंत्रपणे निवडणूक लढवणं (ओरिसा २००९) यातूनही आव्हान उभं राहतं. याहून मोठं आव्हान हे तेव्हा उभं राहतं जेव्हा आघाडीतील एक सहकारी पक्षात फुट पडून तो गत स्वतंत्रपणे निवडणूक लढवतो जसं की २०१२ साली पंजाब विधानसभा निवडणुकीच्या वेळी मनप्रीत बादल यांनी अकाली दलातून बाहेर पडून स्वतंत्रपणे निवडणूक लढवली. त्यांनी स्वतः चा 'पीपल्स पार्टी ऑफ पंजाब' (PPP) नावाचा पक्ष स्थापन केला आणि काँग्रेस, भाजप-अकाली दल आघाडी या दोन्हींच्या विरोधात ते लढले. अशा फुटीमधून पायाभूत अहवाल तयार करण्यात मोठ्या समस्या निर्माण होतात. (मागील निवडणुकीतील राजकीय पक्षांच्या मतांची टक्केवारी) आणि एका नव्या पक्षासाठी किंवा जो पक्षच अस्तित्वात नव्हता अशा पक्षाच्या मतांच्या टक्केवारीचा अंदाज व्यक्त करण्यात अडचणी येतात.

निवडणुकीतील जागांचा अंदाज व्यक्त करतानाच्या पक्षांच्या फुटीतून निर्माण होणाऱ्या अडचणी या ईशान्येकडील राज्यांमध्ये अधिक आहेत. मिझोराम, मणिपूर, नागालॅण्ड किंवा अरुणाचल प्रदेश अशा राज्यांमध्ये पक्ष दोन निवडणुकांमध्ये संपुष्टात येतात आणि नवे निर्माण होतात. तिथे जागांचा अंदाज व्यक्त करणं अधिक कठीण असतं. निवडणुकांच्या जागांचा अंदाज व्यक्त करण्यातील धोका हा बहुध्रुवीय राजकारण असलेल्या उत्तर प्रदेश, आसाम, जम्मू आणि काश्मीर, झारखंड यातील राजकारणाच्या उल्लेखाशिवाय अपुरा आहे. बहुलता निवडणूक व्यवस्था (First Past the Post System) असल्याने आणि बहुध्रुवीय स्पर्धा असल्याने जागांचा अंदाज व्यक्त करणे अवघड ठरते. सध्या अस्तित्वात असलेली अंदाजांची प्रारूपं अगदी कमी मतांच्या फरकाने निर्धारित होणाऱ्या अनेक जागांसाठी लागू होतात. दुरंगी लढत असलेल्या राज्यांपेक्षा बहुरंगी लढत असलेल्या निवडणुकीत अगदी किंचित मतांच्या फरकाने विजयी होण्याची शक्यता अधिक असते आणि यांमुळे अशा जागांचा अंदाज व्यक्त करणे अधिक कठीण होते.

भारतातील मतदान उद्योगाच्या निवडणूक अनुमान कलेला अधिकृतता न मिळण्याचं शेवटचं आणि महत्त्वाचं कारण म्हणजे ज्ञान प्रक्रियेमध्ये सहभागी करून घेण्याचा आणि संशोधन, विकास या दोहोंचा अभाव. निवडणूक अनुमानाची कला ही आपल्या देशात बाल्यावस्थेत आहे. त्यातला लक्षणीय टप्पा हा १९८०च्या दशकातील होता जेव्हा डॉ. प्रणय रॉय यांनी निवडणूक सर्वेक्षणात महत्त्वपूर्ण संशोधन केले. भारतातील बहुसंख्य मतदान संस्थांनी आपली अंदाज व्यक्त करण्याची पद्धती ही गुप्त ठेवलेली असून सार्वजनिकरित्या जाहीर करून तिच्यात विकसन करण्याचा प्रयत्न झालेला नाही. त्यामुळे विविध मतदान संस्था वापरत असलेल्या निवडणुकीय अंदाज प्रारूपांच्या मर्यादा आहेत आणि सुधारित विकसित सांख्यिकीय प्रारूप तयार करणे हा अजूनही लांबचा टप्पा आहे. सुप्रसिद्ध निवडणूक तज्ज्ञ योगेंद्र यादव यांना वाटतं की भारतात सर्वेक्षणाच्या अंदाजांसाठीची नियमावली पुरेशी विकसित झालेली नाही. तसंच या साऱ्या बाबी सार्वजनिक विश्वात उपलब्ध नाहीत (द इंडियन एक्सप्रेस, जानेवारी २७, २००८). यशवंत देशमुख हे तज्ज्ञदेखील या मताशी सहमती दर्शवत म्हणतात की भारतातील मतदान उद्योग अजून प्रगल्भ झालेला नसून संशोधन आणि विकासाचे काम झालेले नाही. मतदार विधानसभा आणि लोकसभा निवडणुकीत एकाच प्रकारे वागत नाहीत. त्यामुळे एका निवडणूक सर्वेक्षणात शिकलेले धडे हे लगेच पुढच्या निवडणुकीत पडताळून पाहता येतात (द इंडियन एक्सप्रेस, मे ९, २००४).

# ८

# मर्यादा आणि उद्भवणारी आव्हानं

पहिल्या जगातील बहुतांश लोकशाही देशांच्या तुलनेत भारतातील मतदान वर्तनाचे मापन करण्यातील आव्हानं, समस्या विविध प्रकारच्या आणि व्यामिश्र स्वरूपाच्या आहेत. देशाचा भौगोलिक आकार, जगातील सर्वाधिक मतदार, समाज-सांस्कृतिक आणि लोकसंख्यानिहाय विविधता, राजकीय पक्षांचा प्रसार, पक्षीय स्पर्धेचे बदलते स्वरूप, मूलभूत ज्ञानाच्या क्षेत्रात वेगात होणारे बदल, जगभरातील मतदानासाठीचं तंत्रज्ञान.. आदी विविध कारणांनी ही आव्हानं, समस्या निर्माण होतात. अस्मितेच्या राजकारणानुसार बदलणारं भारतीय राजकारण आणि समूहाअंतर्गत असणारी स्पर्धा या दोहोंसह भारतीय मतदारांचे एकमेवत्व घडले आहे यातून मतदान वर्तन व दृष्टिकोन यांचे मापन करण्यात अनेक आव्हानं निर्माण झाली आहेत. पाश्चात्त्य जगात मतदारांचं स्वरूप एकजिनसी आहे. भारतातील मतदार मात्र भाषा, धर्म, जात जमात आणि वांशिकता या विविधतेतून बहुजिनसी स्वरूपाचा राहिलेला आहे. भारतीय मतदारांचं वैविध्य आणि एकजिनसी नसणं यातून मतदारांच्या मतांचा व दृष्टिकोनाचा उचित विश्वासासह अभ्यास करण्यात मोठं आव्हान निर्माण होतं. मतदारांचं हे वैविध्य केवळ राजकीय प्राधान्य आणि निवडीपुरतं मर्यादित नाही तर एकूण मतदान वर्तनातही हे वैविध्य आहे ज्यामुळे भारतातील मतदान वर्तनाचं अचूक मापन करणं हे आणखी अवघड काम ठरतं.

बहुतांश लोकशाही देशात मतदान वर्तनाचं मापन करणं हे फारसं व्यामिश्र काम नसतं कारण पक्षीय स्पर्धा ही द्विपक्षीय व्यवस्थेनुसार दोन प्रमुख पक्षांभोवती असते. भारतात मात्र निवडणुकीय स्पर्धा ही बहुपक्षीय व्यवस्थेवर आधारलेली होती. सुरुवातीच्या काळातील काँग्रेसच्या वर्चस्वामुळे मतदान वर्तनाचे मापन करणे तुलनेने साधं आणि सोपं काम होतं. १९९० च्या आसपास काँग्रेसचं वर्चस्व मोडीत निघणं आणि विरोधी पक्षांच्या एकजुटीत फूट पडणं यातून विविध राष्ट्रीय आणि प्रादेशिक पक्षांची वाढ झाली आणि त्यांचं प्राबल्य

वाढलं. यामधून बहुपक्षीय स्पर्धेची खऱ्या अर्थाने सुरुवात झाली आणि अनेक पक्षांच्या लक्षणीय मतांचं विभाजन झालं. यामधून मतदान वर्तनाचं मापन आव्हानात्मक आणि व्यामिश्र स्वरूपाचं निर्माण झालं.

मतदान चाचण्यांवर आधारित निवडणूक अभ्यासाच्या मर्यादांची चर्चा आणि त्यावरील टीका याची सुरुवात १९७० च्या आसपास सुरू झाली. गेल्या दोन दशकातील निवडणूक सर्वेक्षणं भारतातील मतदान वर्तन समजून घेण्यात व स्पष्ट करण्यात विशेष प्रावीण्य निर्माण करण्यात अपयशी ठरत असल्याचे अकादमीक क्षेत्रातील व्यक्तींनी दाखवून दिले. अचूक निवडणुकीय निकाल करण्यासाठी विशेषीकृत कौशल्यंही परिपूर्ण नाहीत कारण काही वेळेस हे निवडणुकांचे अंदाजही चुकल्याची उदाहरणं आहेत. भारतातील मतदारांच्या राजकीय वर्तनाच्या अचूक सूत्रीकरणाबाबतचं योगदान हे अत्यल्प आणि मर्यादित असल्याची सर्वांत गंभीर टीका केली जाते. १९९० च्या दशकात मतदान उद्योगाचीच केवळ वाढ झाली नाही तर त्यासोबत मतदान वर्तन मापन करणाऱ्या सर्वेक्षण संशोधन संस्थांवरील टीकाही वाढली. निवडणूक सर्वेक्षणांचा आवाका आणि संदर्भमूल्य या अकादमीक प्रश्नांच्या पलीकडे मतदान उद्योग हा सार्वजनिक चर्चाविश्वात वादग्रस्त झाला आणि प्रश्नांकित नजरेने लोक त्याकडे पाहू लागले. निवडणूक सर्वेक्षणांनी खुल्या आणि मुक्त निवडणुकांच्या स्वरूपावरच आक्रमण केले आहे, असाही आरोप केला गेला. निवडणूक सर्वेक्षणांमधून समोर येणाऱ्या तथ्यांवरही आरोप केले गेले की ही तथ्यं लोकांचं मत पालटण्यासाठी किंवा त्यावर प्रभाव टाकण्यासाठी सांगितली जात आहेत आणि राजकीय फायद्यासाठी सर्वेक्षण साधनाचा वापर केला जातोय. यातून मतदान चाचण्या बंद कराव्यात आणि निवडणूक सर्वेक्षणांवर बंधनं आणावीत, यासाठी जनहित याचिका केल्या गेल्या. याचा परिणाम म्हणून भारतीय निवडणूक आयोगाने निवडणूक काळात सर्वेक्षणांची तथ्यं जाहीर करण्यावर सरसकट बंदी आणली.

त्यामुळेच मतदान सर्वेक्षण उद्योगाच्या वाढीमध्ये कोणत्या समस्या आणि आव्हानं उभी राहिली आणि त्याला तोंड कसे दिले गेले याची तपशीलवार चर्चा करणे जरुरीचे ठरते. हे प्रकरण तीन भागात विभागले गेले आहे. *पहिल्या* विभागात सुरुवातीच्या काळात निवडणूक सर्वेक्षण करताना कोणकोणत्या समस्यांना तोंड द्यावं लागलं याविषयी स्पष्टीकरण असून १९९० पर्यंतचा काळ यात विचारात घेतला आहे. मतदान उद्योगापुढील आव्हानं, समस्या त्याच्या वाढ व विकास याचे कालखंडनिहाय वर्गीकरणाशी संबंधित नाहीत मात्र या प्रत्येक कालखंडातील समस्या, आव्हानं पूर्णतः वेगळी आणि स्वतंत्र होती, असं दिसतं. याच भागात भारतातील निवडणूक अभ्यासाच्या मर्यादांचा आणि संदर्भमूल्यांचा आढावा

घेतला गेला आहे. निवडणुकीय सर्वेक्षणांमधून निवडणुकीय प्रवाह, वर्तन या बाबतच्या ज्ञानात भर पडत नाही या अकादमीक टीकेविषयी तर्काच्या आधारे तपशीलवार चर्चा केली आहे. *दुसऱ्या* विभागात १९९० च्या दशकातील आणि त्यानंतरची आव्हानं याची चर्चा केलेली आहे. पहिल्या टप्प्यापेक्षा या टप्प्यातील आव्हानं कशी वेगळी आहेत हे यातून स्पष्ट केलं जाईलच शिवाय भारताच्या बदलत्या राजकारणामुळे आणि पक्षीय स्पर्धेच्या स्वरूपामुळे आव्हानं कशी बदलली याचीही चर्चा केली आहे.

या प्रकरणाच्या *शेवटच्या* भागात १९९०च्या दशकात सार्वजनिक वादग्रस्त झालेला मुद्दा-निवडणूक सर्वेक्षणं मतदारांच्या मतांवर प्रभाव टाकून त्यांचे मत बदलण्याचा प्रयत्न करत आहेत आणि निवडणूक काळात सर्वेक्षण बंद करण्यासाठीच्या याचिका याविषयी चर्चा केलेली आहे. या भागात मतदान उद्योगाच्या यथास्थिती राहण्याच्या वृत्तीविषयी आणि निवडणूक सर्वेक्षणं संस्थात्मक पद्धतीने बंद करण्याविषयी चर्चा केलेली आहे. निवडणूक आयोगाने निवडणूक सर्वेक्षणातून समोर आलेल्या तथ्यांना सार्वजनिकरित्या जाहीर करण्यावर आणलेली बंदी समर्थनीय आहे अथवा नाही, याविषयीही भाष्य केले आहे. निवडणूक सर्वेक्षणांमुळे मुक्त आणि खुल्या निवडणुकांवर नकारात्मक परिणाम होऊन मतदारांच्या मतनिर्णयावर प्रभाव पडतो काय, याचीही चिकित्सा या भागात केली आहे.

## सुरुवातीच्या काळातील आव्हानं

सर्वेक्षण पद्धतीने मतदान वर्तन मापन करण्याच्या सुरुवातीच्या टप्प्यावर मोठ्या उत्साहाने काम केले गेले मात्र त्यासोबतच समस्या आणि आव्हानं निर्माण झाली. भारतातील कुठलाही उद्योग सुरू करताना ज्याप्रमाणे पायाभूत सुविधा आणि आर्थिक संसाधने यांच्या संदर्भात प्रश्न निर्माण होतात त्याचप्रमाणे मतदान उद्योग सुरू करताना समस्या निर्माण झाल्या. या क्षेत्राचे पायाभूत ज्ञान अथवा विशेष प्रावीण्य, विद्वत्ता या बाबीही नव्हत्या आणि मतदान सर्वेक्षण पार पाडण्यासाठी आर्थिक संसाधनंही उपलब्ध नव्हती. या संदर्भातील पद्धती, प्रक्रिया आणि सराव या बाबींचा अभाव असल्याने निवडणूक सर्वेक्षण संशोधनात रस असलेल्यांना युनायटेड किंग्डममध्ये किंवा अमेरिकेत जाऊन सर्वेक्षण तंत्र आत्मसात करण्याशिवाय दुसरा पर्याय उपलब्ध नव्हता. त्यामुळे आयआयपीओ या संस्थेला १९५७ ला पहिले सर्वेक्षण पार पाडण्यासाठी ज्ञान, कौशल्य यासाठी अमेरिकेतील गॅलप इंटरनॅशनल या संस्थेवर अवलंबून राहवे लागलं आणि त्याच संस्थेकडून आर्थिक मदतही घ्यावी लागली.

पाश्चात्त्य जगातून निवडणूक सर्वेक्षण संशोधनाचं ज्ञान, तंत्र आत्मसात करणं याचे काही फायदे आहेत तसंच काही तोटे आहेत. सगळ्यात मोठी मर्यादा म्हणजे युनायटेड किंग्डम अथवा अमेरिकेत शिकलेली सर्वेक्षण पद्धती तिच्या मूळ रूपाचे भारतात आहे असे अनुकरण करता येत नाही. अमेरिका अथवा युनायटेड किंग्डममध्ये विकसित झालेली सर्वेक्षण पद्धतीची वैशिष्ट्यं आणि तंत्र तिथल्या परिस्थितीशी सुसंगत असून एकरूप मतदारांचा अभ्यास करण्यासाठी सुयोग्य आहेत. भारतात मात्र मतदार खूप वैविध्यपूर्ण विजातीय आहे. राजकीय निवड व वर्तन भाषा, धर्म, जात-जमात, वांशिकता यांनुसार विभागले गेले आहे. त्यामुळे सर्वांत मोठं आव्हान हे पाश्चात्त्य विश्वात शिकलेली तंत्रं आणि पद्धती भारतीय परिप्रेक्ष्यात समयोजित स्वरूपात कशा प्रकारे वापरता येतील, हे ठरवणं.

अमेरिका आणि युनायटेड किंग्डममध्ये मेल (पत्र) सर्वेक्षण, टेलिफोन सर्वेक्षण, प्रत्यक्ष मुलाखतीद्वारे सर्वेक्षण या सर्वेक्षण पद्धती अधिक लोकप्रिय आहेत. भारतात मात्र प्रत्यक्ष मुलाखत तंत्र अधिक लोकप्रिय आहे कारण टपाल संवाद प्रणालीचा अभाव आहे आणि सर्वांकडे टेलिफोन सुविधा नाही. सर्वेक्षणाची ही पद्धत सर्वोत्तम पद्धतींपैकी एक पद्धत मानली जाते मात्र यामध्ये अंतर्निहीत मर्यादा आणि दोष आहेत. सर्वांत मोठी मर्यादा म्हणजे ही पद्धत खर्चीक आहे आणि यासाठी अधिक मनुष्यबळ गरजेचे आहे. टेलिफोन आणि मेल (पत्र) सर्वेक्षणाच्या तुलनेत या पद्धतीसाठी आर्थिक संसाधनं व मनुष्यबळ या दोहोंची अधिक आवश्यकता असते. शिवाय ही पद्धत अधिक वेळखाऊ आहे आणि मोठ्या प्रमाणावर अन्वेषक व पर्यवेक्षक यांची आवश्यकता असते.

रचना, अंमलबजावणी आणि मतदान वर्तनाचे मापन ही प्रमुख आव्हानं या काळात होती. पूर्ण भारतभर राष्ट्रीय पातळीवर सर्वेक्षण योजना आखणे हे मोठं आव्हान ठरतं कारण भारतातील अनेक भाषा, बोली. मुलाखत योजना विविध भाषांमध्ये अनुवादित करावी लागते. मुलाखत योजना तसेच इतर साधनांचे भाषांतर करणे हेच जिकिरीचे आणि वेळखाऊ काम असते. मतदान वर्तनाच्या मापनाकरिता प्रश्नावली हे साधनही महत्त्वाचे मानले जाते कारण त्यातून प्रमाणीकरण साधण्याचा प्रयत्न केला जातो. प्रमाणीकरणाच्या माध्यमातून सर्व प्रतिसादकांना एकाच प्रकारे प्रश्न विचारला जाईल याची दक्षता घेतली जाते. त्यामुळे प्रश्नावलीमधील प्रश्नांचे भाषांतर करताना मूळ अर्थ बदलणार नाही, याची काळजी घ्यावी लागते. पण प्रशिक्षित अनुभवी अनुवादकांच्या अभावामुळे हे क्वचितच घडते. वेगवेगळ्या बोली आणि भाषांमध्ये प्रश्नावल्यांचे भाषांतर करणे हे केवळ जिकिरीचेच काम नाही तर ते अधिक खर्चीक असून त्यात बरीच गुंतवणूक करावी लागते.

सर्वेक्षणाची रचना आणि चाचपणी यानंतरचा टप्पा हा माहिती संकलनासाठीच्या क्षेत्रकार्याचा असतो. कुठल्याही सर्वेक्षणाचं क्षेत्रकार्य हे अधिक आव्हानात्मक असतं कारण त्यामध्ये प्रतिसादकाशी संपर्क, माहिती देऊन संमती आणि मुलाखत पार पाडणे अशा कामांचा समावेश असतो. या टप्प्यावरील क्षेत्रकार्यात दोन प्रमुख अडथळे असतात. एक म्हणजे क्षेत्रकार्य करणाऱ्या कर्मचाऱ्यांना संशोधनाचा आणि मुलाखतीचा अनुभव हवा. सुरुवातीच्या काळात सर्वेक्षण पद्धतच नवी असल्याने सर्वेक्षण संशोधनामध्ये प्रशिक्षित मनुष्यबळ उपलब्ध नव्हते. सर्वेक्षण पार पाडण्यासाठीची संसाधनं अगदीच मर्यादित होती. सर्वेक्षण संशोधनामध्ये गुंतवणूक तर निव्वळ अशक्यच होती. क्षेत्र अन्वेषकांना योग्य प्रशिक्षण न दिले गेल्याने मुलाखतींमध्ये सापेक्षता आणि पूर्वग्रह दिसू लागला. त्यामुळे सुरुवातीच्या काळातील मुलाखतीमधील मापनातील चुकांचे प्रमाण अधिक होते. दुसरं म्हणजे संवाद, संपर्क यासाठीची पायाभूत सुविधाही वाईट प्रकारची होती त्यामुळे क्षेत्र अन्वेषण टीमला इच्छित स्थळी पोहोचून प्रतिसादकाची मुलाखत घेणंही अवघड होतं. त्यातून प्रतिसाद मिळत नसे नि निवडणूक सर्वेक्षणांमध्ये प्रतिसाद न मिळाल्याने मापनामध्ये दोष निर्माण होत असत.

संकलित माहितीचे मापन व विश्लेषण यांचा अभाव ही या काळातील सर्वांत मोठी मर्यादा होती. आजच्या सारखी कम्प्युटर्स, सॉफ्टवेअर अशी आधुनिक तंत्र नव्हती त्यामुळे संकलित माहितीचे मापन आणि विश्लेषण ही प्रक्रिया जिकिरीची होती. त्यामुळे संपूर्ण प्रक्रिया ही हातांनी पार पाडली जायची आणि त्यामुळे त्यात अधिक वेळ जायचा. शिवाय असं करण्यात मापन व विश्लेषणात चूक होण्याचा धोका असायचा.

या काळातील मतदान वर्तनाचा अभ्यास करणाऱ्या मतदान चाचण्यांवर अनेक कारणांनी टीका झाली. पहिली बाब म्हणजे भारतातील राज्यशास्त्रज्ञांनी वर्तनवादाच्या पद्धतीशास्त्राचा काटेकोर अवलंब न करता वर्तनवाद स्वीकारला. या काळातील प्रवृत्ती ही पाश्चात्त्य संशोधकांवर अवलंबून राहून पाश्चात्त्य देशातील निवडणूक अभ्यासाचे पद्धतीशास्त्र व तंत्र यांचे अनुकरण करणे अशा प्रकारची होती (अहमद, १९७७). या टीकेमध्ये तथ्य आहे कारण या काळातील निवडणुकांमधील पद्धतीशास्त्र व तंत्र हे मिशिगन विद्यापीठ आणि अमेरिकन इन्स्टीट्यूट ऑफ पब्लिक ओपिनियन या संस्थांमधून घेतले गेले होते. असं असलं तरीही अमेरिकेतील सर्वेक्षण तंत्रांची भारतीय संदर्भात सुयोग्यता तपासण्याचे प्रयत्न केले गेले. या प्रयत्नांवर आधारित भारतातील मतदान वर्तन प्रवाह मापनाकरिता संशोधन तंत्रांमध्ये योग्य बदल आणि समायोजन करण्यात आले.

दुसरी बाब म्हणजे गेल्या दोन दशकातील प्रदीर्घ निवडणूक अभ्यासातून निवडणुकीय निकालांचे अंदाज, अनुमान काढण्यासाठी साधन विकसित होऊ शकलेले नाही नि एकूणात निवडणुकीय प्रक्रिया समजून घेण्यातही मदत झालेली नाही (अहमद, १९७७). यातील पहिला आक्षेप हा निवडणुकीय निकालांचा अंदाज, अनुमान वर्तवण्यासाठी विशेष तज्ज्ञता विकसित झाली नाही हा आहे आणि तो त्या काळालाच नव्हे तर आजच्या काळालाही लागू आहे. मात्र निवडणुकीय प्रक्रिया समजून घेण्यात आणि निवडणुकीय वर्तन स्पष्ट करण्यात निवडणूक अभ्यास अपयशी ठरला आहे ही टीका डोळसपणे पहायला हवी. अहमद स्वतःच त्या लेखात पुढे निवडणूक अभ्यासावर बंदी आणावी, यासाठी मांडणी करत नसल्याचे स्पष्ट करतात. ते स्वतःच म्हणतात की या अभ्यासांची अंदाज वर्तवण्याची क्षमता मर्यादित असली तरी भारतीय राजकीय व्यवस्थेचा विकास आणि मतदारांच्या राजकीयीकरणाची प्रक्रिया समजून घेण्यात निवडणूक अभ्यास एक सकल आणि दीर्घकालीन दृष्टिकोन देतात.

सगळ्यात शेवटचा मुद्दाः भारतीय मतदारांच्या राजकीय वर्तनाचे नेमकं सूत्रीकरण निर्धारित करण्यासाठीचं निवडणूक अभ्यासांचं योगदान हे अत्यल्प आणि मर्यादित राहिलेले आहे (अहमद, १९७७). या काळातील मतदान वर्तन मापनाकरिता झालेल्या निवडणूक अभ्यासांवरची ही टीका गंभीर आणि संदर्भमूल्य असलेली आहे. पण ही गोष्ट लक्षात ठेवली पाहिजे की हा सुरुवातीचा काळ होता आणि सुरुवातीच्या काळात स्वतंत्र शाखा बनवताना कुठलीही कृती रुजण्यासाठी, वाढ व विकास होण्यासाठी काही गर्भकाल आवश्यक असतो.

## दुसऱ्या टप्प्यातील आव्हानं—१९९० पासून पुढे

सुरुवातीच्या टप्प्याच्या तुलनेत १९९० पासून पुढे भारतातील मतदान वर्तन मापन करतानाची आव्हानं अधिक व्यामिश्र, गुंतागुंतीची झाली. भारतीय मतदारांचं मत व दृष्टिकोन यांचे मापन करतानाची आव्हानं अधिक व्यामिश्र होण्याला अनेक कारणं आहेत. ज्यामुळे मतदान वर्तन मापनाचं कार्य कठीण झालं त्याला बृहत पातळीवरील दोन मुख्य घटक कारणीभूत आहेत-भारतातील लोकशाही राजकारणाचे बदलते स्वरूप आणि निवडणुकीच्या बाबतचा मतदान उद्योगाचा केंद्रबिंदू, प्राधान्य. भारतातील निवडणुकीय राजकारणात बहुध्रुवीय निवडणूक स्पर्धा, पक्षांच्या आघाड्या, एका पक्षाकडून दुसऱ्याकडे पक्षाकडे मतांचे संक्रमण, राजकीय पक्षांसाठीचं विशिष्ट भूभागात केंद्रीकरण या बाबी कधी

अनुभवास आल्या नव्हत्या. या काळातील निवडणुकीय स्पर्धेत पक्षांमधील फूट, बंडखोर उमेदवार, स्थानिक पातळीवरील डावपेच ज्यांचा निवडणुकीय सर्वेक्षणातून अंदाज घेणेही कठीण आहे, अशा अनेक गोष्टी दिसू लागल्या. माध्यमांचा प्रसार आणि त्यांची निवडणूक सर्वेक्षणं व अंदाज व्यक्त करण्यासाठीची इच्छा यातून निवडणूक मतदान उद्योगात बदल झाले. निवडणूक सर्वेक्षणाचे केंद्र हे मतदान वर्तनाच्या मापनाकडून निवडणुकीय निकालाच्या जागांच्या अंदाजाकडे विस्थापित झाले. या दोन घटकांसह इतर घटकांचा तपशीलवार विचार करत या भागातून निवडणूक सर्वेक्षणातील आव्हानं आणि भारतीय निवडणुकीतील व्यामिश्रता समजून घेण्यातील समस्या या साऱ्याचे सर्वंकष चित्र समोर येईल, अशी चर्चा केली आहे.

काँग्रेसच्या एकपक्षीय वर्चस्वाचा कालखंड १९९० च्या आसपास संपुष्टात आला आणि तुल्यबळ, लक्षणीय विरोधी पक्षांचा उदय झाला. काँग्रेस पक्षाच्या अस्तातून राष्ट्रीय पातळीवर विविध पक्षांची वाढ आणि एकजूट झाली तर राज्य पातळीवर अनेक प्रादेशिक पक्ष उदयाला आले. यातून बहुध्रुवीय राजकीय स्पर्धा सुरू झाली. अनेक पक्षांमध्ये मतांमध्ये लक्षणीय विभाजन दिसू लागले. यामुळे मतदान वर्तनाचे मापन करणे आणि मतांमध्ये किंचित फरक असलेल्या बहुध्रुवीय निवडणुकांचा अंदाज व्यक्त करणे या बाबी अधिक अवघड, तांत्रिक झाल्या. ज्या राज्यांमध्ये दोन पक्षांमध्ये स्पर्धा आहे तिथे मतांची अचूक टक्केवारी प्राप्त करता आली तर जागांचा अंदाज व्यक्त करणे तुलनेने सोपे असते. याउलट, बहुपक्षीय स्पर्धेत जागांचा अंदाज व्यक्त करणं अवघड असतं. मतदानाच्या टक्केवारीत किंचित चूक झाली तरी अंदाज, अनुमान अयोग्य ठरतं, असं दिसून येतं. याचं उत्तम उदाहरण हे २००७ सालच्या उत्तर प्रदेशमधील विधानसभा निवडणुकांचं आहे. बहुतांश मतदान संस्थांनी बहुजन समाजवादी पक्षाला प्रत्यक्षात मिळालेल्या मतदानाहून २ टक्के कमी मतांचा अंदाज वर्तवला होता. हा २ टक्क्यांचा फरक मतदान उद्योगास हानी पोहोचवण्यास पुरेसा होता कारण या फरकामुळे बहुजन समाजवादी पक्ष सुस्पष्ट बहुमतासह सत्तेत येऊ शकतो, हे वर्तवण्यात मतदान संस्था अपयशी ठरल्या. त्यामुळे बहुध्रुवीय निवडणूक स्पर्धेत जागांचा अचूक अंदाज वर्तवणं हे मतदान उद्योगासमोरील प्रमुख आव्हान आहे.

माध्यमांच्या प्रचंड वाढीमुळे निवडणूक सर्वेक्षणं लोकप्रिय झाली मात्र त्यांचा केंद्रबिंदू मतदान वर्तन मापनाहून निवडणुकीय निकालाच्या जागांचे अंदाज व्यक्त करण्याकडे विस्थापित झाला. १९९० च्या आसपास सार्वत्रिक निवडणुकांमधील जागांचे अंदाज हे प्रत्यक्ष निकालाच्या आसपास असल्याने मतदान उद्योगाला मोठी उभारी मिळाली.

मात्र २००४ साली लोकसभा निवडणुकीच्या वेळी मतदान चाचण्यांच्या आधारे सत्तारूढ राष्ट्रीय लोकशाही आघाडी (रालोआ) सरकार पुन्हा सत्तेवर येईल, असे सर्व सर्वेक्षणांचे अनुमान पूर्णतः चुकीचे ठरले. २००४ मधील मतचाचण्यांच्या आधारे केलेल्या अंदाजातील अपयशातून भारतातील मतदान संस्था, माध्यमं यांच्यासमोर मोठं आव्हान उभा राहिलं. २००९ सालच्या लोकसभा निवडणुकीत अचूक अंदाज वर्तवणं ही त्यांच्या समोरची सर्वाधिक प्राधान्याची बाब होती. वेगवेगळया माध्यमसंस्थांनी आणि मतदान क्षेत्रातील तज्ज्ञांनी काँग्रेस प्रमुख पक्ष असलेली संयुक्त पुरोगामी आघाडी (संपुआ) ही सर्वाधिक जागा प्राप्त करेल, असा अंदाज वर्तवला. मात्र त्यांच्यापैकी कोणीच संयुक्त पुरोगामी आघाडी बहुमत गाठू शकेल, असा अंदाज वर्तवू शकली नाही. त्यामुळे निवडणुकांचे अंदाज व्यक्त करणं हे मतदान वर्तन मापनातील सर्वांत मोठ्या आव्हानांपैकी एक आव्हान आहे. निवडणुकीय अनुमान व्यक्त करण्यातून सर्वेक्षण संशोधन पद्धतीच्या मर्यादा स्पष्ट होतात.

सुरुवातीच्या काळातील निवडणूक अभ्यासातून भारतीय मतदार समाज-सांस्कृतिक आणि लोकसंख्येनुसार विभिन्न स्वरूपाचा आहे हे त्याच्या मतांच्या प्रवाहातून नि प्राधान्यातून दिसून आलं. भारतीय मतदाराच्या प्रदेश, जात-जमात, भाषा, धर्म यातून तयार झालेल्या अनेक अस्मिता यांमुळे यांच्या आधारे राजकीय कल, निवडणूक वर्तन निर्धारित करणे अधिक अवघड होते. उदाहरणार्थ उत्तर प्रदेशमधील मुस्लीम समुदाय हा भाजपसारख्या उजव्या विचारांच्या पक्षांना मतदान करत नाही आणि हे निरीक्षण दशकभरात वेगवेगळया निवडणूक सर्वेक्षणांनी नोंदवलेलं आहे. मुस्लिमांच्या मतदानाचा हा प्रवाह राज्य पातळीवर बरोबर असेलही; पण वेगवेगळया भागात राहणाऱ्या मुस्लीम मतदारांच्या वर्तनाचे हे योग्य प्रतिबिंब नसेल. उत्तर प्रदेशमधील मुस्लीम समाज हा फारसा विभिन्न स्वरूपाचा नाही त्यामुळे त एकगठ्ठा मतदान करतो; मात्र प्रदेश, भाषा आणि पंथ यांनुसार मतदान वर्तनाच्या प्रवाहामध्ये फरक दिसून येईल. मागील काळात मोठा नमुना निवडून केलेल्या सर्वेक्षणात मुस्लीम समाजातील विशिष्ट पंथाने भाजपला मतदान केले असल्याचे दिसून आले आहे. भारतातील मतदारांच्या मतदान वर्तन व दृष्टिकोन यांच्या मापनातील मतदारांची बहुसांस्कृतिकता आणि जमात-अंतर्गत विविधता हे प्रमुख आव्हान असल्याचं दिसतं. ही बहुस्तरीय विविधता आणि गुंतागुंत समजून घेण्याचा एकमेव मार्ग हा मोठा नमुना निवडून सर्वेक्षण करणे हा आहे. असे सर्वेक्षण करणे हे आव्हानात्मक काम नाही मात्र अधिक मनुष्यबळ लागणारे आणि खर्चीक असे काम आहे.

निवडणुकीय राजकारणातील बदल आणि मतदान उद्योगाचे केंद्र हे भारतीय मतदान वर्तनातील बदलासोबत समरूप झाल्याचे दिसते. १९९० च्या सुमारास मतदारांच्या वर्तनात बदल झाल्याचे दिसते. देशात अस्मितेच्या राजकारणाची सुरुवात झाल्याने आणि समाज-राजकीय भेदरेषा ठळक झाल्याने १९९० च्या सुमारास मतदारांच्या वर्तनात प्रमुख बदल झाले. मंडल आयोग चळवळ आणि रामजन्मभूमी वाद यातून जात, जमात आणि धर्म या आधारावर निवडणुकीय ध्रुवीकरण घडून आले. जात आणि जमातीच्या आधारावर ध्रुवीकरण झाल्याने भारतीय मतदारांच्या वर्तनामध्ये व्यवच्छेदक समस्या निर्माण झाली. जे मतदार सुरुवातीच्या टप्प्यात मतदानाचे हेतू स्पष्ट बोलून दाखवत असत ते मतदान हेतू लपवू लागले किंवा चुकीची उत्तरं देऊ लागले. खरं उत्तर सांगितलं तर त्याचा वापर राजकीय पक्ष आपल्याला ओळखून वैयक्तिकरित्या लक्ष्य करतील, या भीतीने या प्रकारची उत्तरं दिली जाऊ लागली. हे मागास आणि वंचित समूहातील मतदारांमध्ये अधिक प्रमाणात घडलं. मतदानाचे हेतू लपवण्याचा प्रकार भारतातील उच्च जातींमध्ये, प्रबळ जातींमध्ये काही वेळा होत असल्याचं निदर्शनास आले आहे. याचं उत्तम उदाहरण हे २००७ मधील उत्तर प्रदेश विधानसभा निवडणुकांचं आहे. या निवडणुकीत अनेक उच्च जातीयांना बहुजन समाजवादी पक्षास (दलित पक्ष) मतदान केलं मात्र त्यांनी निवडणूक सर्वेक्षणात तशा प्रकारे नोंदवलं नाही कारण जातीचा पूर्वग्रह आणि आपल्याच जातीतून सूड घेतला जाईल, वगळले जाईल अशी भीती. याचा परिणाम म्हणून बहुतेक निवडणूक सर्वेक्षणांना बहुजन समाजवादी पक्षासाठीच्या मतदानाच्या टक्केवारीचा अचूक अंदाज करता आला नाही नि पर्यायाने बहुजन समाजवादी पक्षाच्या विजयाचा अंदाज ते वर्तवू शकले नाहीत.

याच काळात मतदारांमधील अस्थिरता मोठ्या प्रमाणावर दिसून आली आणि अस्थिर मतदारांच्या संख्येत मोठी वाढ झाली. निवडणूक प्रचाराच्या वेळी केल्या गेलेल्या निवडणूक अभ्यासातून असे दिसून आले की एक चतुर्थांश मतदारांनी कोणाला मतदान करायचं हे ठरवलेलं नसतं आणि ते द्विधा मनोवस्थेत असतात. निवडणूक प्रचार संपल्यानंतर अस्थिर मतदार कोणाला मतदान करायचे हे ठरवतात. काही वेळेस इतर लोक अमुक प्रकारे मतदान करत आहेत म्हणून आपणही तसे मतदान करावे, या प्रकारचा बँडवॅगन इफेक्ट (Bandwagon Effect) दिसून येत असेल तर विविध पक्षांसाठींच्या मतदानाच्या टक्केवारीचा अंदाज वर्तवणे हे केवळ अवघड नसते तर अधिक आव्हानात्मक आणि व्यामिश्र स्वरूपाचे असते. तसंच भारतातील मतदारांच्या मतदान प्रवाहातून असं दिसून आलं आहे की मतदारांवरील विशिष्ट मुद्द्यांचा प्रभाव हा वेगवेगळा आणि त्या त्या भागापुरता मर्यादित असतो. उदाहरणार्थ काही मुद्द्यांना विशिष्ट प्रदेशात किंवा पंथांमध्ये

प्रतिसाद मिळू शकतो आणि त्यातून मतनिर्णय ठरू शकतो. इतरांवर त्या मुद्द्याचा प्रभाव पडत नाही. त्यामुळे त्यांच्या मतनिर्णय प्रक्रियेत तेच मुद्दे महत्त्वाचे ठरत नाहीत. त्यामुळे स्थानिक किंवा विशिष्ट पंथांवर प्रभाव टाकणारे मुद्दे सर्वेक्षणातून शोधून काढणे अवघड ठरते. ही या पद्धतीची प्रमुख मर्यादा आहे.

नमुन्याचा आकार आणि नमुना निवड पद्धत या कुठल्याही मतदान सर्वेक्षणाच्या महत्त्वाची बाबी असतात. हे सांख्यिकीय दृष्ट्या निर्धारित केले जात असले तरी भारतामध्ये मात्र या दोहोंबाबत ठरवणं हे आव्हानात्मक आहे याची अनेक कारणं आहेत, ज्याची चर्चा या आधीच केली गेली आहे. राज्य आणि राष्ट्रीय स्तरावर नमुन्याचा आकार हा त्या मतदान संस्थेला सर्वेक्षणातून कोणत्या पातळीचे विश्लेषण साध्य करायचे आहे या उद्देशानुसार ठरवला जातो. अशी पद्धत या काळात विकसित झाली. राज्य पातळीवरील मतदारांच्या मतदान वर्तन व दृष्टिकोन अभ्यासाकरिता १५०० मतदारांचा नमुना हा सांख्यिकीयदृष्ट्या लक्षणीय मानला जातो. पण जर सर्वेक्षणाचा उद्देश हा प्रादेशिक वा उपप्रादेशिक पातळीवरील मतदान वर्तन मापन हा असेल तर याहून अधिक आकाराच्या नमुन्याची आवश्यकता भासेल. याचं कारण म्हणजे वेगवेगळ्या प्रकारच्या विश्लेषणासाठी पुरेशा संख्येची उदाहरणं गरजेची असतात. त्यामुळे निवडणूक सर्वेक्षणातून जी वेगवेगळ्या प्रकारची माहिती संकलित करावयाची असते त्या आधारे नमुना निवडला जातो. साधारणपणे लोकांचा अशी समजूत आहे की अधिक मोठ्या नमुना आकारासह केलेल्या सर्वेक्षणातून जागांचे अधिक अचूक अंदाज वर्तवता येतात. मात्र ही गैरसमजूत आहे. अगदी लहान आकाराच्या नमुन्यासह मतदारांच्या मतदान वर्तन व दृष्टिकोनाचे मापन होऊ शकते आणि जागांचा अचूक अंदाज व्यक्त केला जाऊ शकतो. याउलट, मोठ्या पण चुकीच्या नमुना सर्वेक्षणामुळे मतदान वर्तनाबाबत अयोग्य माहिती संकलित होऊन जागांचा चुकीचा अंदाज वर्तवला जाऊ शकतो. योगेंद्र यादव म्हणतात, मोठ्या नमुना आकारातून बरोबर निकाल वर्तवता येईलच, याची शाश्वती नाही. मोठ्या सर्वेक्षणात चुकाही दसपट वाढतात (द इंडियन एक्सप्रेस, जानेवारी २७, २००८).

भारतातील बहुसंख्य मतदान संस्थांची निवडणूक सर्वेक्षणात नमुना निवडीची पद्धत चुकीची असते त्यामुळे निवडला गेलेला नमुना प्रातिनिधिक नसतो. मागील निवडणूक सर्वेक्षणांनी वेगवेगळ्या समाज-आर्थिक समूहांचं, जात-जमातींचं मतप्राधान्य वेगवेगळं असतं असं सूचित केलेलं आहे. उदाहरणार्थ, उत्तर प्रदेशमधील बहुसंख्य दलित वर्ग, विशेषतः जाटव समुदाय हा बहुजन समाजवादी पक्षाचा मतदार राहिलेला आहे तर उच्च जातींपैकी बहुसंख्य हे भाजप, काँग्रेसचे मतदार राहिलेले आहेत. त्याचप्रमाणे बहुसंख्य

यादव समुदाय हा समाजवादी पक्षाचा मतदार राहिलेला आहे. त्यामुळे उत्तर प्रदेशमधील नमुना हा या सर्व जातींचा प्रातिनिधिक असा हवा. साधारणपणे त्यांच्या लोकसंख्येतील टक्केवारीइतके त्यांचे नमुन्यामध्ये स्थान हवे. राजकीय विश्लेषक योगेंद्र यादव म्हणतात, नमुन्याचा आकार हा कळीचा मुद्दा नसून, नमुना कसा निवडला जातो हा निर्णायक मुद्दा असतो. बहुसंख्य भारतीय मतदान सर्वेक्षणांचे अंदाज चुकतात कारण त्यांनी नमुना निवड पद्धतीशास्त्र योग्य वापरलेले नसते. त्यामुळे नमुना प्रातिनिधिक नसतो (द इंडियन एक्सप्रेस, जानेवारी २७, २००८). त्यामुळे या काळातील सर्वाधिक मोठे आव्हान हे शास्त्रीय पद्धतीचा अवलंब करण्याच्या बाबतचे आणि प्रातिनिधिक नमुना निवडण्यातील अपयश हे होते.

या काळातील आणखी एक आव्हान हे मतदान वर्तन मापनाच्या संदर्भात विविध पक्षांना प्राप्त होऊ शकणाऱ्या अचूक मतदान टक्केवारीची निश्चित करून जागांविषयी बरोबर अंदाज व्यक्त करणे, हे होते. बहुसंख्य निवडणूक सर्वेक्षणांनी अगदी अचूक निवडणुकीय अंदाज व्यक्त केले असले तरीही काही वेळेस ते अचूक अंदाज व्यक्त करण्यात अपयशी ठरले. याचं कारण हे देशातील निवडणुकीय परिस्थितीतील वाढती वैशिष्ट्यपूर्णता आणि ती वैशिष्ट्यपूर्णता समजून घेण्यात असलेल्या मर्यादा. खालील कारणं होतीः अ) राजकीय पक्ष एकमेकांसमवेत आघाड्या करून निवडणुका लढले. एकत्र निवडणुका लढण्याचा अर्थ एका पक्षाने आपल्याकडील मतं मित्र पक्षाकडे हस्तांतरित केली. या मतांच्या हस्तांतरणाचा अंदाज घेऊन पक्षांच्या जागांचा अंदाज व्यक्त करणे हे मोठे आव्हान ठरले. ब) विशिष्ट भौगोलिक भागात, क्षेत्रात काही पक्षांसाठी मतांचे केंद्रीकरण झाल्याने जागांचा अंदाज व्यक्त करणे हे काम अवघड झाले. कर्नाटक विधानसभा निवडणूक २००८ हे याचे योग्य उदाहरण आहे. राज्यात झालेल्या सर्वेक्षणातून पुढे असे समोर आले की भाजपला काँग्रेसपेक्षा एक टक्के कमी मतं मिळू शकतात पण भाजप निवडणूक जिंकेल, हा अंदाज वर्तवण्यात त्यांना अपयश आले. याचे कारण असे होते की काही क्षेत्रात, मतदारसंघात भाजपच्या मतांचे केंद्रीकरण झालेले होते. यामुळे भाजप अधिक जागा जिंकू शकला. याउलट, काँग्रेससाठीचे मतदान हे समप्रमाणात सबंध राज्यभर विभागले गेले होते आणि त्यातून अनेक ठिकाणी जागा गमावण्याचं नुकसान त्यांना सहन करावं लागलं होतं. क) या काळात भारतीय निवडणुकांमध्ये पक्षांतर्गत फुटींचं प्रमाण वाढलेलं होतं. अधिकृत उमेदवाराची मतं बंडखोर उमेदवारांमुळे कमी होत होती. स्थानिक पातळीवरील या राजकीय समीकरणांमुळे नमुना सर्वेक्षणातून अचूक अंदाज वर्तवणे कठीण झाले.

या काळातील भारतातील मतदान वर्तनाचा अभ्यास करणाऱ्या मतदान सर्वेक्षणांवर अकादमीक वर्तुळातून टीका झाली. या आधीच्या काळातील सर्वेक्षणांवर ज्या

प्रकारे टीका झाली तीच टीका याही काळात झाली. पाश्चात्त्यांकडून आयात केलेल्या तंत्रावर सर्वेक्षणं सुरू असून भारतीय वास्तवासाठी ती अनुकूल नाहीत, असे म्हटले गेले. भारतातील समाज-सांस्कृतिक वैशिष्ट्यपूर्णता आणि निवडणुकीय राजकारणाची व्यवस्था भिन्न भिन्न स्वरूपाची असून ही व्यामिश्रता समजून घेण्यासाठी सर्वेक्षण हे तंत्रच विसंगत आहे. 'सर्वेक्षण संशोधन' ही संज्ञा अमेरिकन राजकारणाच्या शास्त्राच्या तिसऱ्या जगातील अनुकरणातील सर्वाधिक अयोग्य बाब, यासाठी वापरली गेली. पद्धतीशास्त्रीय दृष्ट्या नवखी, राजकीयदृष्ट्या रूढिवादी आणि सांस्कृतिकदृष्ट्या अनधिकृत अशा या पद्धती होत्या (यादव, २००८). गुणात्मक अभ्यासाकरिता पार पाडल्या गेलेल्या निवडणूक सर्वेक्षणांवर व्यापक प्रवाह सांख्यिकीय स्वरूपात मांडल्याची टीका झाली. वैयक्तिक मतदारांचे मत व दृष्टिकोन यातून सर्वसाधारण प्रवाह अधोरेखित झाला; मात्र राजकीय विकासातील वैशिष्ट्यपूर्णता समजून घेण्यात ही सर्वेक्षणं अपुरी पडली. छोट्या जाती-जमातींवर स्थानिक राजकारणाचा पडणारा प्रभाव समजून घेण्यात सर्वेक्षणांची प्रमुख मर्यादा स्पष्ट झाली. वैयक्तिक मतदाराच्या प्रश्नावलीतून त्याचे/तिचे दृष्टिकोन व मत समजते मात्र व्यापक दृष्टिकोनातून दीर्घ काळ चाललेली व्यक्तीच्या सामूहिकतेचा समावेश असलेल्या घटना समजून घेता येत नाहीत (शाह, २००७).

## निवडणूक सर्वेक्षणांवर बंदी आणण्याचे प्रयत्न आणि त्यांचा मतदारांवरील परिणाम

भारतातील निवडणुकांच्या बाबतच्या मतदान सर्वेक्षणात १९९० पासून मोठ्या प्रमाणावर वाढ झाली. त्यातून सर्वेक्षण पार पाडतानाची नवी आव्हानं आणि समस्या निर्माण झाल्या. तसंच ही सर्वेक्षणं वादग्रस्त झाली आणि त्यांची सार्वजनिक उलटतपासणीही सुरू झाली. ही सर्वेक्षण काही गैरहेतूंनी केली जात आहेत, मतदारांच्या मतनिर्णय प्रक्रियेवर प्रभाव टाकून निवडणूक प्रक्रियेत गडबड करण्याचा प्रयत्न होतोय, या प्रकारचे आरोप केले गेले आणि म्हणून निवडणूक सर्वेक्षण पार पाडतानाच्या मार्गदर्शक सूचनावली तयार करून जाहीर करावी लागली. अशा वादग्रस्त सर्वेक्षणांमधील तथ्यं हेतुपूर्वक मतदारांच्या मतांवर प्रभाव टाकण्याकरिता वापरली गेली आणि त्याचा मतदारांवर प्रतिकूल परिणाम झाला. मतदान सर्वेक्षण आणि एक्झिट पोल्स बंद करण्यासाठीचे आवाहन हे मुक्त, खुल्या निवडणुकांच्या संवैधानिक तरतुदीवरील हस्तक्षेप करण्याच्या आधारे झाले. त्यामुळे मतदान सर्वेक्षणांच्या नियंत्रणाकरिता मार्गदर्शक सूचना आणि निवडणुकीय सर्वेक्षणांची काटेकोर तपासणी

यासाठी प्रयत्न केले गेले. यातून मतदान सर्वेक्षण उद्योगातील पारदर्शकता स्पष्ट होईल आणि निवडणूक सर्वेक्षणांविषयीचा लोकांचा विश्वास पुन्हा संपादन करता येईल, असे मानले गेले.

या साऱ्या वादग्रस्ततेचा परिणाम म्हणून निवडणूक आयोगाने मतदान सर्वेक्षण, एक्झिट पोल्स यातून समोर आलेली तथ्यं जाहीर करणं, प्रकाशित करणं, वितरित करणं यावर १९९८ लोकसभा निवडणुकीच्या वेळी बंदी आणली. निवडणूक प्रक्रिया पार पडेपर्यंत निवडणूक सर्वेक्षणातून समोर आलेली तथ्यं जाहीर करण्यावर प्रतिबंध घालण्यात आले. ११९८ साली निवडणूक आयोगाने लादलेल्या प्रतिबंधाच्या निर्णयास सर्वोच्च न्यायालयात फ्रंटलाइन पाक्षिकाने सादर केलेल्या याचिकेमार्फत आव्हान देण्यात आले. भारतातील सर्वोच्च न्यायालयाने अंतरिम आदेश देण्यास नकार दिला आणि न्या. एम. एम पंची, न्या. बी. एन. कृपाल आणि न्या. एम. श्रीनिवास यांच्या त्रिसदस्यीय खंडपीठाने म्हटले, “जर आम्ही या निर्णयास स्थगिती दिली तर आम्ही अशा याचिकांना परवानगी देत आहोत, असा अर्थ होईल. आम्ही स्थगितीचा आदेश नाकारला तर आम्ही अशा याचिकांना मोडीत काढत आहोत, असा अन्वयार्थ होईल. आम्ही या दोन्हीपैकी काहीच न करता सदर विषय बरखास्त करत आहोत. माध्यमं कदाचित धोका पत्करू शकतात.” त्यामुळे ११९८ साली लोकसभा निवडणुकीच्या वेळी बंदीचा निर्णय हा काटेकोर पद्धतीने भारतीय निवडणूक आयोगातर्फे लादला गेला नव्हता. असं असलं तरीही निवडणूक सर्वेक्षणांवर बंदी आणणाऱ्या याचिकेविषयी अखेरीस सर्वोच्च न्यायालयाने निर्णय घेतला. यामध्ये सर्वोच्च न्यायालय म्हणाले, “भारतीय निर्वाचन आयोग एक्झिट पोल्स प्रकाशित करण्यासाठीच्या मार्गदर्शक सूचनावली ठरवण्यास व त्याचे नियमन करण्यास स्वतंत्र आहे.”

सर्वोच्च न्यायालयाच्या या निकालाच्या आधारे भारतीय निवडणूक आयोगाने आदेश आणि सूचना प्रसारित केल्या. याद्वारे निवडणुकांच्या काळात निवडणूक सर्वेक्षणांचे अहवाल प्रसिद्ध करण्याविषयी निर्बंध घातले गेले. भारतीय निवडणूक आयोगाने सुस्पष्टरित्या असे म्हटले:

> जर मतदान एका टप्प्यात पार पाडले जात असेल तर कुठल्याही मतदान सर्वेक्षणाचे अथवा एक्झिट पोल्सचे निकाल हे छापील, इलेक्ट्रॉनिक अथवा इतर कुठल्याही माध्यमांतून निवडणुकीतील मतदान पार पडण्याच्या ४८ तासांत प्रसिद्ध करता येणार नाहीत.

हा आदेश अनेक टप्प्यात पार पाडल्या जाणाऱ्या इतर सर्वच राज्यात आणि प्रदेशांसाठी लागू होता. भारतीय निवडणूक आयोगाने मतदान संस्थांनी सर्वेक्षणातील नमुना आकार

आणि प्रदेशनिहाय व्याप्ती या साऱ्याचा निर्देश केला पाहिजे, असा आदेश दिला. सर्वेक्षणांनी वापरलेले पद्धतीशास्त्र, चुकांच्या शक्यतेची टक्केवारी, व्यावसायिक पार्श्वभूमी, संस्थेचा अनुभव आणि सर्वेक्षणात सहभागी असलेल्या व्यावसायिकांचा स्पष्ट उल्लेख करावा, असेही सांगण्यात आले.

प्रेस काउन्सिल ऑफ इंडिया या संस्थेने भारतीय निवडणूक आयोगाच्या निवडणूक-पूर्व सर्वेक्षण आणि एक्झिट पोल्स यांच्या संदर्भातील मार्गदर्शक सूचना, आदेश दुहरवले. या सूचनांमधून वृत्तपत्रं, मासिकं यांनी चुकीचं वृत्तांकन करता कामा नये, सर्वेक्षणांचा गैरवापर करता कामा नये तसेच हितसंबंधी गटांसाठी आपला वापर होऊ देता कामा नये असे सांगण्यात आले. प्रेस काउन्सिलने स्पष्ट सांगितले की जेव्हा निवडणूक-पूर्व सर्वेक्षण वृत्तपत्रात छापून येईल तेव्हा त्यात ठळक अक्षरात सर्वेक्षण संस्थेचे नाव, व्यक्ती व संस्था ज्यांनी सर्वेक्षण पार पाडले आहे, निवडलेल्या नमुन्याचा आकार, स्वरूप, नमुना निवडीचे पद्धतीशास्त्र, समोर आलेल्या तथ्यांमधील संभाव्य त्रुटींचे प्रमाण या बाबींचा उल्लेख करायला हवा. टप्पेनिहाय निवडणूक असल्यास आणि पूर्ण मतदान प्रक्रिया पार पाडावयाची असल्यास ज्या टप्प्यातील मतदान झाले आहे तेथे माध्यमांनी एक्झिट पोल करता कामा नये. कारण त्यातून जिथे अजून मतदान व्हायचे आहे त्या ठिकाणच्या मतदारांवर प्रभाव पडतो. निवडणूक प्रक्रिया शुद्ध ठेवण्यासाठी आणि मतदारांचं मन कुठल्याही बाह्य घटकांनी प्रभावित होऊ नये यासाठी शेवटच्या टप्प्यातील मतदान होईपर्यंत माध्यमांनी एक्झिट पोल्स प्रसिद्ध करता कामा नये. त्यामुळे भारतात निवडणूक काळात निवडणूक सर्वेक्षण पार पाडण्यास बंदी नाही मात्र मतदान प्रक्रिया पूर्ण होईपर्यंत त्यातील तथ्यांचा अहवाल प्रसिद्ध करता येत नाही, अशी निवडणूक सर्वेक्षणांची कायदेशीरदृष्ट्या स्थिती आहे.

११९८ साली मतदान सर्वेक्षण आणि एक्झिट पोल्स यावर लादलेल्या बंदीविषयी निवडणूकतज्ज्ञांचं आणि राजकीय विश्लेषकांचं मत वेगवेगळं होतं. मतदानाच्या दिवशी प्रसिद्ध होणाऱ्या एक्झिट पोल्सवरील बंदीच्या निर्णयाशी योगेंद्र यादव सहमत होते. ते म्हणाले, "शेवटच्या माणसाचं मतदान पूर्ण होईपर्यंत एक्झिट पोल्सचा निकाल प्रसिद्ध करता कामा नये. मताचे काहीएक पावित्र्य हवे." मात्र मतदान सर्वेक्षणांमधील तथ्यांच्या प्रसिद्धी आणि वितरणाविषयी असहमती व्यक्त करताना ते म्हणाले की मतदाराला मतदान करताना संतुलित स्वरूपाची माहितीच प्राप्त होणार नाही (द ट्रिब्यून, ऑगस्ट २८, १९९९). तसंच जी व्ही एल नरसिंह राव यांनाही निवडणूक आयोगाने मतदान सर्वेक्षणांचे निकाल प्रसिद्ध करण्यास बंदी घातलेल्या निर्देशांविषयी आक्षेप नव्हता; मात्र मतदान सर्वेक्षणावरील सरसकट बंदीला त्यांनी विरोध दर्शवला कारण मतदान सर्वेक्षण हे इतर लोकांना राजकीय

पक्षांविषयी काय वाटते, कोणते मुद्दे महत्त्वाचे आहेत, हे जाणून घेण्याचे साधन आहे. ते म्हणाले, "वृत्तपत्रं, मासिकं आणि टीव्हीवर जे लिहिलं, बोललं जात असतं त्याचप्रमाणे मतदान सर्वेक्षण ही एक बाब आहे. या माध्यमांमध्ये निवडणूक निकालांविषयी मत अभिव्यक्त केलं जात असेल तर मतदान सर्वेक्षण, एक्झिट पोल्स प्रसिद्ध व्हायला हरकत नसावी." (द ट्रिब्यून, ऑगस्ट २८, १९९९) बहुतेक निवडणूक तज्ज्ञ, राजकीय विश्लेषक मतदानाच्या दिवशी मतदान पूर्ण होईपर्यंत एक्झिट पोलचे निकाल प्रसिद्ध करू नयेत, या बंदीविषयी सहमत होते. मतदान दिवसाच्या आधी मतदान सर्वेक्षणांमधील तथ्यं प्रसिद्ध करण्यावरील बंदीविषयी ते साशंक होते.

कुठल्याही मतदान सर्वेक्षणाचे अथवा एक्झिट पोल्सचे निकाल हे छापील, इलेक्ट्रॉनिक अथवा इतर कुठल्याही माध्यमांतून निवडणुकीतील मतदान पार पडण्याच्या ४८ तासांत प्रसिद्ध करता येणार नाहीत, या निवडणूक आयोगाच्या बंदीच्या संदर्भाने संबंधित, महत्त्वाचे प्रश्न उभे राहिले. निवडणूक सर्वेक्षणातील तथ्यांचा थेट मतदारांवर परिणाम होतो काय आणि त्यानुसार त्यांच्या मतांच्या हेतूंमध्ये बदल होतो काय? निवडणूक सर्वेक्षणांमधील तथ्यांचा एवढा परिणाम होतो का की आधीचा मतनिर्णय बदलून वेगळा निर्णय घेतला जातो? पाश्चात्त्य देशांमध्ये झालेल्या संशोधनानुसार सर्वेक्षण तथ्यांच्या प्रसिद्धीमुळे मतनिर्णयावर प्रभाव पडतो, असे दिसून आले आहे. यातून मतदार इतर मतदार कशा प्रकारे मतदान करत आहेत आणि कोण जिंकेल, हे सर्वेक्षणांनी वर्तवल्या प्रमाणे मतदान करतात. (बँडवॅगन इफेक्ट Bandwagon effect) किंवा कोण जिंकेल हे लक्षात आल्याने जो पराभूत होईल त्यास मतदान करतात. (Underdog effect) बँडवॅगन इफेक्टनुसार मतदार सर्वेक्षणांनी सूचित केलेल्या संभाव्य विजेत्यास मतदान करतात तर कधी कधी सर्वेक्षणांनी सूचित केलेल्या पराभूत उमेदवारास सहानुभूती व्यक्त करत त्यास मतदान करतात. भारतामध्ये या प्रकारचे प्रभाव निर्माण होऊन परिणाम होतो काय, हा प्रश्न मात्र तसाच शिल्लक आहे. डेव्हलपमेंट ॲन्ड रिसर्च सर्व्हिसेसचे जी व्ही एल नरसिंहराव वर्षानुवर्षे विशिष्ट पक्षाकडे कल असलेल्या मतदाराचा मतनिर्णय सर्वेक्षणामुळे बदलला जात नाही, या मताचे होते; मात्र 'मतनिर्णय निश्चित नसलेल्या' मतदारावर या सर्वेक्षणांचा प्रभाव पडतो. 'निश्चित मतनिर्णय नसलेल्या' मतदारामुळे मतदान सर्वेक्षणांच्या आधारे पराभवाचा फरक वाढू अथवा कमी होऊ शकतो (द ट्रिब्यून, ऑगस्ट २८, १९९९).

भारतीय निवडणुकांमध्ये बँडवॅगन इफेक्ट अथवा अंडरडॉग इफेक्ट निर्माण होतो अथवा नाही, यासंदर्भात सर्वंकष संशोधन आजवर झालेले नसले तरीही सीएसडीएस

या संस्थेने निवडणूक सर्वेक्षणांचा असा परिणाम होतो का, हे शोधण्याचा प्रयत्न केला. १९९६ च्या लोकसभा निवडणुकांच्या वेळी सीएसडीएस ने राष्ट्रीय स्तरावरील सर्वेक्षण पार पाडले. या सर्वेक्षणातून सर्वेक्षण तथ्यांविषयी मतदारांमध्ये किती जागृती होती आणि त्याचा जागांच्या अंदाज व्यक्त करण्यावर काय प्रभाव पडला हे तपासले गेले. सर्वेक्षणातून बहुसंख्य मतदारांनी मतदान सर्वेक्षणाच्या आधारे सीएसडीएस ने वर्तवलेल्या जागांच्या अंदाजाविषयी वाचलेले अथवा ऐकलेले नव्हते, असे समोर आले. १९९६ च्या सीएसडीएस सर्वेक्षणाच्या मूल्यांकनातून सीएसडीएस ने वर्तवलेल्या अंदाजांमुळे ०.७ % मतदारांचा मतनिर्णय बदलला असल्याचे दिसून आले. या तथ्याचा अर्थ असा की मतदान सर्वेक्षण अंदाज व्यक्त करण्यातून भारतीय मतदारांच्या मतनिर्णयात लक्षणीय आणि निर्णायक प्रभाव पडत नाही. योगेंद्र यादव म्हणाले 'बँडवॅगन इफेक्ट' आणि 'अंडरडॉग इफेक्ट' या पाश्चात्त्य संकल्पना असून मतदान सर्वेक्षणांचे मूल्यांकन करताना असा काही अभ्युपगम सिद्ध करण्याकरिता पुरेसा पुरावा नाही (द ट्रिब्यून, ऑगस्ट २८, १९९९). याचा अर्थ असा की भारतातील निवडणूक सर्वेक्षणांमधील तथ्यांचा उपयोग भारतातील मतदारांचा मतनिर्णय मोठ्या प्रमाणावर बदलण्यासाठी होऊ शकत नाही. त्यामुळे भारतीय निवडणूक आयोगाने या बाबीविषयी विचार करण्याची आवश्यकता असून सखोल तपासणी करून मतदान दिवसाच्या आधी मतदान सर्वेक्षणांची तथ्यं जाहीर करण्यावरील बंदीच्या निर्णयाचे परीक्षण करायला हवे.

# संदर्भ


Ahmad, Imtiaz. 1977. "Election Studies in India, " *Economic and Political Weekly*, September 24, XII(39): 1677–80.

Athreya. 1998. "Are Opinion Polls Relevant? A Review of the Major Pre-election Opinion Polls," *Frontline*, Vol. 15(5): 7–20.

Bartels, L.M. 1988. *Presidential Primaries and the Dynamics of Public Choice*. Princeton, NJ: Princeton University Press.

Benney, M., A. Gray, and R. Pear. 1956. *How People Vote*. London: Routledge and Kegan Paul.

Berelson, B., P.F. Lazarsfeld, and W.V. McPhee. 1954. *Voting: A Study of Opinion Formation in a Presidential Campaign*. Chicago: University of Chicago Press.

Blair, H.W. 1979. *Voting, Caste, Community, Society: Explorations in Aggregate Data Analysis in India and Bangladesh*. Delhi: Young Asia Publication.

Blais, A. and L. Massicotte. 1996. "Electoral Systems, " in L. LeDuc, R.G. Niemi, and P. Norris (eds), *Comparing Democracies: Elections and Voting in Global Perspective*, pp. 49–81. Thousand Oaks: SAGE Publications.

Budge, I., D. Robertson, and D. Hearl (eds). 1987. *Ideology, Strategy and Party Change: Spatial Analyses of Post-war Election Programmes in 19 Democracies*. Cambridge: Cambridge University Press.

Butler, D.E. 1952. *The British General Election of 1951*. London: Macmillan.

Butler, D.E. and D.E. Stokes. 1974. *Political Change in Britain: The Evolution of Electoral Choice* (2nd ed.). London: Macmillan.

Butler, David, Ashok Lahiri, and Prannoy Roy. 1995. *India Decides: Elections 1952–1995*. Delhi: Books & Things.

Campbell, A., P.E. Converse, W.E. Miller, and D.E. Stokes. 1960. *The American Voter*. New York: Wiley.

———. 1966. *Elections and the Political Order*. New York: Wiley.

Campbell, D.T. 1950. "The Indirect Assessment of Social Attitudes," *Psychological Bulletin*, 47(1): 15–38.

Clark, T.N. and S.M. Lipset. 1991. "Are Social Classes Dying?" *International Sociology*, 6(4): 397–410.

Comparative Study of Electoral Systems. 1996. Available at http://www.umich.edu:80/~nes/cses/cses.htm.

Cook, S.W. and C.A. Selltiz. 1964. "Multiple-indicator Approach to Attitude Measurement," *Psychological Bulletin*, 62(1): 36–55.

Crewe, I. 1984. "The Electorate: Partisan Dealignment Ten Years on, " in H. Berrington (ed.), *Change in British Politics*, pp. 183–215. London: Frank Cass.

Crewe, I., B. Särlvik, and J. Alt. 1977. "Partisan Dealignment in Britain 1964–1974," *British Journal of Political Science*, 7(2): 129–90.

Curtice, John. 2000. "The Future of Election Studies: Mid-Life Crisis or New Youth?" Working Paper Number 78. Available at http://www.crest.ox.ac.uk.

Curtice, J. and H. Semetko. 1994. "Does it Matter what the Papers say?" in A. Heath, R. Jowell, J. Curtice, and B. Taylor (eds), *Labour's Last Chance? The 1992 Election and Beyond*, pp. 43–63. Aldershot: Dartmouth.

Dalton, R.J. 1996. *Citizen Politics: Public Opinion and Political Parties in Advanced Western Democracies*. Chatham, NJ: Chatham House.

Dalton, R., S. Flanagan, and P. Beck (eds). 1984. *Electoral Change in Advanced Industrial Democracies*. Princeton: Princeton University Press.

Downs, A. 1957. *An Economic Theory of Democracy.* New York: Harper & Row.

Edwards, A.L. 1957. *Techniques of Attitude Scale Construction*. New York: Appleton-Century-Crofts.

Eldersveld, S.J. 1951. "Theory and Method in Voting Behavior Research, " *The Journal of Politics*, 13(1): 70–87.

Eldersveld, Samuel and Bashiruddin Ahmed. 1978. *Citizens and Politics: Mass Political Behaviour in India*. Chicago: University of Chicago Press.

Evans, G. (ed.). 1999. *The End of Class Politics*? Oxford: Oxford University Press.

Evans, G., A.F. Heath, and C.D. Payne. 1999. "Class: Labour as a Catch-all Party?" in G. Evans and P. Norris (eds), *Critical Elections: British Parties and Voters in Long-term Perspective*, pp. 87–101. London: SAGE Publications.

Franklin, M., T. Mackie, and H. Valen (eds). 1992. *Electoral Change: Responses to Evolving Social and Attitudinal Structures in Western Countries.* Cambridge: Cambridge University Press.

Ghose, Sagarika. 1996. "Psephology, Surveying the Masses, Politicians Redefine Grassroots Contact as they Resort to Opinion Polls to Read the Voter's Mind, " *Outlook*, February.

Gill, G.S. 2008. "Election Result Forecasting Using Two Layer Perceptron Network, " *Journal of Theoretical and Applied Information Technology*, 4(11): 1019.

Granberg, D. and S. Holmberg. 1988. *The Political System Matters: Social Psychology and Voting Behaviour in Sweden and the United States.* Cambridge: Cambridge University Press.

Hess, E.H. and J.M. Polt. 1960. "Pupil Size as Related to Interest Value of Visual Stimuli, " *Science*, 132: 349–50. Available at http://psycnet.apa.org/psycinfo/1961-01581-001.

Himmelweit, H.T., M. Jarger, and J. Stockdale. 1978. "Memory for Past Vote: Implications of a Study of Bias in Recall, " *British Journal of Political Science*, 8(4): 365–76.

Huckfeldt, R. Robert and John Sprague. 1993. "Citizens, Contexts and Politics, " in Ada W. Finifter (ed.), *Political Science: The State of the Discipline II*, pp. 281–303. Washington, DC: American Political Science Association.

Johnson, Martin et al. 1999. "Contextual Data and the Study of Elections and Voting Behavior: Connecting Individuals to Environments." Available at http://www.indiana.edu/~workshop/papers/stein.pdf.

Johnston, R., A. Blais, H.E. Brady, and J. Crête. 1992. *Letting the People Decide: Dynamics of a Canadian Election*. Stanford, CA: Stanford University Press.

Johnston, R. and H. Brady. 2002. "The Rolling Cross-section Design, " *Electoral Studies*, 21: 283–95.

Katz, R. and W. Bernhard, (eds). 1999. *European Parliament and European Integration*. Oxford: Oxford University Press.

Key, V.O. 1966. *The Responsible Electorate: Rationality in Presidential Voting 1936–64*. Cambridge, MA: Harvard University Press.

Kiesler, C.A., B.E. Collins, and N. Miller. 1969. *Attitude Change: A Critical Analysis of Theoretical Approaches*. New York: John Wiley & Sons.

Kitschelt, H. 1994. *The Transformation of European Social Democracy*. Cambridge: Cambridge University Press.

Klingemann, H.-D., R. Hofferbert, and I. Budge. 1994. *Parties, Policies and Democracy*. Boulder, CO: Westview Press.

Kondo, Norio. 2007. "Election Studies in India." Institute of Developing Economies. Discussion Paper no. 98.

Kothari, Rajni. 2002. *Memoirs: Uneasy is the Life of the Mind*. Delhi: Rupa & Co.

Lazarsfeld, P.F., B. Berelson, and H. Gaudet. 1948. *The People's Choice: How the Voter Makes Up His Mind in a Presidential Campaign*. New York: Columbia University Press.

Leiderman, P.H. and D. Shapiro (eds). 1964. *Physiological Approaches to Social Behavior*. Stanford, CA: Stanford University Press.

Lokniti Team. 2004. "National Election Study 2004: An Introduction, " *Economic and Political Weekly*, December 18, XXXIX(51): 5373–81.

Maheshwari, S. 1982. *Electoral Politics in the National Metropolis*. Delhi: Ritu Publishers.

McAllister, I. 1996. "Leaders," in L. LeDuc, R.G. Niemi, and P. Norris (eds), *Comparing Democracies: Elections and Voting in Global Perspective*, pp. 180–98. Thousand Oaks, CA: SAGE Publications.

Miller, W.E. 1976. "The Cross-national Use of Party Identification as a Stimulus to Political Enquiry, " in I. Budge, I. Crewe, and D. Farlie (eds), *Party Identification and Beyond: Representations of Voting and Party Competition*. London: Wiley.

Miller, W.E. and J.M. Shanks. 1996. *The New American Voter.* Cambridge, MA: Harvard University Press.

Milne, R. and H. Mackenzie. 1954. *Marginal Seat 1955*. London: Hansard Society.

———. 1954. *Straight Fight 1955*. London: Hansard Society.

Mochmann, E., I.C. Oedegard, and R. Mauer. 1998. *Inventory of National Election Studies in Europe 1945–1995.* Bergisch Gladbach: Edwin Ferger Verlag.

Morris, R. 1995. "What Informed Public?" *Washington Post National Weekly Edition*, April: 10–16.

Narain, Iqbal. 1978. *Election Studies in India: An Evaluation*. Bombay: Allied Publishers.

Narain, Iqbal, K.C. Pande, M.L. Sharma, and Hansa Rajpal. 1978. *Election Studies in India: An Evaluation*. New Delhi: Allied Publishers.

Nieuwbeerta, P. 1995. *The Democratic Class Struggle in Twenty Countries.* Amsterdam: Thesis Publishers.

Norris, P., J. Curtice, D. Sanders, M. Scammell, and H. Semetko. 1999. *On Message: Communicating the Campaign*. London: SAGE Publications.

Osgood, C.E., G.J. Suci, and P.H. Tannenbaum. 1957. *The Measurement of Meaning*. Urbana: University of Illinois Press.

Pareek, U. and T.V. Rao. 1974. *Handbook of Psychological and Social Instruments*. Baroda: Samashti.

Plott, Charles R. 1978. "Rawls' Theory of Justice: An Impossibility Result, " in Hans W. Gottinger and Werner Leinfeller (eds), *Decision Theory and Social Ethics, Issues in Social Choice*, pp. 201–14. Dordrecht, Holland: Reindel.

Rao, Bhaskara. 2009. *A Handbook of Poll Surveys in Media: An Indian Perspective*. Delhi: Gyan Publications.

Roy, Ramashray and Paul Wallace. 1999. *Indian Politics and the 1998 Election: Regionalism, Hindutva and State Politics*. Thousand Oaks, CA: SAGE Publications.

Salant, P. and Dillman, D.A. 1994. *How to Conduct Your Own Survey*, pp. 42–43. New York: Wiley.

Samuel J. Eldersveld. 1951. "Theory and Method in Voting Behavior Research, " *The Journal of Politics*, 13(1): 70–87. Cambridge University Press on behalf of the Southern Political Science Association.

Schmitt, H. and J. Thomassen (eds). 1999. *Political Representation and Legitimacy in the European Union*. Oxford: Oxford University Press.

Schumpeter, J.A. 1976. *Capitalism, Socialism and Democracy*, 5th ed. London: Allen and Unwin.

Scott, W.A. 1975. "Attitude Measurement, " in G. Lindzey and E. Aronson (eds), *Handbook of Social Psychology*, rev. ed., Vol. II. New Delhi: Amerind Publishing Co. Pvt. Ltd.

Selltiz, C., M. Jahoda, M. Deutsch, and S.W. Cook. 1959. *Research Methods in Social Relations*. New York: Holt, Rinehart and Winston.

Shah, A.M. 2007. "Introduction, " in A.M. Shah (ed.), *The Grassroots of Democracy: Field Studies of Indian Elections*, pp. 1–27. Delhi: Permanent Black.

Sprague, John. 1982. "Is there a Micro-theory Consistent with Contextual Analysis?" in Elinor Ostrom (ed.), *The Nature of Political Inquiry* Beverley Hills, CA: SAGE Publications.

Srinivas, M.N. and A.M. Shah, 2007. *The Grassroots of Democracy: Field Studies of Indian Elections*. Delhi: Permanent Black.

Thomassen, J. 1976. "Party Identification as a Cross-national Concept: Its Meaning in the Netherlands, " in I. Budge, I. Crewe, and D. Farlie (eds), *Party Identification and Beyond: Representations of Voting and Party Competition*, pp. 63–79. London: Wiley.

———. 1994. "Introduction: The Intellectual History of Election Studies, " *European Journal of Political Research*, 25(3): 239–345.

Thurstone, L.L. and E.J. Chave. 1929. *The Measurement of Attitude*. Chicago, IL: University of Chicago Press.

Wattenberg, M. 1996. *The Decline of American Political Parties 1952–1994*. Cambridge, MA: Harvard University Press.

Weakliem, D. and A. Heath. 1999. "The Secret Life of Class Voting: Britain, France, and the United States since the 1930s, " in G. Evans (ed.), *The End of Class Politics*, pp. 97–136. Oxford: Oxford University Press.

Webb, E.J., D.T. Campbell, R.D. Schwartz, and L. Sechrest. 1966. *Unobtrusive Measures: Non-reactive Research in the Social Sciences*. Chicago: Rand McNally & Company.

Weiner, M. and J.O. Field. 1977. "India's Urban Constituencies, " in M. Weiner and J.O. Field (eds), *Electoral Politics in the Indian States*, 4 vols. New Delhi: Manohar.

Westie, F.R. and M.L. DeFleur. 1959. "Autonomic Responses and their Relationship to Race Attitudes," *Journal of Abnormal and Social Psychology*, 58(3): 340–47.

Yadav, Yogendra. 2007. "Invitation to a Dialogue: What Work does 'Fieldwork' do in the Field of Elections?" in A.M. Shah (ed.), *The Grassroots of Democracy: Field Studies of Indian Elections*, pp. 345–68. Delhi: Permanent Black.

———. 2008. "Whither Survey Research? Reflections on the State of Survey Research on Politics in Most of the World." Malcolm Adiseshiah Memorial Lecture, Chennai.

Young, P.V. 1960. *Scientific Social Surveys and Research*. Bombay: Asia Publishing House.

Zimbardo, P. and E.B. Ebbesen. 1970. *Influencing Attitudes and Changing Behavior*. MA: Addison Wesley.

# लेखकांविषयी

**संजय कुमार** हे प्राध्यापक असून सध्या ते सेंटर फॉर द स्टडी ऑफ डेव्हलपिंग सोसायटीज (सीएसडीएस) या संस्थेचे संचालक आहेत. तसेच सीएसडीएस ने सुरू केलेल्या 'लोकनीती' या प्रकल्पाच्या संस्थापक सदस्यांपैकी एक असून सध्या या कार्यक्रमाचे ते सहसंचालक आहेत.

त्यांच्या संशोधनाचा गाभा निवडणुकीय राजकारणाचा असला तरीही भारतीय युवा, दक्षिण आशियातील लोकशाही, भारतीय शेतकऱ्यांची अवस्था, दिल्लीतील झोपडपट्टी आणि निवडणुकीय हिंसा अशा व्यापक आवाका असलेल्या विविध विषयांवर त्यांनी संशोधन कार्य केले आहे.

त्यांनी अनेक पुस्तकं लिहिली आहेत, अनेक खंड संपादित केले आहेत. संपादित खंडांकरिता विविध प्रकरणं लिहिली आहेत आणि त्यांचं संशोधन कार्य विविध राष्ट्रीय आणि आंतरराष्ट्रीय नियतकालिकांमध्ये प्रसिद्ध झालेले आहे. *बिहारमधील मंडलोत्तर राजकारणः निवडणुकीतील बदलते प्रवाह* हे त्यांचं अलीकडचं पुस्तक. त्यांचे इतर काही प्रकाशित साहित्यः *दिल्लीमधील बदलते निवडणुकीय राजकारणः जातीकडून वर्गाकडे*, (पीटर आर डिसूझा आणि संदीप शास्त्री यांच्या समवेत) *संक्रमणातील जगात भारतीय युवाः दृष्टिकोन व धारणा, भारतीय युवा आणि निवडणुकीय राजकारणः एक उदयोन्मुख सहभाग,* (ख्रिस्तोफर जॅफरलॉट यांच्यासमवेत) *सर्वहारांचा उदय? भारतीय विधानसभांचा बदलता चेहरा,* (सुहास पळशीकर आणि संजय लोढा यांच्यासमवेत) *भारतातील निवडणुकीय राजकारणः भाजपचे पुनरुत्थान*.

**प्रवीण राय** सर्वेक्षण संशोधन आणि निवडणूक अभ्यास यांचा पंधरा वर्षांचा अनुभव असलेले प्रवीण राय हे राजकीय विश्लेषक आहेत. दिल्ली विद्यापीठातून कायद्याची पदवी प्राप्त करून इतिहासामध्ये पदव्युत्तर पदवी संपादन करणारे राय सीएसडीएस च्या *'लोकनीतीः तुलनात्मक लोकशाही प्रकल्प'* यासाठी कार्यरत आहेत ज्याच्याद्वारे निवडणुका आणि पक्षीय राजकारण यांचा विशेष अभ्यास केला जातो. लोकनीती प्रकल्पात

काम करत असताना पन्नासहून अधिक निवडणूक अभ्यासात त्यांनी सहभाग घेतला आहे. अनुभवजन्य माहिती व सांख्यिकीय साधनं यांचा वापर करून त्यांनी अकादमीक व संशोधनपर लेखन केले आहे.

त्यांचे आस्थेचे विषय राजकारण, निवडणुकीय स्पर्धा आणि भारतातील मतदान सर्वेक्षण हे आहेत. त्यांचं संशोधनपर लिखाण भारतातील अकादमीक नियतकालिकांमध्ये प्रसिद्ध झाले आहे मुख्यतः *इकॉनॉमिक ॲन्ड पॉलिटिकल वीकली* (EPW). '*भारतातील महिलांचा निवडणुकीतील सहभागः महत्त्वाचे निर्धारक व अडथळे*' हे संशोधन २०११ मधील *इकॉनॉमिक ॲन्ड पॉलिटिकल वीकली* मध्ये विशेष लेख म्हणून प्रसिद्ध झाले होते तर '*भारतातील निवडणुकीय राजकारणातील महिलांचा सहभागः अबोल स्त्रीत्वकरण*' हे संशोधन 'साउथ एशिया रिसर्च' या नियतकालिकात २०१७ साली प्रसिद्ध झाले आहे.

Made in United States
North Haven, CT
04 November 2026

21765349R00102